இஸ்ரேல்

ரமேஷ் பாபு

இதழியலாளர், மொழிபெயர்ப்பாளர், படைப்பாளர். 2000ஆம் ஆண்டு முதல் தமிழ் மற்றும் ஆங்கில ஊடகங்களில் பணியாற்றியவர். 'செப்.11: வரலாறும், பின்னணியும்', 'கூடங்குளம்: வரமா? சாபமா?' உள்ளிட்ட நூல்கள் எழுதியிருக்கிறார்.

இஸ்ரேல்

தோற்றம் • வளர்ச்சி • ஆதிக்கம்

கே. ரமேஷ் பாபு

கிழக்கு

இஸ்ரேல்

Israel

Ramesh Babu K ©

First Edition: December 2023
192 Pages
Printed in India.

ISBN: 978-93-90958-98-6
Kizhakku - 1337

Kizhakku Pathippagam
177/103, First Floor, Ambal's Building, Lloyds Road,
Royapettah, Chennai - 600 014. Ph: +91-44-4200-9603
Email : support@nhm.in Website : www.nhm.in

◼ kizhakkupathippagam ◪ kizhakku_nhm

Author's Email id: babuever@gmail.com

Cover Image: *Wailing wall and Al Aqsa in Jerusalem* - Shutterstock

Kizhakku Pathippagam is an imprint of New Horizon Media Private Limited

The views and opinions expressed in this book are the author's own and the facts are as reported by the author, and the publishers are not in any way liable for the same.

All rights reserved. No part of this publication may be reproduced, stored in a retrieval system, or transmitted, in any form or by any means, electronic, mechanical, photocopying, recording or otherwise, without the prior permission of the publishers.

> இஸ்ரேல் தேசம்!
> என் கண்கள் கண்ணீரால் நிரம்புகின்றன;
> என் கைகள் நடுங்குகின்றன;
> நாம் வாக்களிக்கப்பட்ட பூமிக்கு வந்துவிட்டோம்.
> யூத ராஜ்ஜியத்தை ஸ்தாபித்துவிட்டோம்.
> நம் முன்னோர்களின் பூமியில் இனியும் நாம்
> வேதனையுடன் வாழவேண்டிய அவசியமில்லை.
> பிற எல்லா நாடுகளையும் போல்
> நாமும் இப்போது ஒரு தேசம்;
> நமக்கும் இப்போது ஒரு தேசம்.
> 2000 ஆண்டுகளில் முதல் முறையாக
> நம் தலையெழுத்தை
> நாமே தீர்மானிக்கும் வகையில்
> நமக்கு நாமே அரசன் ஆகிவிட்டோம்.
> நம் நெடு நாள் கனவு நனவாகிவிட்டது.
> இனப் படுகொலையில் கொல்லப்பட்டவர்களை
> நம்மால் காப்பாற்ற முடியாமல் போய்விட்டது.
> அந்தவகையில் இந்த தேசம் வெகு தாமதமாக
> காலம் தாழ்த்தியே நமக்குக் கிடைத்திருக்கிறது.
> ஆனால் இனிவரும் தலைமுறைகளுக்கோ
> காலம் தாழ்த்தாமல் கிடைத்துவிட்டிருக்கிறது.
>
> - கோல்டா மெய்ர்

உள்ளே

1.	விடுதலைப் பிரகடனம்	...	9
2.	பைபிள் காலம்	...	19
3.	ரோமானியர்களும் பிறரும்	...	25
4.	நிலைநிறுத்தம்	...	32
5.	போர்கள்	...	38
6.	ஆறு நாள் போர்	...	45
7.	பன்னாட்டு உறவுகள்	...	57
8.	அமெரிக்காவும் இஸ்ரேலும்	...	61
9.	அமைதியற்ற வாழ்வு!	...	68
10.	மதரீதியிலான துன்புறுத்தல்கள்	...	74
11.	பொருளாதார வளர்ச்சி - ஐரோப்பியாவில் கிடைத்த செழுமை	...	85
12.	பொருளாதார முன்னேற்றமும் சாதனைகளும்	...	92
13.	பொங்கும் வளம்	...	98
14.	ஆய்வும் மேம்பாடுமே உறுதுணை	...	103

15. பொருளாதாரத்தை வளர்த்தல்	...	110
16. வறுமை, வாழ்க்கைத் தரம், சமூக முன்னேற்றம்	...	113
17. சமூக முன்னேற்றம்	...	117
18. அரசியல் கட்சிகள், அரசியல் அமைப்பு	...	121
19. அடிப்படைச் சட்டங்கள்	...	132
20. அரசும் அதன் பிரிவுகளும்	...	138
21. மொசாத்தின் வலைவீச்சு	...	145
22. தொழில்நுட்பம் எனும் முன்னேற்ற உத்தி	...	153
23. ராணுவம், உளவுத் தொழில்நுட்பங்கள்	...	157
24. உலகளவில் இஸ்ரேலிய தொழில்நுட்பம்	...	161
25. கல்வியும் சமூகப்-பொருளாதாரச் சூழலும்	...	165
26. மொழி, 'இனம்', பண்பாடு	...	170
27. நவீன காலத்தில் யூதர்கள்	...	174
28. பாலஸ்தீனம் : ஒன்றே தாயகம்; ஒருவரே மக்கள்	...	179
29. முடிவுரை	...	188

1

விடுதலைப் பிரகடனம்

மே 14, 1948.

ஒரு ரகசியக் கூட்டம் அந்தக் கட்டடத்தில் நடைபெற்றுக் கொண்டிருந்தது. ஏறக்குறைய 300 பேர் அதில் பங்கேற்றிருந்தனர். ஒரு வரலாற்றைப் படைக்கப்போகும் தருணம். ஆனால், அந்தக் கூட்டம் நடைபெற்ற நாளில் அந்தக் கட்டடத்தில் மின்சாரம் துண்டிக்கப்பட்டிருந்தது!

இரண்டாம் உலகப்போர் முடிவடைந்து மூன்றாண்டுகள் கழித்துதான் அந்தக் கூட்டம் நடைபெற்றது. எனினும் அந்தக் கட்டடத்திலும் சரி, அந்த நகரத்திலும் சரி, போர் முடியவில்லை. அங்கொரு தீர்மானம் நிறைவேற்றப்படவிருந்தது. அந்தத் தீர்மானம் அந்தப் பிரதேசத்தின் வரலாற்றை நிரந்தரமாக மாற்றும் என அப்போது யாரும் நினைத்திருக்கவில்லை. ஏனெனில் கூட்டத்தில் பங்கேற்றவர்களே தங்களின் வாழ்நாளில் இப்படியொரு சந்தர்ப்பம் அமையும் என்றும் அதுவே நிலைக்கும் என்றும் நினைத்திருக்க மாட்டார்கள். ஆம், அந்தக் கூட்டம் புதிய தேசமொன்றை நிறுவக் கூட்டப்பட்டிருந்தது.

ஒரு புதிய எழுச்சி... புதிய விடியல்... ஆனால், நகைமுரண் என்னவெனில் அந்தப் புதிய தேசம் இருண்ட கட்டடத்தில் பிறந்தது!

'இஸ்ரேல்.'

இதுவே அந்தப் புதிய தேசத்தின் பெயர்! இரண்டாம் உலகப் போரில் ஹிட்லரின் நாஜிப் படைகளால் படுகொலை செய்யப்பட்ட யூதர்களின்மீது பரிவு கொண்ட உலகம் அந்தப் புதிய தேசத்தின் தோற்றத்தை எதிர்க்கவில்லை. அந்த தேசம் அமையவிருந்த பிரதேசத்தில் பெரும்பான்மை இருந்தவர்கள் அராபியர்கள். அவர்களின் அச்சத்தைப் போக்கவும் சம்மதத்தைப் பெறவும் எந்தவொரு நாடும் ஆர்வம் காட்டவில்லை. பிரச்னை அங்குதான் துவங்கியது.

தங்கள் மூதாதையர்களின் நிலமான மேற்கு ஆசியாவின் வளைகுடாப் பகுதியில் புதிய தேசம் அமையவிருந்தது யூதர்களுக்கு மகிழ்ச்சியளித்தது. ஆனால், அராபியர்களின் அதிருப்தியையும் தாக்குதல்களையும் எதிர்கொள்ள வேண்டிய சூழல் இருந்தது. வளைகுடா பகுதி ஆபிரஹாமிய மதங்கள் எனப்படும் கிறிஸ்துவம், யூதம் மற்றும் இஸ்லாம் ஆகிய மூன்று மதத்தவருக்குமே பொதுவானதொரு நிலப்பகுதி. மூவருமே புனிதமாகக் கருதும் ஜெருசலேம் அமைந்த பகுதி.

இஸ்லாமியர்களுக்கு அவர்களின் இறைத்தூதர் சொர்க்கத்துக்கு புறப்பட்டுச் சென்ற இடம் என்பதால் ஜெருசலேம் புனிதமானது.

யூதர்களுக்கும் கிறிஸ்தவர்களுக்கும் இயேசு கிறிஸ்து பிறந்த இடம் என்பதால் புனிதமானது.

யூதர்களுக்கென்று தனித் தேசமொன்றை அங்கு நிர்மாணிக்க வேண்டும் என்ற கோரிக்கை இரண்டாயிரம் ஆண்டுகளாகச் சிந்திக்கப்பட்டு வந்திருந்தது. ஒவ்வொரு முறையும் அந்தக் கோரிக்கை எழும்போது அந்தப் பகுதியில் கலவரங்களும் பொது அமைதிக் குலைவும் நிகழும். அந்தப் பகுதி கிறிஸ்துவர்களின் புனித நூலான பைபிளில் இடம் பெற்றிருந்தது. அதோடு பன்னாட்டு ஆட்சிக்கு ஒதுக்கப்பட்ட ஜெருசலேமும் முக்கியமான இடமாக திகழ்ந்து கொண்டிருந்தது.

அந்த நகரம் மும்மதங்களுக்கும் புனித இடம் என்பதால் அந்த நகரை யார் ஆள்வது என்பதில் கருத்து வேறுபாடு இருந்து வந்தது. பல போர்க்களங்கள், அரசுகள் என மாறி மாறி அந்தப் பிரதேசம் மோதல் நிறைந்த வரலாற்றோடு பின்னிப்பிணைந்திருந்தது. துருக்கிய ஆட்டோமான் பேரரசு இருந்த வரையில் ஜெருசலேம் அவர்களின் கட்டுப்பாட்டிலேயே இருந்து வந்தது. முதலாம் உலகப்போரின்

இறுதியில் புதிய துருக்கி குடியரசு நிறுவப்பட்டதும் அந்த நகரின் ஆதிக்க உரிமை குறித்து மீண்டும் மோதல்கள் நிகழ்ந்தன.

இரண்டாம் உலகப் போரில் நாஜிப் படுகொலையால் அனுதாபம் பெற்ற யூதர்கள் தங்களின் தனித்தேசக் கோரிக்கையை வலியுறுத்தி வல்லரசு நாடுகளின் ஒப்புதலையும் பெற்றனர். அமெரிக்கா, பிரிட்டன், ஃபிரான்ஸ் மற்றும் சோவியத் ஒன்றியம் ஆகியவை அராபியர்களின் எதிர்ப்பைப் பொருட்படுத்தாமல் யூதர்களின் மூதாதையர் வாழ்ந்த நிலத்திலேயே புதிய தேசம் அமைத்துக் கொடுக்கத் தீர்மானித்தனர்.

இப்போது பிரச்னை தீவிரமடைந்தது. மறு உருவாக்கம் செய்யப்பட்ட ஐக்கிய நாடுகள் (முன்னர் லீக் ஆஃப் நேஷன்ஸ்) சபையின் தீர்மானத்தின் மூலம் புதிய 'இஸ்ரேல்' எனும் தேசத்துக்கு அங்கீகாரம் வழங்கப்பட்டது. அந்தத் தீர்மானத்தை ஒட்டியே அந்தக் கட்டடத்தில் அன்று மாலை, அந்தக் கூட்டம் நடைபெற்றது. ஐ.நாவின் தீர்மானம் பிரிட்டிஷ் அரசின் ஆட்சியை நீக்கி பாலஸ்தீனப் பிரதேசத்தில் இரு தனி தேசங்களை உருவாக்கியது. அதாவது அராபியர்களுக்கு பாலஸ்தீனம்; யூதர்களுக்கு இஸ்ரேல்; ஜெருசலேம் நகரம் சிறப்புப் பன்னாட்டு ஆட்சியின் கீழ் என்று பரிந்துரைத்திருந்தது.

ஐ.நா. தீர்மானம் 181(1) என்ற இத்தீர்மானத்தை ஒட்டியே தங்களின் தாய்நாட்டை நிறுவிக்கொள்ள அந்தக் கூட்டம் நடைபெற்றது. 'வேர்ல்ட் சியோனிஸ்ட் காங்கிரஸ்' எனும் அமைப்பினால் அந்தக் கூட்டம் நடத்தப்பட்டது. மாலை 4 மணிக்கு கூட்டம் துவங்குவதாக இரகசியமாக செய்தி பரிமாறப்பட்டு அழைப்பாளர்கள் வந்திருந்தனர். பாலஸ்தீனர்களின் கட்டுப்பாட்டிலிருந்த பகுதியிலிருந்து பலரால் வர இயலவில்லை. இக்கூட்டம் டெல் அவிவ் நகரில் இருந்த அருங்காட்சியகத்தில் நடைபெற்றது. இப்போது அந்தக் கட்டடம் விடுதலைக் கூடக் கட்டடம் என்று அழைக்கப்படுகிறது.

மாலை 4 மணிக்கு டேவிட் பென்-குரியன் தன்னிடமிருந்த மரத்திலான சுத்தியலால் மேசையைத் தட்டி, கூட்டம் துவங்குவதை அறிவித்தார். அதன் பின்னர் ஹடிக்வா எனும் பாடலை அங்கு கூடியிருந்த சுமார் 250 பேர் இணைந்துப் பாடினர். இப்பாடல் பிற்காலத்தில் இஸ்ரேலின் தேசிய கீதமாக ஏற்கப்பட்டது. இப்பாடலில் 2000 வருட விருப்பமான, இறையாண்மை மிகுந்த தனி நாடு ஒன்றை தங்களின் மூதாதையர்களின் நிலத்தில் ஏற்படுத்துவது

இடம் பெற்றுள்ளது. கூட்ட மேடையின் பின்புறத்தில் தியோடார் ஹெர்சல் எனும் சியோனிசச் சிந்தனையாளரின் புகைப்படம் இடம் பெற்றிருந்தது. மேடையின் இருபுறமும் இஸ்ரேலின் தேசியக் கொடியாக இன்று விளங்கும் நட்சத்திரம் பொறிக்கப்பட்ட வெளிர் நீலநிறக் கொடிகள் தொங்க விடப்பட்டிருந்தன.

●

மேற்கொண்டு தொடர்வதற்கு முன்னால் தியோடார் ஹெர்சலை (மே 2, 1860 - ஜூலை 3, 1904) அறிமுகப்படுத்திக்கொள்வோம். ஹெர்சல் நவீன இஸ்ரேலின் தோற்றத்துக்கு மூலக்காரணமானவர். இஸ்ரேலின் தந்தை என இவர் அழைக்கப்படுகிறார். ஹெர்சல் சியோனியத்தைத் தோற்றுவித்தவரும்கூட. அதனால்தான் விடுதலைப் பிரகடனக் கூட்டத்தில் அவரது புகைப்படம் நடுவில் பிரதானமாக வைக்கப்பட்டது.

பத்தொன்பதாம் நூற்றாண்டில் ஹங்கேரி நாட்டில் பெஸ்ட் எனும் இடத்தில் ஹெர்சல் பிறந்தார். பின்னர் வியென்னாவுக்குப் புலம் பெயர்ந்த அவர், அங்கு சட்டம் படித்தார். ஆனாலும் இலக்கியத்தில் ஆர்வம் கொண்டு எழுத்தாளரானார். நாடகங்களையும் சிறுகதை களையும் படைத்தார். அவர் 1891 முதல் 1895ஆம் ஆண்டு வரை வியென்னாவின் நாளேடான நியூயே ஃப்ரீ பிரெஸ்ஸேவில் பாரிஸ் செய்தியாளராகப் பணி புரிந்தார். அந்தக் காலக்கட்டத்தில் பிரஞ்சு நாட்டில் காணப்பட்ட செமிடிச எதிர்ப்புக் கருத்துகளால் ஈர்க்கப் பட்ட அவர் யூதர்களின் எதிர்காலம் குறித்து சிந்திக்கத் துவங்கினார்.

இதன் விளைவாக யூதர்களுக்குத் தனி நாடு வேண்டும் என்ற நிலைப்பாட்டினை எடுத்தார். தனது படைப்பான டெர் ஜுடேன்ஸ்டாட்டில் தனிதேசக் கோரிக்கையை முன் வைத்தார். அவரது காலத்தில் பிரஞ்சு ராணுவத்தில் யூத அதிகாரியான டிரேஃபுஸ் என்பவருக்கு இழைக்கப்பட்ட அநீதியால் யூதர்களின் நிலைகுறித்து அவர் சிந்திக்கத் துவங்கினார். அவ்வழக்கின் விசாரணையை அவர் ஊன்றிக் கவனித்ததன் விளைவாகவே இம்முடிவுக்கு வந்தார். பின்னர் அவருக்கு ஆதரவு பெருகத் தொடங்கியது. கிழக்கு ஐரோப்பிய யூதர்கள் மத்தியில் ஆதரவும் மேலை நாடுகளில் வாழ்ந்த செல்வந்த யூதர்களின் மத்தியில் ஆதரவின்மையையும் அவருக்கு கிடைத்தது.

1897இல் ஸ்விட்சர்லாந்து நாட்டின் பேஸல் நகரில் முதல் சியோனிச மாநாட்டைக் கூட்டினார். அம்மாநாட்டில் உலக சியோனிச

நிறுவனம் ஏற்படுத்தப்பட்டது. இதன் மூலம் யூத தேசிய இயக்கம் தோற்றுவிக்கப்பட்டு தனி யூத தேசத்தை ஏற்படுத்தும் கோரிக்கை முன் வைக்கப்பட்டது. பல நூற்றாண்டுகளாக யூதர்களின் மீது நிகழ்த்தப்பட்ட கொடுமைகளுக்குப் பரிகாரமாகத் தனி யூத தேசம் ஒன்று மட்டுமே தீர்வு என அந்த இயக்கம் நினைத்தது. பிற தீர்வுகள் எதையும் இயக்கத்தினர் ஏற்கவில்லை. சுய-நிர்ணய உரிமை மீட்பே உரிய இழப்பீடு என்று வாதிட்டனர். வியென்னாவில் 1904இல் ஹெர்சல் மறைந்தார். அவரது பூதவுடலின் எச்சங்கள் 1949ஆம் ஆண்டு ஆகஸ்ட் மாதத்தில் ஜெருசலேம் நகரின் ஹெர்சல் மலைப்பகுதியில் மறுபடியும் அடக்கம் செய்யப்பட்டது.

•

மீண்டும் வேர்ல்ட் சியோனிஸ்ட் காங்கிரஸுக்குத் திரும்புவோம். நீண்ட காலமாகத் தங்களை அழுத்தி வைத்திருந்த கட்டுப்பாடுகளில் இருந்து வெளியேறி, தங்களது இறையாண்மையை நிலைநிறுத்திக் கொள்ளும் உத்வேகம் அந்தத் துல்லிய ஏற்பாடுகளில் வெளிப்பட்டன. இக்கூட்டத்துக்கு ஒரு நாள் முன்பு, 12 மே 1948இல் விடுதலைப் பிரகடனத்தைத் தீர்மானிக்கும் கூட்டம் நடைபெற்றது. அந்தக் கூட்டம் யூத தேசிய நிதி கட்டடத்தில் நடந்தது. இக்கூட்டத்தை மக்கள் நிர்வாகம் எனும் பொருளில் அழைக்கப்பட்ட மின்ஹலெட் ஹாம் நடத்தியது. சுமார் 12 மணி நேரம் நடைபெற்ற இக்கூட்டத்தில் பல விஷயங்கள் அலசப்பட்டன. தனி தேசத்தின் எல்லைகள், மொழி, மதம் மற்றும் பெயர் உட்படப் பலவற்றை விவாதித்தனர். 'இஸ்ரேல்' எனும் பெயரை டேவிட் பென்-குரியனே தேர்வு செய்தார்.

தீர்மானத்தை டேவிட் பென் குரியனே வாசிக்கவும் செய்தார். அதற்கு முன்னர் கூட்டத்தினரிடையே அவர், ' தனி தேசத்தினை நிறுவும் தீர்மானத்தின் பிரதியை இப்போது வாசிக்கிறேன். இத்தீர்மானம் தேசிய நிர்வாகச் சபையால் முதலில் வாசிக்கப்பட்டு ஏற்கப்பட்டது' என்றார். பின்னர் 16 நிமிடங்கள் தீர்மானத்தை வாசித்த அவர் இறுதியில் 'இஸ்ரேலை நிறுவும் இத்தீர்மானத்தின் பிரதியை அங்கீகரிக்க அனைவரும் எழுந்து நிற்கவும்' என்றார். அங்கிருந்த யூத குருமாரான பிஷ்மான் என்பவரை விசேஷ வாழ்த்துரையான ஷீஹேசெயானுவைப் பாடும்படிக் கேட்டுக்கொண்டார்.

இப்பாடல் சிறப்பு நிகழ்வுகளில் பாடப்படும் பொதுவான யூதப் பாடல். இதனை சுமார் 1,500 ஆண்டுகளாக யூதர்கள் பாடி வந்துள்ளதாகக் கூறப்படுகிறது. இதில் சுவையான விஷயம்

என்னவென்றால் பென்-குரியன் மின்ஹெலெட் ஹாம் கூட்டத்தில் ஐ.நாவின் தீர்மானத்தின் மீதோ பாஸ்ஃபோர் பிரகடனத்தின் மீதோ ஆதரவைக் கோரவில்லை. மாறாக அமெரிக்காவின் தேர்வுகளான போர் நிறுத்தம் அல்லது தனி தேசம் என்பனவற்றின் மீதே வாக்கெடுப்பை நடத்தினார். அந்தக் கூட்டத்தில் கலந்து கொண்ட பத்துப் பேரில் அறுவர் தீர்மானத்துக்கு ஆதரவாக வாக்களித்தனர்.

தீர்மானத்தின் நகலில் முதன் முதலாக டேவிட் பென்-குரியனே கையொப்பம் இட்டார். பின்னர் தேசிய நிர்வாகச் சபையின் 37 உறுப்பினர்களும் கையொப்பம் இட்டனர். ஆயினும் இக்கூட்டத்தில் ஜெருசலேமில் முற்றுகையில் சிக்கியிருந்த 11 உறுப்பினர்களும், அமெரிக்காவில் வசித்த ஒருவரும் கையொப்பம் இட வாய்ப்பில்லாமல் போனது. மீதமிருந்த 25 உறுப்பினர்களும் கையொப்பம் இட்டனர். அந்த 25 உறுப்பினர்களில் இரண்டு பெண்மணிகளும் அடங்குவர். பின்னாளில் இஸ்ரேலின் பிரதமராக இருந்த கோல்டா மேயரும் யூதத் தன்னார்வ செயற்பாட்டாளரான ராச்சல் கோஹன் - காகனுமே அந்த இருவர்.

கையொப்பம் இட்டவர்களில் டேவிட் பென் -குரியன் மற்றும் விடுதலைப் பிரகடனத்துக்குப் பிறகு உடனடியாக அதிபராகப் பதவியேற்ற வைஸ்மான் ஆகியோர் உட்பட பலர் பிற்காலத்தில் உயர் பதவிகளை அலங்கரித்தனர். இஸ்ரேலின் விடுதலைப் பெருநாளாக மே 14ஆம் தேதியே அனுசரிக்கப்படுகிறது.

தீர்மானத்தின் அவசரமும் அவசியமும்

யூதர்களுக்குத் தனி தேசமொன்றை நிறுவும் சிந்தனை பல ஆண்டுகளுக்கு முன்பே பன்னாட்டு அளவில் விவாதிக்கப்பட்டு வந்தது. பத்தொன்பதாம் நூற்றாண்டிலேயே சியோனிஸ்ட் இயக்கங்கள் இக்கோரிக்கையைத் தீவிரமாக முன் வைக்கத் துவங்கிவிட்டன. இச்சூழலில் 1917இல் பிரிட்டிஷ் வெளியுறவுச் செயலரான ஆர்தர் பால்ஃபோர், பிரிட்டிஷ் யூதச் சமூகத் தலைவரான வால்ட்டர் ராத்ஸ்சைல்ட்க்கு ஒரு கடிதம் எழுதினார். அதில், பிரிட்டிஷ் அரசியாரின் அரசு யூத மக்களுக்கு பாலஸ்தீனியப் பகுதியில் தாய்நாடு ஒன்றை அமைக்கும் கருத்துக்கு ஆதரவாக இருப்பதாகக் குறிப்பிட்டிருந்தார்.

அத்தகைய ஏற்பாடு அங்கு வசிக்கும் யூதர் அல்லாத மக்களின் மத, குடிமை உரிமைகளைப் பாதுகாக்கும்; உலகம் முழுதும் வாழும் யூத மக்களின் உரிமைகளுக்கும், அரசியல் தகுதிகளுக்கும் எவ்விதமான பாதகங்களையும் ஏற்படுத்தாது; அதற்குத் தேவையான அனைத்து

நடவடிக்கைகளும் மேற்கொள்ளப்படும் என்றும் கூறியிருந்தார். இது பால்ஃபோர் பிரகடனம் என்று அழைக்கப்படுகிறது.

இதன் மூலம் பிரிட்டிஷ் அரசு சியோனிசக் கருத்தியலான தனி தேச நிர்மாணத்தை ஆதரித்தது. இதை அராபியர்கள் துளியும் ஏற்க வில்லை. ஏனெனில் முதல் உலகப் போர் முடிவடையும் தறுவாயில் தனி தேசமொன்றை யூதர்களுக்கு உருவாக்குவது தங்களின் எதிர்கால நலன்களுக்கு உகந்தது அல்ல என்றே அவர்கள் கருதினர். மேலும் துருக்கிய ஆட்டோமான் பேரரசிலிருந்து விரைவில் விடுதலை பெறவுள்ள அராபிய பகுதிகளில் இறையாண்மை கொண்ட நாடுகளை ஏற்படுத்தும் திட்டங்களும் நிலுவையில் இருந்தன. ஆனால், சவூதி அரேபியா மட்டுமே தெளிவானதொரு எல்லை களுடன் ஒரு தனிநாடாக உருவாகும் வாய்ப்புடன் இருந்தது.

முதலாம் உலகப் போரின் முடிவில் பிரிட்டிஷ் மற்றும் பிரஞ்சு ஏற்பாட்டின்படி புதிய நாடுகளான ஜோர்டன், சிரியா, ஈராக் மற்றும் லெபனான் ஆகியன உருவாக்கப்பட்டன. அதிலும் கூட மொழி, இன அடிப்படையில் பல சிக்கல்கள் இருந்தன. இந்நிலையில் எண்ணெய் வளம் கண்டறியப்பட்டு அந்தப் பகுதிக்கு அதிக முக்கியத்துவம் கிடைத்தது. அராபியர்கள் தங்களின் புதிய கறுப்புத் தங்கத்தை எவ்வாறு அரசியல் லாபங்களுக்கும், தங்களின் அரசாட்சி அல்லது தொடர் ஆதிக்கத்துக்கும் பயன்படுத்துவது என்பதை அதிகம் சிந்தித்திராத காலமாகவும் இருந்தது. தங்களின் உரிமையை மேலை/ ஐரோப்பியர் கூட்டணி புறம் தள்ளுவதாகவே அவர்கள் நினைத்தனர். அதனால் அந்தப் பகுதியில் பல காலமாக போர்களும் கலவரங்களும் தொடர்ச்சியாக ஏற்பட்டு வந்தன.

தனி யூத தேசம் ஏற்பட வழிவகுத்த ஐ.நா. தீர்மானம் நிறைவேறிய காலத்தில் பாலஸ்தீனத்தில் சுமார் 5,00,0 00 யூதர்கள் மட்டுமே வசித்து வந்தனர். அவர்களில் கணிசமானோர் ஜெருசலேம் பகுதியிலும் அதைச் சுற்றியுள்ள பகுதிகளிலும் வசித்து வந்தனர். அந்தப் பகுதிகளில்தான் அதிகம் கலவரங்கள் நிகழ்ந்தன. எதை விட்டுக் கொடுத்தாலும் ஜெருசலேத்தை யூதர்களுக்கு விட்டுக்கொடுப்பதைக் கௌரவப் பிரச்னையாக இன்றுவரை அராபியர்கள் கருதுகின்றனர். எனவே ஜெருசலேத்தைத் தனி நிர்வாகப் பகுதியாக அறிவிக்க வேண்டிய கட்டாயம் ஏற்பட்டது.

ஆட்டோமான் பேரரசிடமிருந்து பாலஸ்தீனப் பகுதிகளைக் கைப்பற்றிய பிரிட்டிஷ் அரசு அந்தப் பிரதேசத்தில் இரு தேசங்களை அமைக்க முடிவு செய்தது. அதனை பீல் கமிஷன் எனும்

ஆணையத்தின் அறிக்கை மூலம் நிறைவேற்ற முனைந்தது. ஆயினும் 1936-39 வரை ஏற்பட்ட அராபியர்களின் கடும் எதிர்ப்பாலும் கலவரங்களாலும் கைவிட வேண்டியிருந்தது.

இப்படியான நிலையில்தான் இரண்டாம் உலகப் போர் துவங்கியது. யூதப் படுகொலைகளின் காரணமாக உலக அனுதாபம் இஸ்ரேலின் தோற்றத்துக்குச் சாதகமாக அமைந்தது. என்றாலும் பிரிட்டிஷ் அரசு இப்பிரச்னையைத் தானே தீர்மானிக்காமல் ஐ.நாவிடம் சாமர்த்தியமாக நகர்த்தியது. ஐ.நாவும் உலகம் முழுதும் சிதறிக் கிடந்த யூதர்களின் நிலையைக் கருத்தில் கொண்டு அவர்களுக்கென்று தனி தேசத்தை நிர்மாணிப்பதை ஏற்றுக்கொண்டது. 1947ஆம் ஆண்டு நவம்பர் 29ஆம் நாள் ஐ.நாவின் தீர்மானம் நிறைவேறியது.

அதன்படி பிரிட்டிஷ் அரசு தனக்கு வழங்கப்பட்ட அதிகாரத்தால் இரு தனி தேசங்களையும், சிறப்பு நிர்வாகப் பகுதியாக ஜெருசலேத்தையும் அமைத்துக்கொள்ளலாம். பிரிட்டிஷ் படைகள் அந்தப் பகுதியிலிருந்து அக்டோபர் 1, 1948 -கு முன்னராக வெளியேறவும் ஐ.நா. தீர்மானம் காலக்கெடு விதித்தது. அராபிய நாடுகள் இரு தேச உருவாக்கத்தை ஏற்காமல் சர்வதேச நீதிமன்றத்தை நாடின. ஆனால் அவர்களின் முயற்சி தோல்வியடைந்தது. இச்சூழலில்தான் யூத அமைப்பு ரகசியமாக, அவசரமாகக் கூடித் தீர்மானத்தை நிறைவேற்றியது.

இங்கு மற்றொன்றையும் கவனிக்க வேண்டும். ரகசியக் கூட்டமாக நடத்துவதற்கு அராபியர் தாக்குதல் நடத்தலாம் எனும் அச்சம் ஒரு காரணம். பிரிட்டிஷ் அரசும் கூட இப்படியொரு தீர்மானம் நிறைவேற்றுவதை தடுத்துவிடலாம் என்பது இரண்டாவது காரணம். ஏனெனில் ஐ.நா. சபையின் தீர்மானத்தின்படி எப்படியேனும் யூத நாடு ஒன்றை உருவாக்க வல்லரசு நாடுகள் முடிவு செய்துள்ளன. இந்தச் சூழலில் அவசரப்பட்டு யூத அரசியல் அமைப்புகள் தாங்களே சூழலைக் கெடுத்துக்கொள்ளக் கூடாது என்று அது நினைக்கலாம். தவிரவும், அராபியர்களையும் மொத்தமாக விரோதித்துக்கொள்ள விரும்பாமலும் இருக்கலாம்.

யூதப் படுகொலைகள் நடந்த காலத்தில் அராபியர்கள் நேரடியாகவோ மறைமுகமாகவோ ஹிட்லரையும், ஜெர்மனியையும் ஆதரித்தே வந்தனர். பல அராபிய நாடுகளுக்கும், அரசுகளுக்கும் பிரிட்டிஷ் மற்றும் பிரஞ்சு வல்லரசுகள் தங்களின் தன்னலத்தை ஒட்டிப் பல புதிய அராபிய நாடுகளை உருவாக்கியது எரிச்சலையே

கொடுத்தது. மேலும் எண்ணெய் வளத்தின் மூலம் அதிகப் பலன்களை அடையவிடாமல் செய்து வருவதும் மற்றொரு அரசியல் - பொருளாதாரக் காரணமாக இருந்தது.

இச்சூழலில் யூதப் படுகொலையைக் காரணம் காட்டி தாங்கள் பன்னெடுங்காலமாக அனுபவித்து வரும் நிலப்பகுதியை சியோனிசக் கருத்தியலுக்கு தாரை வார்ப்பது எவ்விதத்திலும் நியாயமில்லை என்றே அவர்கள் கருதினர். தங்களின் நலன்களைப் பாதுகாத்துக்கொள்ள அராபிய அமைப்பையும் உருவாக்கினர். யூதப் படுகொலைகளை நிகழ்த்தியது கிறிஸ்தவர்கள் என்பதால் தங்களது நிலப்பகுதியில்அதே கிறிஸ்தவ நாடுகள், யூத தேசம் அமைப்பது பொருத்தமற்றது என்பதும் அவர்களது வாதம். அமெரிக்காவிலோ ஐரோப்பிய நாடு ஒன்றிலோ, (ரஷ்யா, போலந்து, ஹங்கேரி மற்றும் யூகோஸ்லோவியா ஆகியவற்றில் ஏதேனும் ஒன்றில்) அமைப்பதே முறையானது என்றே வாதிட்டனர்.

ஆனால், யூதர்கள் ஜெருசலேம் நிலப்பகுதியில் தங்களுக்கும் பாரம்பரிய உரிமை இருப்பதால் அங்குதான் தனி தேசம் அமையவேண்டும் என்று வாதிட்டனர். மேலும் பாலஸ்தீனம் தனிநாடாகும் வாய்ப்புள்ளதாலும், ஜெருசலேம் சிறப்பு நிர்வாகப் பகுதியாக மாற்றப்படுவதாலும் அராபியர்களின் வாதங்களை சர்வதேச சமூகமும் ஏற்கவில்லை. இது தொடர்பான தீர்மானத்தில் 30 ற்கும் மேற்பட்ட நாடுகள் ஐ.நா. தீர்மானத்தை ஆதரித்தே வாக்களித்தனர்.

தனி தேசமும் அங்கீகாரமும்

இஸ்ரேலை முதன் முதலாக அங்கீகரித்த நாடு எது தெரியுமா... அதிர்ச்சியடைய வேண்டாம். அது சோவியத் ஒன்றியமே. தங்களது நாட்டிலிருந்த சுமார் 2 லட்சம் யூதர்கள் புதிய தேசமான இஸ்ரேலுக்குக் குடிபெயரும் வாய்ப்பிருந்த்து; தனது கிழக்கு ஐரோப்பிய சகாக்களின் தேசங்களில் வாழ்ந்த யூதர்களும் புதிய தேசத்துக்குக் குடிபெயரும் வாய்ப்பிருந்தது. இதனால், சோவியத் ஒன்றியம் அச்செயலைச் செய்திருக்கலாம். மேலும், பிற வல்லரசு நாடுகளின் செல்வாக்கைக் குறைக்கும் விதமாகவும் தங்களது குடிமக்களை அனுப்பியிருக்கலாம். ஒருவிதத்தில் அது சரிதான்; ஏனெனில் இன்றுவரை யூத அரசியலில் சியோனிஸ்டுகளின் ஆதிக்கமும் செல்வாக்கும் முழுமையாக நீடித்திருக்காமல் இருப்பதற்கு மதச்சார்ப்பற்ற அல்லது யூத மத அடிப்படைவாதத்தில் ஊறாத மக்கள் தொகை மிக முக்கியக் காரணமாகும்.

அதேசமயம் பாலஸ்தீனத்திலும், உலகம் முழுதும் வாழ்ந்து வந்த அனைத்து யூத மக்களும் சியோனிஸ்ட்கள் கிடையாது. இன்னும் சொல்லப்போனால் சியோனிசக் கோட்பாட்டை உருவாக்கிய ஹெர்சலுக்கு பணக்கார யூதர்களிடம் அதிக செல்வாக்கு கிடைக்கவில்லை. ஆனால், சியோனிஸ்ட்களின் கை யூதப் படுகொலைகளால்தான் ஓங்கியது என்பதை மறுக்க இயலாது. அதேபோல் இஸ்ரேலுக்கான உலக நாடுகளின் ஆதரவை சியோனிஸ்ட்களுக்கான அங்கீகாரமாகவோ ஆதரவாகவோ கருதவும் இயலாது.

புதிய தேசத்துக்கான அங்கீகாரம் உடனடியாக 15 மே 1948ஆம் ஆண்டு அன்றே அமெரிக்காவினால் நடைமுறை ரீதியில் வழங்கப்பட்டது. மே 17ஆம் தேதி சோவியத் ஒன்றியம் வழங்கியது. இதைத் தொடர்ந்து ஈரான் (ஐநாவில் தனி தேச தீர்மானத்தை எதிர்த்து வாக்களித்தது), குவாதமாலா, ஐஸ்லாந்து, நிகாரகுவா, ரோமேனியா மற்றும் உருகுவே ஆகியவை அங்கீகரித்தன. சோவியத் ஒன்றியத்தின் முகாமில் இருந்த போலந்து, யூகோஸ்லோவியா மற்றும் செக்கஸ்லோவேக்கியா ஆகியனவும் அங்கீகாரம் வழங்கின. மேலும், அயர்லாந்து, தென் ஆப்பிரிக்கா ஆகியவையும் அங்கீகாரம் வழங்கின.

இஸ்ரேலில் முதல் தேர்தல் நடைபெற்றவுடன் அமெரிக்கா தனது அதிகாரபூர்வ அங்கீகாரத்தை வழங்கியது. ஐ.நாவின் பொதுச் சபையின் தீர்மானம் 273 (3) இன் மூலம் இஸ்ரேல் ஐ.நாவின் உறுப்பு நாடாக 11 மே 1949ஆம் ஆண்டில் அனுமதிக்கப்பட்டது. செப், 1950இல் நம் தேசம், இஸ்ரேலை அங்கீகரித்தது.

2

பைபிள் காலம்

முதல் இருபதாம் நூற்றாண்டு வரை இஸ்ரேல் எனும் பெயர்கொண்ட நிலப்பரப்பு சுமார் இரண்டாயிரம் வருடங்களுக்கும் மேலாக இருந்து வருவதாகக் கூறப்படுகிறது. யூதர்களின் வரலாறும் ஆபிரஹாம் காலத்திலிருந்து துவங்குவதாக யூத பைபிள் (ஆதியாகமம் எனப்படும் 'தி புக் ஆஃப் ஜெனிசஸ்) கூறுகிறது. கி.மு 20 மற்றும் 19ஆம் நூற்றாண்டுகளில் ஆபிரஹாம் இஸ்ரேலியர்களின் மூதாதையர்கள் நிலமான கனான் நிலப்பரப்புக்குள் குடியேறியதாக பைபிள் கூறுகிறது.

அவர் இன்றைய பாக்தாதுக்கு 200 மைல்கள் தொலைவிலிருந்ததால் அல்-மொகய்யார் எனும் இடத்திலிருந்து கடவுளின் அழைப்பை ஏற்று புலம் பெயர்ந்ததாகவும் ஆதியாகமம் கூறுகிறது. அந்நிலப்பரப்பு ஏறக்குறைய இன்றைய இஸ்ரேலுடன் மேற்குக் கரைப்பிரதேசத்தையும் உள்ளடக்கியதாக இருந்ததாகவும் பைபிளின் குறிப்புகள் உணர்த்துகின்றன.

அந்நிலப்பரப்புக்கு மேற்கே மத்தியத் தரைக்கடலும், கிழக்கில் அராபியப் பாலைவனங்களும், தெற்கே எகிப்தும், வடக்கே மெசபடோமியாவும் (இன்றைய ஈராக்கும்) எல்லைகளாக இருந்துள்ளன. அவ்வாறு புலம் பெயர்ந்த மக்களில் பல்வேறு

மொழி பேசும் இனக்குழுக்கள்/பழங்குடியினர் இருந்தனர். அதில் யூத மொழியான ஹீப்ரூவைப் பேசுவோரும் இருந்தனர். ஆபிரஹாம் இவ்வாறு புலம் பெயர்ந்த குழுக்களில் ஒன்றின் தலைவர் என்றும் கூறப்படுகிறது. மேலும் ஆபிரஹாம் அரை-நாடோடியாக இருந்தவர்; அவரிடம் விவசாயத்துக்கு உதவும் விலங்குகளான மாடு, ஆடு, செம்மறியாடு போன்றவை ஏராளமாக இருந்தன; எனவே அவர் அக்குழுக்களில் செல்வந்தராக காணப்பட்டவர் என்றும் குறிப்பிடப்படுகிறது.

ஹீப்ரூக்களில் ஓரிறை நம்பிக்கையைக் கொண்டவர்களில் முதலாமவர் என்றும் ஆபிரஹாம் கூறப்படுகிறார். ஆபிரஹமாமும் அவரது மகன் யிட்ஷாக்கும் (ஐசாக்கும்) பேரன் ஜேக்கபும் (யாக்கோபும்) ஹிப்ரானின் கல்லறையில் புதைக்கப்பட்டிருப்பதாகக் கூறப்படுகிறது. அம்மூவருமே இஸ்ரேலியர்களின் ஆண் மரபுவழி சமூகத்தைக் கட்டமைத்தவர்கள் என்றும் கூறப்படுகிறது.

முதலில் கானன் நிலப்பரப்பு என்ற அறியப்பட்ட பிரதேசமே பின்னர் இஸ்ரேல் என்று பெயரிடப்பட்டதாகவும் சொல்லப்படுகிறது. இஸ்ரேல் எனும் பெயர் ஜேக்கப்பின் மற்றொரு பெயராகும். அவரது 12 மகன்களே பின்னர் பல்வேறு இனக்குழுக்களாக ஆகி, இஸ்ரேலிய சமூகத்தைக் கட்டமைத்தாகவும் கூறப்படுகிறது.

இஸ்ரேல் எனும் தேசத்தின் உருவாக்கம்

கி.மு, 1300ஆம் ஆண்டுகளில் எகிப்து நாட்டிலிருந்து மோசஸ், தனது கூட்டத்தாருடன் புதிய நிலப்பகுதிக்கு வந்து சேர்ந்தபின்னரே நிகழ்ந்ததாகவும் கருதப்படுகிறது.

எகிப்திலிருந்து வெளியேறி சினாய் பகுதியில் 40 ஆண்டுகள் கழித்த பின்னர் தங்களுக்குக் கடவுளால் வழங்கப்பட்ட இஸ்ரேல் எனும் நிலப்பரப்புக்குத் தன் மக்களை மோசஸ் அழைத்து வந்ததாகவும் கூறப்படுகிறது. அப்போது கடவுளால் பத்துக் கட்டளைகள் வழங்கப்பட்டதாகவும் கூறப்படுகிறது. இந்த பைபிள் வரலாற்றைச் சுட்டிக்காட்டியே இஸ்ரேலிய மக்கள் தாங்கள் இன்றைய இஸ்ரேலிய நிலப்பரப்பில் 3,300 ஆண்டுகளாக, தொடர்ச்சியாக வாழ்ந்து வருவதாகக் கோருகின்றனர்.

மோசஸ் இறப்பதற்கு முன்னர் ஜோஷுவாவைத் தனது தலைமைப்பதவிக்கான வாரிசாக அறிவிக்கிறார். பல்வேறு மாற்றங்களுடன் 12 பழங்குடி சமூகங்களால் இஸ்ரேல் எனும் தேசத்தின் நிர்மாணமும் நிகழ்கிறது. அதன் பிறகு கி.மு 1000 முதல்

கி.மு 587 வரையிலான காலகட்டம் மன்னர்களின் காலகட்டம் என்று அழைக்கப்படுகிறது. இக்காலகட்டத்தில் அதிகம் அறியப்பட்டப் பெயர் அரசர் டேவிட். இவர் பிலிஸ்தீனியர்களின் படைத் தலைவனான கோலியாத்தை வென்று தனது அரசை நிலை நிறுத்திக்கொண்டதாகக் கூறப்படுகிறது. அவரே ஜெருசலேத்தை இஸ்ரேலின் தலைநகரமாக ஆக்கியதாகவும் கூறப்படுகிறது. அவரது மகன் சாலமன் பழைய ஏற்பாட்டில் குறிப்பிடப்படும் முதலாவது கோயிலைக் கட்டியதாகவும் கூறப்படுகிறது.

பின்னர் கி.மு 587இல் பாபிலோனியாவின் நெபுசாட்நேசாரின் இராணுவத்தால் ஜெருசலேம் நகரம் கைப்பற்றப்பட்டு, கோயில் அழிக்கப்பட்டதாகவும் அவ்வாண்டு முதல் நவீன இஸ்ரேல் நிறுவப்படும் வரையில் இஸ்ரேல் எனும் நிலப்பரப்பு அயலாரின் ஆதிக்கத்தின் கீழ் இருந்ததாகவும் சுட்டப்படுகிறது. பாபிலோனியர்கள் முதல் பாரசீகர், கிரேக்கர், ரோமானியர், பைசாண்டைன் பேரரசுகள், இஸ்லாமிய மற்றும் கிறிஸ்துவ சிலுவைப்போர்ப்படையினர், துருக்கி ஆட்டோமான் பேரரசு மற்றும் கடைசியாக பிரிட்டிஷ் பேரரசு என நெடு நீண்ட காலம் இஸ்ரேலிய நிலப்பகுதி பிறரது ஆதிக்கத்தின் கீழ் ஆளப்பட்டதாகச் சுட்டிக்காட்டும் இஸ்ரேலியர்கள் தங்களுக்கான நிலப்பகுதி தங்களிடம் திரும்ப வந்துள்ளது என்றே நம்புகின்றனர்.

இந்த வலுவான நம்பிக்கையே இஸ்ரேல் எனும் தேசத்தின் இருப்பை உறுதிப்படுத்துவதாக உள்ளது என்றால் மிகையில்லை.

இஸ்ரேலியரின் மன்னராட்சிக்காலம் (கி.மு 1020-930)

முதல் அரசரான சவுல் தனக்கு பின்னர் வந்த தாவீதின் அரசாட்சிக் காலத்தையும் தனித்தனியே வாழ்ந்து வந்த பழங்குடியின சமூகத்தையும் இணைக்கும் பணியினைச் செய்து வந்தார். தாவீது பிலிஸ்தீனியர்களின் போர்ப்படைத் தலைவரான கோலியாத்தை வென்று தனது அரசினை நிறுவினார். பின்னர் தனது அரசை அனைத்து திசைகளிலும் விரிவுபடுத்தினார். முதலில் மேய்ச்சல்க்காரராக இருந்த தாவூது அரசராக உயர்ந்தார். போர் வீரராக உருவெடுத்து பிணக்கில் இருந்த அனைத்து பழங் குடியினரையும் இணைத்தார்.

மத்திய கிழக்கில் ஒரு வலிமையான அரசை தாவீது நிறுவியதாக பைபிள் குறிப்பிடுகிறது. அவரது அரசு ஜோர்டான் நதியின் மேற்கிலும், ஜெருசலேமைக் கைப்பற்றியதால் அதன் வழியே

வடக்கு-தெற்கு நிலப்பிரதேசத்தை இணைத்தார். அவரது அரசுக்கான அங்கீகாரம் எகிப்திலிருந்து யூப்ரடீஸ் நதியின் கரைவரையில் காணப்பட்டதாகக் கூறப்படுகிறது. வலுவான நிர்வாக அமைப்பையும் அவர் உருவாக்கினார் என்றும், மத்திய தரைக்கடல் கடந்து பொருளாதார உறவுகளை மேற்கொண்டார் என்றும் கூறப்படுகிறது.

தாவீது, கடவுளால் மோசஸ்சுக்கு வழங்கப்பட்ட 'ஆர்க் ஆஃப் தி கோவனண்ட்'டை (உடன்படிக்கைப் பேழை) ஜெருசலேமுக்குக் கொண்டு வந்ததாகவும் பைபிள் கூறுகிறது. இதன் மூலம் தனது அரசை ஒன்றுபடுத்தி ஒருங்கிணைந்த இஸ்ரேலையும் உருவாக்கினார், தாவூது. இதன் மூலம் ஜெருசலேம் அரசியல், ஆன்மிக அதிகார மையமாக உருவெடுத்தது என்றும், யூதக் கோயிலின் பூசாரிகள் யூத மதத்தின் மையமாகவும், செல்வாக்கு மிக்கவர்களாகவும் மாறினர்.

தாவீதுக்குப் பிறகு அவரது மகன் சாலமன் (கி.மு. 965-930) தனது அரசை வலுவாக்கிக்கொள்ளும் நடவடிக்கைகளில் ஈடுபட்டார். அண்டை நாடுகளுடன் உடன்படிக்கைகளையும், ராஜதந்திர ரீதியிலான திருமணங்களும் கூட நிகழ்ந்தன. இப்படியான நடவடிக்கைகளால் இஸ்ரேல் அன்றைய பிற வலிமையான அரசுகளுக்கு இணையான முக்கியத்துவம் பெற்ற அரசாட்சியாக விளங்கியது. சாலமன் பொருளாதார ரீதியில் முன்னேற்றத்தை முன்னெடுத்தார். அயல் நாட்டு வர்த்தகத்தை மேம்படுத்தினார். அதன் மூலம் தனிமங்களைப் பண்டங்களாக்கி வர்த்தகம் செய்யப்பட்டது. தாமிரம், உலோகம் போன்றவை வார்ப்படம் செய்யப்பட்டன. பொருளாதார ரீதியிலும், முக்கியத்துவம் வாய்ந்த இடங்களை கோட்டைகள் அமைத்து பாதுகாத்தார். புதிய இடங்களையும், கோட்டைகளையும் உருவாக்கினார். அவர் உருவாக்கிய இடங்களில் மகுடம் சூடுவது போன்று விளங்கியவை அரண்மனையும், ஜெருசலேமின் கோயிலும் என்று வரலாற்று ஆய்வாளர்கள் குறிப்பிட்டுள்ளனர்.

முடியாட்சியில் பிளவு

தாவீதின் மகனான ஷோலோமோனின் கடைசிக் காலத்தில் பூசல்கள் தோன்றின. அவர் மறைந்த பிறகு வடக்கில் இருந்த மக்கள் அவரது மகனான ரேஹோபோமை மன்னராக ஏற்கவில்லை. வடபுறப் பகுதி இஸ்ரேல் எனும் பெயருடன் இருந்தது. தென்புறப்பகுதி ஜூடா

எனும் பெயருடன் இருந்தது. யூத பைபிளின் கூற்றுப்படி வரிகளும், இலவச உழைப்பும் (அரசுக்காக/நாட்டுக்காகச் செய்ய வேண்டியது) காரணமாக இருந்தனவாம். ஆயினும் இரு தனித்தனி நாடுகளும் முறையே 200 மற்றும் 400 ஆண்டு காலங்கள் நிலைத்து நின்றதாகவும் கூறப்படுகின்றது.

இஸ்ரேல் பகுதியில் 10 பழங்குடியினர் வாழ்ந்தனர். அதன் தலைநகரம் சமாரியா. இதனை 19 அரசர்கள் ஆட்சி செய்ததாகக் கூறப்படுகிறது. தென் பகுதி ஜூடாவில் தாவீதின் வாரிசுகள் 400 ஆண்டுகாலம் ஆண்டனர். வட பகுதி, இஸ்ரேல், தென்பகுதியை விட வளமானதாக இருந்தது என்றும் கூறப்படுகிறது. வட பகுதியில் அதிக மக்கள் தொகையும், வளமான நிலங்களும், வர்த்தகப் பாதைகளும் இருந்ததால் அதிக வளர்ச்சியைக் கொண்டிருந்தது எனப்படுகிறது.

முதலில் இஸ்ரேலும், பின்னர் ஜூடாவும் அசீரியர்கள் மற்றும் பாபிலோனியர்களின் ஆதிக்கத்தினுள் சென்றன. இஸ்ரேலியர்கள் அகதிகளாக மாறி அப்பிரதேசத்தை விட்டு வெளியேறினர். யூத எனப் பொருள்படும் ஜூ எனும் ஆங்கிலச் சொல் ‘யேஹூடி’ எனும் ஹீப்ரூ மொழிச் சொல்லிலிருந்து வந்ததாகக் கூறப்படுகிறது. ‘யேஹூடி என்றால் ஜூடாவின் மனிதன் என்பதாகும்.

கி.மு ஆறாம் நூற்றாண்டின் இறுதியில் அசீரியன் ஆதிக்கம் மறைந்தது. இதைத் தொடர்ந்து பாபிலோனியாவின் நெபூசாட்ரேசர் ஜெருசலேத்தை முற்றுகையிட்டு, அரசரைக் கைது செய்தார். ஜூடா முடியாட்சியும் முடிவுக்கு வந்தது. யூதக் கோவில் அழிக்கப்பட்டது என்றும் கி.மு 586ஆம் ஆண்டு முதல் அப்பிரதேசத்தை விட்டு யூதர்கள் வெளியேறினர் என்றும் கூறப்படுகிறது. அப்போது முதல் யூதர்கள் தங்களது மூதாதையர்களின் நிலத்தில் வாழ்வது 1948 வரை நிரந்தரமாகச் சாத்தியப்படவில்லை.

பாபிலோனிய வெற்றியினால் கோயில் இடிக்கப்பட்டதானது முதல் யூத பொது அரசை நீக்கியதோடு யூத வெளிநாடு வாழ் மக்களையும் உருவாக்கியது. அவ்வாறு வெளிநாடுகளில் வாழும் யூதர்கள் மத்தியில் வேறு சில சிந்தனைகள் உருவாயின. முதன்முதலாக யூத வாழ்க்கைமுறையும், சிந்தனையும் முக்கியமானதாக எண்ணப் பட்டது. யூத அடையாளம் எனும் ஒத்துழைப்பும், ஜெருசலேமைக் குறித்த எண்ணங்களும் யூதச் சிந்தனைகளின் மையமாகவும் ஆகின.

பாரசீக மற்றும் ஹெலினிஸ்ட் காலங்கள் (கி.மு. 538–142)

கி.மு. ஆறாம் நூற்றாண்டில் பாரசீக அரசர் சைரூஸ் பாபிலோனியர்களைத் தோற்கடித்து யூதர்களை மறுபடியும் அவர்களது நிலத்தினுள் வாழ அனுமதித்தார். மறுபடியும் கோயிலைக் கட்டிக்கொள்ள அனுமதித்தார். ஆனால் சிலர் மட்டுமே திரும்பினார்; பெரும்பாலோர் வெளிநாடுகளிலேயே தங்கினர். கி.மு. 538இல் சுமார் 50,000 பேர் இஸ்ரேல் திரும்பினர். கோயில் 520 -515ஆம் ஆண்டுகளில் கட்டப்பட்டது. அதன் பிறகு ஒரு நூற்றாண்டு கழித்து மற்றொரு கூட்டம் வந்தது. பாரசீகர் காலத்திலும், பின்னர் ஏற்பட்ட ஹெலினிஸ்ட் ஆட்சியிலும் யூதர்கள் சுயாட்சி பெற்றிருந்தனர் எனக்கூறப்படுகிறது.

மீண்டும் கோயிலைக் கட்டியதோடு, ஜெருசலேமைச் சுற்றி பாதுகாப்புச் சுவரும் கட்டப்பட்டது. அவர்களது உயர்ச் சபைகளான நாடாளுமன்றம் போன்றதொரு அவையும், குருமார்களின் ஆன்மிக சபையும் தோற்றுவிக்கப்பட்டன. இதுவும் கூட நிலைக்கவில்லை. அலெக்சாண்டர் படையெடுப்பினால் பாரசீக அரசு வீழ்த்தப்பட்டது. ஜூடாவும் கூடவே வீழ்த்தப்பட்டது. அலெக்சாண்டரின் மறைவுக்குப் பிறகு அவரது தளபதிகளால் பாரசீகப் பேரரசு துண்டாடப்பட்டது. முதலாம் டாலமியின் வசம் சென்ற ஜூடா பின்னர் அவரிடமிருந்து அதிகாரத்தைப் பெற்ற செலுசிட்ஸ் அண்டியோசிட்ஸ் யூத மதத்துக்கு எதிரான நடவடிக்கைகளை முடுக்கினார். ஹெலினிஸ்ட் ஆட்சியில் கோயிலும் இடிக்கப் பட்டது; யூத மதம் தடைச் செய்யப்பட்டது. அதற்குப் பதிலாக கிரேக்கப் பண்பாடு புகுத்தப்பட்டது. இதற்கு எதிராக கி.மு 166இல் கிளர்ச்சி வெடித்தது.

முதலில் மட்டாதியாஸ்சும் பின்னர் அவரது மகன் மகாபி என்று அறியப்படும் ஜூடாவும் செலிசிட்களைத் தொடர்ச்சியான போர்களில் வென்று, கோயிலை மீண்டும் புனிதப்படுத்தி, வழிபாட்டு சுதந்திரத்தையும் மீட்டனர். ஒவ்வொரு ஆண்டும் இந்நிகழ்வுகளை வெளிச்சத்தின் விருந்து எனும் பொருள்படும் ஹனுக்கா அனுசரிக்கப்படுகிறது.

3

ரோமானியர்களும் பிறரும்

ஹாஸ்மோனியன் ஆட்சி (கி.மு 143 - 63 வரை)

ஹாஸ்மோனியன் வெற்றிகளால் செலுசிட் யூதர்களுக்கான சுயாட்சியை மீண்டும் வழங்கினார். செலுசிட் அரசு கி.மு. 129இல் வீழ்ந்த உடன் முழு விடுதலையை யூதர்கள் அடைந்தனர். ஜுடாவுக்குப் பிறகு அவரது சகோதரர் சைமன் ஆட்சிக்கு வந்தார். இஸ்ரேலிய நிலப்பரப்பு மீண்டும் ஷாலோமன் காலத்தில் எப்படி இருந்ததோ அவ்வாறான விரிவினை அடைந்தது. ஹாஸ்மோனியன் ஆட்சிக்காலம் 80 ஆண்டுகள் நீடித்தது. இக்காலகட்டத்தில் யூத ஆட்சியில் யூத அரசியல் ஒன்றிணைப்பு ஏற்பட்டது. யூத வாழ்க்கை முறையும் வளர்ச்சியடைந்தது.

ரோமானியர்களின் ஆட்சிக்காலம் (கி.மு. 63 - 313 வரை)

ரோமானியர்கள் தங்களது பேரரசை விரிவாக்கிக் கொள்கையில் அவர்களது கவனம் ஜுடாவின் மீதும் விழுந்தது. போம்ப்பீயில் இருந்த படை அணி ஜெருசலேத்தை முற்றுகையிட்டது. ரோமானியர்கள் செலுசிட்ஸ்சை மாற்றம் செய்தபோது ஹோஸ்மானிய அரசரான இரண்டாம் ஹிர்காமுஸ் வரையறுக்கப் பட்ட அதிகாரத்தைப் பெற்றார். அது கூட டமாஸ்கஸ் ஆளுநரின்

பார்வைக்குட்பட்டு கொடுக்கப்பட்டது. புதிய அரசை யூதர்கள் ஏற்கவில்லை. இதனால் அடிக்கடி கிளர்ச்சிகள் வெடித்தன. மட்டாதியாஸ்சால் கி.மு 40இல் செய்யப்பட்ட முயற்சி சிறிது காலமே நீடித்தது.

மூன்றாண்டுகளுக்குப் பிறகு மட்டாதியாஸ் தோற்கடிக்கப்பட்டு, இறந்த பிறகு ரோமானியர்கள் தங்கள் ஆளுகையின் கீழ் ஹோஸ்மோனியன் அரசைக் கொண்டு வந்தனர். யூதர்களின் பகுதி ரோம அரசின் நுழைவாயிலாக ஆகிப்போனது. அதன் பிறகு யூதராக மதம் மாறிய செல்வாக்கு மிக்க அரசியல் குடும்பத்தைச் சேர்ந்த ஹிரோட் மன்னராக நியமிக்கப்பட்டார். ஹிரோட் வெளியுறவுக் கொள்கைகளை வகுக்க முடியாது. ஆனால் உள்நாட்டு அரசியலில் அவர் அதிகார மிக்கவராக இருந்தார். தனது பிரதேசத்தை ஆள்வதில் வரையறையற்ற தன்னாட்சி மிக்கவராக இருந்தார். அவர் கிரேக்க-ரோமானிய பண்பாட்டில் ஆர்வம் மிகுந்தராக இருந்தார். பிரம்மாண்ட கட்டடங்களை கட்டுவித்தார். சிசேரியா, செபாஸ்டே நகரங்களைக் கட்டுவித்தார். ஹிரோடியம் கோட்டையையும் கட்டினார். மசாடாவையும் கட்டியதோடு, யூதக் கோயிலையும் மீண்டும் கட்டினார்.

கி.மு. 6இல் ஹிரோட் மறைந்த பிறகு படிப்படியாக அவரது வாரிசுகளின் அதிகாரம் குறைந்தது. இதற்கு முக்கியக் காரணம் அடிக்கடி நிகழ்ந்த கிளர்ச்சிகளே. பின்னர் கி.மு 6இல் ஜுடா நேரடியாக ரோமானியர்களின் கட்டுப்பாட்டின் கீழ் கொண்டு வரப்பட்டது. ரோமானியர் ஆட்சி யூதர்களுக்கு மத ரீதியான தன்னாட்சியை வழங்கினர். அத்துடன் சட்டமியற்றும் மற்றும் நீதிவழங்கும் அதிகாரங்களையும் வழங்கினர். ரோமானியர்கள் சான்ஹெட்ரின் எனும் அமைப்பின் கீழ் இந்தத் தன்னாட்சியை வழங்கினர்.

ரோமானியர்களின் இந்தத் தாராளமான அதிகார வழங்கலை பல ஆய்வாளர்கள் சந்தேகிக்கின்றனர். ரோமானிய ஆட்சியை பொறுக்க இயலாத யூதர்கள் சிலர் ரோம மன்னர் நீரோவின் இறுதிக்காலத்தில், கி.மு. 66இல் கிளர்ச்சி செய்தனர். இவர்களை ஸெலெட்ஸ் என்று வரலாற்று ஆய்வாளர்கள் குறிப்பிடுகின்றனர். இக்காலகட்டத்தில் ஏசுநாதர் கிறிஸ்துவத்தை நிறுவியதாகக் கூறப்படுகிறது. பின்னர் நிகழ்ந்த முதலாம் ரோமானியப் போரில் ஜெருசலேம் முற்றிலும் தரைமட்டமாக்கப்பட்டது. டிடுஸ் எனும் போர்ப்படைத் தளபதி கோயிலையும் அழித்தார்.

இப்போரின் இறுதியில் மஸாடாவிலும், பிற இடங்களிலும் ஏராளமான யூதர்கள் உயிரிழந்தனர். அதன் பிறகு கி.பி 132இல் உயிர்ப்பிக்கப்பட்ட மூன்றாண்டுகளுக்கு மட்டுமே நீடித்த யூத இறையாண்மையின் கடைசி ஆட்சி அழிக்கப்பட்டதோடு, ஜெருசலேம் முற்றிலுமாக தனது அடையாளத்தை இழந்தது. அதன் பெயர் ஏலியா காபிடோலினா என மாற்றப்பட்டது; ஜூடாவும் சிரியா பாலஸ்தினா எனவும் மாற்றப்பட்டது. கோயிலும் தரைமட்டமாக்கப்பட்டது. சிறிய எண்ணிக்கையிலான யூத மக்களே வறுமையுடன் போராடி வாழ்ந்தனர். அவர்கள் சாஃபேத் மற்றும் கலிலியில் வாழ்ந்தனர்.

பைசாண்டைன் ஆட்சி (கி.பி 313-636)

கி.பி. நான்காம் நூற்றாண்டின் போது பேரரசர் கான்ஸ்டாண்டைன் கிறிஸ்துவராக மதம் மாறியதால் (கி.பி.313)அப்பகுதியில் கிறிஸ்துவம் செல்வாக்குப் பெறத் தொடங்கியது. இதைத் தொடர்ந்து பாரசீகர்கள் அப்பகுதியைக் கைப்பற்றினர். யூதர்கள் அவர்களுக்கு உதவினர். யூதர்களைப் பொறுத்தவரை பாரசீக வருகை இறைத்தூதுவரின் வருகையைப் போன்றது. யூதர்களின் உதவிக்கு நன்றி தெரிவிப்பது போல ஜெருசலேமின் நிர்வாகம் அவர்கள் வசம் வழங்கப்பட்டது. ஆனாலும் இந்த ஏற்பாடு மூன்றாண்டுகள் மட்டுமே நீடித்தது. பைசாண்டைன் இராணுவம் மீண்டும் கி.பி. 629இல் ஜெருசலேத்தைக் கைப்பற்றி யூதர்களை வெளியேற்றியது. அராபியர்களின் ஆட்சிக்காலம் கி.பி. 638இல் இஸ்லாமிய அராபியர்கள் ஜெருசலேத்தைக் கைப்பற்றினர். அவர்களது ஆட்சி நான்கு நூற்றாண்டுகளுக்கு நீடித்தது. காலிஃபாக்களின் கீழ் அந்த ஆட்சி நடைபெற்றது. முதலில் டமாஸ்கஸ்சிலிருந்தும், பின்னர் பாக்தாத்திலிருந்தும் அதன் பின்னர் எகிப்திலிருந்தும் ஆட்சிப் புரிந்தனர், காலிஃபாக்கள்.

உமர் எனும் காலிஃப்பா ஜெருசலேத்தை மெக்கா, மெதினா ஆகியவற்றிற்கு அடுத்தப்படியான மூன்றாவது புனிதத்தலமாக உருவாக்கினார். பின்னர் கி.பி. 691இல் பாறைக்கோயில் (டோம் ஆஃப் ராக்) ஷாலோமான் கோயில் இருந்த இடத்தில் கட்டப்பட்டது. இவ்விடத்திலிருந்துதான் இறைத்தூதர் நபிகள் வானுலகை அடைந்தார் என்று நம்பப்பட்டதால் பாறைக்கோயில் நிர்மாணிக்கப்பட்டது. அதன் அருகிலேயே அல்-அக்ஸா மசூதியும் கட்டப்பட்டது. அராபியர்களின் ஆட்சியின் துவக்கத்தில் யூதர்களுக்கு வசிப்பிட அனுமதி வழங்கப்பட்டது. இந்த அனுமதி இஸ்லாமியர்-அல்லாத மக்களை 'பாதுகாக்கும்' வழிமுறையைப்

பின்பற்றிக் கொடுக்கப்பட்டது. அம்மக்கள், யூதர்கள் உட்பட வரிகளைக் கொடுக்க வேண்டியிருந்தது.

பின்னர் கி.பி 717இல் கொண்டுவரப்பட்ட கட்டுப்பாடுகள் இஸ்லாமியர் அல்லாத மக்களின் மத வாழ்க்கையை பாதித்தது. மேலும் விவசாயத்தின் மீதான வரிகள் (நிலவரி உட்பட) நிலைமையை மோசமடையச் செய்து யூதர்கள் அப்பிரதேசத்தை விட்டு வெளியேற வேண்டிய நிலையை உருவாக்கியது. இஸ்லாமியர் அல்லாத பலர் இஸ்லாத்தை அப்பிரதேசத்தில் தழுவினர். அப்பாசிட் ஆட்சியாளர்களும், அவர்களுக்குப் பின் வந்த ஃபாவிட்ஸ்களும் ஒடுக்குமுறைப் போக்கை கைவிடவில்லை. எனவே அங்கு தொடர்ந்து மோதல்கள் இருந்து வந்தன.

கி.பி. 1071இல் செல்ஜுக் துருக்கியர்கள் ஜெருசலேத்தைக் கைப்பற்றினர். மீண்டும் ஃப்டாமிட்டுகள் அந்நகரைக் கைப்பற்றி னாலும் சிலுவைப் போர்ப்படையினரிடம் அதனை கி.பி. 1098இல் இழந்தனர்.

சிலுவைப் போர்ப்படையினர் ஆட்சி (கி.பி 1099–1291)

கி.பி. 1099 ஜுலையில் முதல் சிலுவைப்போர்ப்படையினர் ஜெருசலேத்தைக் கைப்பற்றி லத்தீன் ஜெருசலேம் அரசினை கி.பி. 1100இல் நிறுவினர். கிறிஸ்தவர் அல்லாத மக்கள் பெரும்பாலோர் கொல்லப்பட்டனர். தங்களது கோவில்களுக்குள் அடைந்துக் கொண்ட யூதர்கள் எரிக்கப்பட்டனர் அல்லது அடிமையாக விற்கப் பட்டனர். அடுத்த சில ஆண்டுகளில் சிலுவைப் போர்ப்படையினர் தங்களது ஆதிக்கத்தை அப்பிரதேசத்தின் பிற இடங்களுக்கும் விரிவுப்படுத்தினர். அப்பாஸிட் அரசரான சலாதீன் கி.பி. 1187இல் நிகழ்ந்த ஹிட்டின் போரில் சிலுவைப் படையினரைத் தோற்கடித்தார். அப்போது மீண்டும் யூதர்களுக்கு ஜெருசலேமில் குடியேற அனுமதி உட்பட சில சலுகைகள் கிடைத்தன.

கி.பி. 1193இல் சலாடினின் மரணத்துக்குப் பிறகு சிலுவைப் போர்ப்படையினர் ஜெருசலேத்தின் பெரும்பகுதியைக் கைப்பற்றிக் கொண்டனர். கி.பி. 1291இல் ஏக்கர் போரில் சிலுவைப் போர்ப்படையினர் மாம்லுக் படையினரால் தோற்கடிக்கப்பட்டனர். இந்த இறுதியான தோல்வி எகிப்திலும், சிரியாவிலும் வலுவான அரசினைக் கொண்டிருந்த துருக்கி நாட்டின் இராணுவ வர்க்கமான மாம்லுக்குகளால் ஏற்படுத்தப்பட்ட இஸ்லாமிய ஆட்சி அப்பிரதேசத்தில் சிலுவைப் போர்ப்படையினரின் அதிகாரத்தை முற்றிலும் நீக்கியது.

மாம்லுக் ஆட்சி (கி.பி. 1291 - 1516)

சிரியாவின் டமாஸ்கஸிலிருந்து ஆட்சி செய்த மாம்லுக்குகளால் யூத மக்களுக்கு நன்மை ஏதுமில்லை. நகரப் பகுதிகள் கைவிடப் பட்டிருந்தன. மிகச் சிறிய அளவிலான யூத மக்கள் தொகையினர் வறுமையில் தவித்தனர். ஜெருசலேமின் பெரும்பகுதி வசிப்பிட மாகவே இருக்கவில்லை; இடிபாடுகளுடைய பிரதேசமாகவே விளங்கியது. பின்னர் கி.பி 1516இல் துருக்கியின் ஆட்டோமான் பேரரசு அரசர் முதலாம் செலீமின் கீழ் பெரும்பாலான பகுதிகளை வென்றது. அடுத்த நான்கு நூற்றாண்டுகளுக்கு ஆட்டோமான் பேரரசினை யாரும் அசைக்க இயலவில்லை. மேலும் இப்பகுதியில் பேரமைதி நிலைக்கொண்டிருந்தது. உலகின் எந்தவொரு அரசியல் நிகழ்வும் இங்கு தாக்கத்தை ஏற்படுத்தவில்லை.

ஆட்டோமான் பேரரசு ஆட்சி (கி.பி 1517-1917)

ஆட்டோமான் ஆட்சியின் துவக்கத்தில் சுமார் 2000 யூதக் குடும்பத்தினர் அப்பிரதேசத்தில் வாழ்ந்தனர். பெரும்பாலோர் ஜெருசலேத்தில் வாழ்ந்தனர். அதுதவிர நெபுலஸ், ஹெப்ரான், காஸா, சாஃப்த் மற்றும் கலிலியின் சில கிராமங்களில் வாழ்ந்தனர். அச்சமூகத்தில் பாரம்பரியமாக அங்கு வாழ்ந்த யூதர்களுடன் வட ஆப்பிரிக்கா மற்றும் ஐரோப்பாவில் வாழ்ந்து புலம் பெயர்ந்த யூதர்களும் கலந்திருந்தனர். சுலைமான் தி மக்னிஃபிசெண்ட் எனும் புகழ்ப் பெயர்க் கொண்ட சுலைமான் இறக்கும் வரையில் (கி.பி.1566) வரையில் படிப்படியாக யூதர்களின் எண்ணிக்கை அதிகரித்து வந்தது. புலம் பெயர்ந்து வந்த யூதர்களில் சிலர் மட்டுமே ஜெருசலேத்துக்கு வந்தனர். பெரும்பாலோர் சாஃபெட் பகுதிக்குச் சென்றனர்.

கி.பி. 16ஆம் நூற்றாண்டின் மத்தியில் சுமார் 10,000 யூதர்கள் அங்கு வசித்தனர். பெரும்பாலோர் அங்கு செல்வதற்கு முக்கியக் காரணம் அங்கு கைத்தறி நெசவு மையம் ஏற்பட்டிருந்தது. அங்கு அறிவுசார் சமுதாயத்தினர் இருந்தனர். இன்று இஸ்ரேல் அறிவுசார் சமுதாயமாக மட்டுமல்லாது இராணுவ சமுதாயமாகவும் இருப்பது குறிப்பிடத்தக்கது. துருக்கியினரின் ஆட்சியின் தரத்தில் வீழ்ச்சி ஏற்பட்டு அப்பகுதி கடும் அலட்சியத்தால் பாதிக்கப்பட்டது.

கி.பி. 18ஆம் நூற்றாண்டின்போது வெளியிடங்களில் வசித்த நிலவுடமையாளர்களால் அப்பகுதி வறுமையில் வாடிய குடியானவர்களுக்குக் குத்தகைக்கு விடப்பட்டது. வரியளவு

கடுமையாக இருந்தது. வனப்பகுதிகள் அழிக்கப்பட்டதால் பாலை நிலங்கள் தோன்றின. ஐரோப்பாவில் நெப்போலியனால் ஏற்பட்ட அரசியல் மாற்றங்களால் மத்தியக் கிழக்கும் பாதிப்படைந்தது. அங்கு மேற்கத்திய ஆட்சியின் செல்வாக்கு உருவாகத் துவங்கியது. ஐரோப்பியர் தங்களது மிஷனரி செயல்பாடுகளால் பிரபலமடைந்தனர். அதே சமயம் யூதர்களின் எண்ணிக்கையும் கூடிக்கொண்டே சென்றது. ஆயினும், அப்பகுதி ஆட்டோமான் அரசின் கவனிப் பின்மையால் பின் தங்கியப் பிரதேசமாகவே இருந்தது. இஸ்லாமியர் பெரும்பான்மையினராக இருந்தனர். நகரப் பகுதிகளில் கிறிஸ்துவ, இஸ்லாமிய அராபிய வணிகர்கள் பெரும்பாலும் செல்வாக்குடன் இருந்தனர்.

யூதர்களில் பாரம்பரிய பழமைவாத யூதர்களும், புலம் பெயர்ந் தோரும் கலந்திருந்தனர்.

•

மஸாடாவின் தற்கொலைப்படை ரோமானியர்கள் கி.பி. 73இல் மஸாடாவின் மீது முற்றுகையிட்டு ஏழு மாதங்கள் காத்திருந்தனர். இறுதியில் கோட்டையை உடைத்துக்கொண்டு உள்ளே சென்றவர் களுக்கு கிடைத்தது வெறும் பிணங்களே. ஆம். அங்கிருந்த யூதர்கள் அனைவரும் தற்கொலை செய்து கொண்டிருந்தனர். உலகின் முதல் பேரளவுத் தற்கொலைப்படையாக இன்றும் 'ஸெலெட்'களே குறிப்பிடப்படுகின்றனர். ஏனெனில் தோற்கடிப்பட்டு அடிமை யாக்கப்படவோ கொல்லப்படவோ கூடும் என்பதால் இவ்வாறு தன் மரணத்தைத் தழுவினர். இன்று இஸ்ரேலிய இராணுவத்தினர் தங்களது உறுதிமொழியில் 'மஸாடா மீண்டும் வீழக்கூடாது' என்று கூறுவர்.

இருபதாம் நூற்றாண்டின் மத்தியில் யூத ஆய்வாளரான யிகேல் யாடினின் அகழ்வாராய்ச்சியில் கண்டறியப்பட்டவை கி.பி. 37-100ஆம் ஆண்டுகளில் வாழ்ந்த யூத வரலாற்று ஆசிரியரான ஃப்ளாவியுஸ் ஜோசஃபுஸ்சின் எழுத்துகளின் ஆவணங்களை உள்ளடக்கியிருந்தது. இதில் மாஸாடா குறித்து பல தகவல்கள் கிடைத்தன. ஜெருசலேம் கோயில் இருமுறைக் கட்டப்பட்டு போரினால் சிதைக்கப்பட்ட யூதக் கோயிலின் சுற்றுச்சுவர்களை இன்றும் இஸ்ரேலியர்கள் புனிதச் சுவர் என்று போற்றி வணங்கு கின்றனர். அச்சுவர்களை ஓலமிடும் சுவர்கள் (வெய்லிங் வால்ஸ்) என்றே பெரும்பாலோர் அழைக்கின்றனர். ஆனால் இஸ்ரேலியர் இவ்வாறு அழைப்பதை அவதூறு என்றழைக்கின்றனர்.

ஜெருசலேமை இஸ்ரேலின் தலைநகராக்க வேண்டும் என்ற கோரிக்கையில் மிக முக்கியமாக உள்ளடங்கியிருக்கும் அம்சம் இக்கோயில்தான். யூதர்களைப் பொறுத்தவரை அவர்களின் பிரதானமான புனிதத் தலம் பாறைக்கோயில் தற்போதிருக்கும் பகுதிதான் என்றாலும் சுவர்கள் இரண்டாவது புனிதத்தலமானது. கோயில் ரோமானியர்களால் இடிக்கப்பட்டது. பின்னர் உம்மாயாத் காலிஃபாக்களால் பாறைக்கோயில் (மசூதி) கட்டப்பட்டது. சுற்றுச்சுவர்கள் துருக்கிய அரசர் சுலைமானின் கட்டளையால் புனிதமடைந்தன என்கின்றனர். முதலில் கோயில்தான் புனிதத் தலம். இப்போது சுற்றுச்சுவரும் புனிதமாகிவிட்டது. கோயிலை இடித்த ரோமானியர்கள் சுற்றுச்சுவரை இடிக்காதுவிட்டனர். அதுவே இப்போது இரண்டாவது புனிதத்தலமாகி விட்டது.

இன்றைய ஜெருசலேம் பிரிக்கப்பட்டுள்ளது. கோயிலின் சுவர்களும் பிரிக்கப்பட்டுள்ளன. மேலும் அங்கு யூதர்களின் புனிதக்கோயில் இருந்ததையும் இஸ்லாமியர்கள் மறுக்கின்றனர். சமீபத்தில் பாறைக்கோயிலின் கீழ் புதிய தொழுகை அறைக் கட்டப்பட்டது. அப்போது வெளியே கொண்டுச் செல்லப்பட்ட இடிக்கப்பட்டப் பொருட்களை ஆராய்ந்த மாணவர் ஸ்விவைக்கும் அவரின் அழைப்பை ஏற்று ஆராய்ச்சி செய்த வரலாற்று ஆசிரியர் பார்க்கேவும் அங்கு வரலாறு முழுவதும் நிகழ்ந்த சம்பவங்களின் தொகுப்பினை பெற்றதாகக் கூறினர். மேலும் அதில் ரோமானியர்களுக்கு எதிரான கலகத்தினைச் சுட்டும் விதமான வெண்கல நாணயம் ஒன்றும் கிடைத்துள்ளது. அத்துடன் கருநிற களிமண் கட்டி ஒன்றில் முதல் கோயிலின் நிர்வாகியின் பெயரினைச் சுட்டும் யாஹூ இம்மர் எனும் முத்திரை ஆதி யூத மொழியில் பொறிக்கப்பட்டுள்ளது.

இம்முத்திரையின் உரிமையாளர் நிர்வாகியின் தம்பியாக இருக்கலாம் என்கிறார் பார்கே. இரண்டாவது கோயில் ஹிராட்டினால் கட்டப்பட்டப்போது தரையில் பொருத்தப்பட்ட பல கோணங்களில் செய்யப்பட்டக் கற்களை எடுத்துக்காட்டுகிறார் பார்கே. இதன் மூலம் கோயில் இருந்தது உண்மை என்று வாதிடு கின்றனர் யூதர்கள். யூதர்கள் இங்குதான் ஆபிரஹாம் தன் மகன் ஐசாக்கை பலியிட்டதாகவும், இஸ்லாமியர் இங்கிருந்துதான் நபிகள் வானுலகு சென்றார் என்றும் வாதிடுவதால் இச்சிக்கல் தீராத ஒன்றாகவே தெரிகிறது.

4

நிலைநிறுத்தம்

தங்களது நிலத்தை அடைந்துவிட்ட யூதர்களுக்கு அதை எப்படி நிலைநிறுத்துவது எனும் கவலை ஆட்கொண்டது. துவக்கத்தில் இருந்தே யூதர்களுக்கென்று தனி நாடு ஒன்றை பாலஸ்தீனம் என்று அழைக்கப்பட்ட பிரதேசத்தில் ஏற்படுத்துவதை அராபியர்கள் எதிர்த்தே வந்தனர். ஆட்டோமான் பேரரசின் வீழ்ச்சிக்குப் பின்னர் உருவாகிய அனைத்து அராபிய நாடுகளும் யூத எதிர்ப்பில் தீவிரம் காட்டின. தங்களது பூர்விக உரிமை என அப்பிரதேசத்தை உரிமை கொண்டாடின.

பாலஸ்தீனத்துக்கு என்று தனி வரலாறு ஏதுமில்லை. இஸ்ரேல் எப்படித் தொடர்ச்சியாகப் பிறரது கட்டுப்பாட்டில் இருந்ததோ அதேபோல பாலஸ்தீனமும் இருந்தது. யூதர்களைப் பொறுத்தவரை தங்களது அடையாளத்துக்காக உலகம் பூராவும் பரவி பல நாடுகளின் நட்பையும், அன்பையும் பெற்றுக்கொண்டனர். ஆனால் அராபியர்கள் அவ்வாறு ஏதும் செய்ததாகத் தெரியவில்லை. அராபிய நிலப் பகுதிகள் பெரும்பாலும் பாலைவனங்களே. எரிபொருள் எண்ணெய் அப்பிரதேசத்தில் கிடைத்திருக்காவிட்டால் இன்றைக்கு அராபிய நாடுகள் பல வைத்திருக்கும் செல்வ வளம் ஒருபோதும் கிடைத் திருக்காது. ஆனால் அதற்கும் யூதர்களுக்குத் தனி நாடு ஒன்றை ஏற்படுத்திக் கொடுப்பதற்கும் எவ்விதத் தொடர்பும் இல்லை.

மாறாக பிரிட்டிஷ், அமெரிக்க மற்றும் பிரெஞ்சு நாடுகள் முன்னெடுத்த முயற்சிகளால்தான் பல அராபிய நாடுகள் உருவாயின. அதே போலத்தான் யூத நாடு ஒன்றை உருவாக்க யோசனைகளை பரிசீலித்தனர். வல்லரசுகளைப் பொறுத்தவரை தங்களுடைய இருப்பு சோவியத் யூனியன் எனும் எதிர்ச் சக்தியை எதிர்த்து மத்திய கிழக்கு ஆசியாவில் நிலைபெற ஏதுவான அராபிய அரசுகள் இருக்க வேண்டும். அப்படித்தான் இஸ்ரேலும் இருக்கும் என்று சிந்தித்தே இஸ்ரேலை உருவாக்க முனைந்தனர்.

இரண்டாம் உலகப் போரில் நாஜிப்படைகளின் வெற்றியால் இஸ்லாமிய நாடுகள் பல ஜெர்மனியையும் ஹிட்லரையும் மறை முகமாக ஆதரிக்கத் துவங்கினர். இதன் விளைவாக நேச நாடுகள் எரிச்சலடைந்தன. ஹிட்லரைப் பொறுத்தவரை இக்கூட்டணி தற்காலிகமானது. அராபியர் அல்லாத இஸ்லாமியர்களையும் இக்கூட்டணிக்குள் கொண்டு வர நினைத்தார் ஹிட்லர். இப்பின்னணியில்தான் நேச நாடுகள் யூதர்களின் கோரிக்கையை ஏற்க முடிவு செய்தனர்.

இந்நிகழ்வுகள் இரண்டாம் உலகப் போர் தீவிரமடைந்த 1940-43ஆம் ஆண்டுகளில் நிகழ்ந்தது. அராபிய மற்றும் அராபியர் அல்லாத இஸ்லாமிய நாடுகள் தங்களது காலனிய எஜமானர்களான பிரிட்டிஷ், பிரெஞ்சு அரசுகளின் பிடியில் இருந்து விடுதலை பெறவேண்டும் என்று எண்ணினர். ஆனாலும் நவீனத் தொழில்நுட்பங்கள், இராணுவத் தளவாடங்கள் இவற்றை மேற்கு நாடுகளில் இருந்தே வாங்க வேண்டிய கட்டாயத்தில் இருந்தனர். எனவே அவர்களால் முழுமையாக உறவினை முறித்துக் கொள்ள இயலவில்லை. மேலும் புதிய எண்ணெய் வளத்தை விற்பதற்கான சந்தை மேலை நாடுகளிடமே இருந்ததும் வலுவான காரணமாக அமைந்தது.

ஜெர்மனியோ வல்லரசு நாடுகளைத் தோற்கடிக்க எத்தகைய கூட்டணிக்கும் ஆயத்தம் என்ற அடிப்படையிலேயே இஸ்லாமிய நாடுகளுடன் இரகசிய உறவை ஏற்படுத்திக்கொண்டது. சில நாடுகளில் நாஜிப்படைகளுக்கு உதவுவதற்கு 'இராணுவச் சேவைக்கு' ஆள் திரட்டுதலும் நடந்தன என்கின்றனர் வரலாற்று வல்லுநர்கள். அத்துடன் ஜெருசலேத்தின் தலைமை மத குரு (முஃப்தி) அமின் அல்-ஹுசைனி ஹிட்லரையும் சந்தித்தார். இது போன்ற நடவடிக்கைகள் காரணமாக நாஜிப்படைகள் தாங்கள் கைப்பற்றும் பகுதிகளிலுள்ள இஸ்லாமியர்களைக் கொல்லக்கூடாது எனும் ஆணை போர்ப்படையினருக்கு இடப்பட்டிருந்தது. பல

நேரங்களில் இஸ்லாமியர்களுக்கும், யூதர்களுக்கும் இடையில் அடையாளம் தெரியாமல் போகவே எல்லோரையுமே கொன்றனர். ஏனெனில் 'சுன்னத்' (ஆணுறுப்பின் முன் தோல் நீக்கம்) இரு சமூகங்களுமே செய்து கொள்வதால் அடையாளம் காண்பதில் நாஜிப்படையினருக்கு சிக்கல் ஏற்பட்டது. இதன் காரணமாக இஸ்லாமியர்களும் கொல்லப்பட்டனர்.

இப்பின்னணியில்தான் ஸியோனிஸ்ட்களின் தீவிரமான பிரசாரம் வலுவடைந்தது. வல்லரசு நாடுகளைப் பொறுத்தவரை தங்கள் ஆதிக்கத்தை மத்திய கிழக்கில் நிரந்தரமாக நிலைநிறுத்திக்கொள்ள ஒரு நாடு தேவை என்ற வகையில் இஸ்ரேலை உருவாக்கத் தீர்மானித்தனர். காலகட்டங்களின் அடிப்படையில் பார்த்தால் 1936-39 அராபிய எழுச்சியின் பின்னால் நாஜி ஆதரவு இருந்ததை வல்லரசுகள், குறிப்பாக நேச நாடுகள், கண்டுணர்ந்தன. இதே காலகட்டத்தில்தான் பால்ஃபோர் பிரகடனமும் வெளியிடப்பட்டது. அதுவே புதிய யூத நாடு உருவாக அடித்தளமாக அமைந்தது.

புதிய இஸ்ரேல் தேசம் உருவான சுதந்திர பிரகடனம் வெளியிடப்பட்ட பிறகு ஐ.நாவின் தீர்மானத்தினை அடிப்படையாகக் கொண்டு இஸ்ரேல் அங்கீகரிக்கப்பட்டது. இதைக் கண்டித்து பாலஸ்தீனம் முழுதும் கலவரங்கள் நிகழ்ந்தன. இஸ்ரேலின் படைகள் (தனியார் ராணுவமான ஹகன்னா) அராபியர்களை இஸ்ரேலிலிருந்து வெளியேற்றக் கடுமையாகப் போரிட்டன. இஸ்ரேல் பகுதிக்குள் வசித்து வந்த அராபியர்கள் அங்கிருந்து வெளியேறி மேற்குக் கரை (ஜோர்டன் பகுதி) மற்றும் காசா (எகிப்து பகுதி) கோலன் குன்றுகள் (சிரியா) பகுதிகளுக்குள் புலம் பெயர்ந்தனர். பலர் பல்வேறு அண்டை நாடுகளுக்குச் அகதிகளாகச் சென்றனர். ஜோர்டனுக்குள் தஞ்சம் புகுந்தவர்களே அதிகம்.

இப்படி அராபியர்கள் சிதறிப்போக சிறிது சிறிதாக யூதர்கள் அப்பகுதிகளில் குடியேற்றப்பட்டனர். இதனால் மேலும் மோதல் அதிகரித்தது. சுதந்திர பாலஸ்தீனம் எனும் கோரிக்கையும் முன் வைக்கப்பட்டது. துவக்கத்திலிருந்தே பாலஸ்தீனம், தனி நாடு எனும் சிந்தனையில் அரசியல் நகர்வுகளை மேற்கொள்ளவில்லை. குறிப்பாக இஸ்ரேலை நிச்சயம் உருவாக்கிவிடுவார்கள் எனும் சூழல் வந்த பிறகும் இஸ்ரேலை அங்கீகரிக்க மறுத்தனரே தவிர தங்களுக்கென்று தனி நாட்டைக் கோரவில்லை. ஐ.நா. தீர்மானமோ இரண்டு நாடுகளை உருவாக்கவே திட்டமிட்டது.

இஸ்ரேலுடன் போரிட்டு அராபியர்கள் தங்கள் பிரதேசங்களை இழந்தனர். மீதமிருந்த மேற்குக் கரையும், காசாவும் இரண்டு வேறுபட்ட இடங்களில் உள்ளன. இரண்டுக்கும் நடுவில் இஸ்ரேல் உள்ளது. இரண்டையும் கண்காணிக்கவும் தங்களின் நலன்களைப் பாதுகாத்துக்கொள்ளவும் இஸ்ரேலுக்கு சாதகமாகவே இவ்விரண்டு பகுதிகளும் இருந்தன.

ஐ.நா. அவை புதிய நாடுகளின் உருவாக்கத்தை அறிவித்த பின்னர் அராபியர்கள்- யூதர்கள் இடையே மோதல் தீவிரமடைந்தது. பாலஸ்தீனர்களுக்கு ஆதரவாக எகிப்து, சிரியா, ஜோர்டான், ஈராக் மற்றும் லெபனான் ஆகிய நாடுகள் இஸ்ரேலுடன் போருக்கு வந்தன. இந்த முதல் விடுதலைப் போர் எதிர்பாராத விதமாக இஸ்ரேலுக்குச் சாதகமாக அமைந்தது. அராபியர்கள் வசமிருந்த பல பகுதிகள் இஸ்ரேல் வசம் வந்தன. இஸ்ரேலின் முறைப் படுத்தப்பட்ட ராணுவத்தை அராபியர்களின் ராணுவத்தாலும் முறைப்படுத்தப்படாதப் படைகளாலும் எதிர்கொள்ள இயல வில்லை. இஸ்ரேல் தரப்பில் 4,000 வீரர்கள் பலியாயினர். மேலும் 2,000 யூத குடிமக்கள் உயிரிழந்தனர். ஐ.நா. சபை இஸ்ரேலுக்கு அளித்த பகுதிகளைவிட அதிகமான நிலப்பரப்பை இஸ்ரேல் கைப்பற்றிக் கொண்டது.

முதன் முறையாக காசாவும் (எகிப்து), மேற்குக் கரையும் (ஜோர்டன்) தங்களது இப்போதைய பெயரைப் பெற்றன. பாலஸ்தீனர்களுக் கென்று அறிவிக்கப்பட்ட பகுதிகள் இஸ்ரேல் வசம் சென்றதால் அந்நாட்டுக்கான நிலப்பரப்பு சுருங்கியது. கோலன் ஹைட்ஸ், சினாய் மற்றும் காசா, மேற்குக் கரை ஆகியன மட்டும் இப்போது பாலஸ்தீனர்களின் நிர்வாகத்தின் கீழ் உள்ளன. இதில் காசாவும், மேற்குக் கரையும், கோலன் குன்றுகளும் கூட இஸ்ரேல் படைகளின் ஆக்கிரமிப்பின் கீழ் உள்ளன. போரில் தோற்ற அராபியர்கள் கொரில்லா முறைப் போரை உருவாக்கியதன் விளைவாக இஸ்ரேலின் ஆக்கிரமிப்பு உருவாகியது.

போரினால் பாதிப்படைந்த பாலஸ்தீனர்கள் காசாவுக்கும், மேற்குக் கரைக்கும், அருகில் இருந்த அராபிய நாடுகளுக்கும் இடம் பெயர்ந்தனர். சுமார் 2,00,000 பேர் முதல் 7,00,000 பேர் வரையில் இவ்வாறு இடம் பெயர்ந்தனர். அதற்கு முன்னர் 1914இல் பாலஸ்தீனப் பகுதியில் 6,00,000 அராபிய மக்கள் வசித்ததாகவும் இதில் சுமார் 1,60,000 பேர் இஸ்ரேலிலேயே தங்கிவிட்டதாகவும்

கூறப்படுகிறது. ஐ.நாவின் நிவாரணம் மற்றும் பணிகள் அமைப்பு உருவாக்கப்பட்டு அகதிகளுக்கான அடிப்படைத் தேவைகள், கல்வி மற்றும் சுகாதாரத் தேவைகள் நிறைவேற்றப்பட்டன.

தேசத்தின் நிர்வாக அமைப்பு உருவாக்கம்

போர் நடைபெற்ற நேரத்தில் இஸ்ரேல் தனது அரசமைப்பு குறித்து சிந்திக்கத் துவங்கியது. சமூக, பொருளியல், அரசியல் மற்றும் நிர்வாக அமைப்புகளின் தேவையை உணர்ந்து புதிய அமைப்புகளை உருவாக்கத் துவங்கினர். விடுதலைப் பிரகடனத்தில் குறிப்பிட்டிருந்தபடி இஸ்ரேலிய அமைப்புகள் நிஜத்தில் நடைமுறைக்கு கொண்டு வரப்பட்டன. புதிதாகப் புலம் பெயர்ந்த யூதர்களின் வாழ்வாதாரத்தைக் குறித்தும் சிந்திக்கத் துவங்கினர். எத்தகைய புதிய அரசமைப்புச் சட்டத்தை எழுதுவது? எம்மாதிரியான அரசியல் முறைமையை உருவாக்குவது போன்ற கேள்விகள் தொடர்ச்சியாக எழுப்பப்பட்டு வந்தன.

விடுதலைப் பிரகடனத்தின்போது இணைந்து உருவாக்கப்பட்ட இடைக்கால அரசு, புதிய தேசத்தின் நிர்வாகப் பொறுப்பையும் ஏற்றுக்கொள்ளும்படிக் கேட்டுக்கொள்ளப்பட்டது. ஐ.நாவின் பிரிவினைத் திட்டத்தை ஏற்றுக்கொண்ட உடனேயே இடைக்கால நிர்வாக அமைப்பு செயல்படத் துவங்கிவிட்டது. யிஷுவ் எனும் (யிஷுவ் எரெட்ஸ் இஸ்ரேல்- இஸ்ரேல் நிலப்பகுதி) உயர்மட்ட யூத அமைப்பின் கீழ் ஏற்கனவே அனுபவம் பெற்றிருந்தது அந்த அமைப்பு. பிரிட்டிஷ் ஆணையின்படி உருவான பகுதிகளில் மக்களுக்குத் தேவையான வசதிகளை ஏற்படுத்தி வந்தது. பின்னர் 1948, மார்ச் மாதத்தில் தேசிய மன்றம் மற்றும் யூத முகமை ஆகியவற்றிலிருந்து தேர்ந்தெடுக்கப்பட்ட நபர்கள் கொண்ட அரசு மன்றம் மக்களுக்கு சேவைகளை வழங்கத் தொடங்கியது. மே மாதம் 14ஆம் நாள் இம்மன்றம் பிரிட்டிஷ் ஆணையின்படி நடைமுறையில் இருந்த புலம் பெயர்வோர் மற்றும் நில விற்பனை மீதான கட்டுப்பாடுகளை நீக்கியது.

முதல் அரசும் முதல் தேர்தலும்

முதல் விடுதலைப் போர் நிகழ்ந்த உடன் தங்களது நாட்டை விரைந்து நிலைநிறுத்தும் வேலையை இஸ்ரேலியத் தலைவர்கள் மேற்கொள்ளத் துவங்கினர். இடைக்கால அரசு மூன்று கூறுகளை உள்ளடக்கியிருந்தது. ஒன்று, முப்பத்தி மூன்று உறுப்பினர்களைக் கொண்டு உருவாக்கப்பட்ட தேசிய மன்றம், இரண்டு தேசிய

மன்றத்தால் தேர்வு செய்யப்பட்ட 13 காபினெட் அமைச்சர்கள், மூன்று தேசிய மன்றத்தால் தேர்வு செய்யப்பட்ட அதிபர் ஒருவர் என மூன்று கூறுகள் இருந்தன. அக்காலகட்டத்தில் புலம் பெயர்ந்த யூதர்கள் பேரளவில் இஸ்ரேலை நோக்கி வந்த வண்ணம் இருந்தனர். எனவே, நிர்வாகம் மிகுந்த சிக்கல் மிகுந்ததாக இருந்தது.

முதல் விடுதலைப் போர் நிர்வாகப் பணிகளை பாதித்தது. அத்துடன் தங்கள் அரசை நிலைநிறுத்தத் தேவையான செயல்பாடுகளை முன்னெடுக்கவும் இடைக்கால அரசு தீவிரமாக முனைந்தது. இடைக்கால அரசின் பிரதமராக டேவிட் பென் - குரியன் தேர்வு செய்யப்பட்டார். அதிபராக வைஸ்மான் தேர்வு செய்யப்பட்டார். சியாம் வைஸ்மான் 1874ஆம் ஆண்டு ரஷ்யாவில் பிறந்தார். அவரது குடும்பம் தீவிரமான ஸியோனிஸ்ட் குடும்பம். ஜெர்மனியில் டாக்டர் ஆஃப் சயின்ஸை முடித்த அவர் இங்கிலாந்தின் மான்செஸ்டர் பல்கலையில் பயோகெமிஸ்டரி துறையில் ஆசிரியராக இணைந்தார். அட்மிராலிட்டி லேபரட்டரீஸ்சின் இயக்குநராக 1919இல் இருந்தபோது துப்பாக்கி குண்டு தயாரிக்கப் பயன்படும் 'கன் பவுடர்' இன் முக்கிய உள்ளீடான அசிடோனை உருவாக்கும் வழிமுறையைக் கண்டறிந்தார்.

ஆங்கில ஸ்யோனிஸ்ட் இயக்கத்தின் தலைவரான அவர் பால்ஃபோர் பிரகடனத்தின் பின்னணியில் முக்கியப் பங்காற்றினார். உலக ஸ்யோனிச இயக்கத்தின் தலைவராக அவர் 1920 முதல் 1946 வரை (1931-35 நீங்கலாக) பதவி வகித்தார். 1947இல் ஐ.நா. அவையில் யூதர்களுக்கென்று தனி நாடு ஒன்றை நிறுவ வேண்டிய அவசியத்தை வலியுறுத்திப் பேசினார். பின்னர் அமெரிக்க அதிபர் ஹாரி ட்ரூமனையும் சந்தித்து அமெரிக்காவின் ஆதரவையும் கோரினார். 1949இல் இஸ்ரேலிய நாடாளுமன்றம் அவரை அதிபராகத் தேர்வு செய்தது. மீண்டும் 1951இல் அதிபரான அவர் ஓராண்டு கடந்த நிலையில் காலமானார்.

5

போர்கள்

இஸ்ரேலுக்கான பெயர் காரணம் பல்வேறு மத நூல்களில் விவரிக்கப்பட்டுள்ளது. ஆதி யூதரான ஜேக்கப் தனது இருப்பிடமான கானான் பிரதேசத்துக்குத் திரும்பவந்தபோது வழியில் ஒரு 'தேவதை' அவருடன் மல்யுத்தம் செய்தது; அந்த மற்போர் விடியும் வரை நடந்தது; அதில் ஜேக்கப் வென்றார்; அதனால் அவருக்கு இஸ்ரேல் எனும் பெயர் (கடவுளுடன் போராடியவர்) வந்தது. அதுவே இப்போது நாட்டின் பெயராக வைக்கப்பட்டது என்று சொல்லப்படுகிறது.

இஸ்ரேல் எனும் சொல்லுக்கு, புனித நிலம் என்றும் ஒரு அர்த்தம் சொல்லப்படுகிறது. அதாவது கடவுளால் ஆபிரஹாமுக்கு வழங்கப்பட்ட புனித நிலம். அதனால் இப்பெயர் ஏற்பட்டதாகவும் குறிப்பிடப்படுகிறது.

யூத மத நூல்களில் மட்டுமின்றி கிறிஸ்துவ மற்றும் இஸ்லாமிய நூல்களிலும் குறிப்பிடப்படுகிறது.

யூதர்களுக்குத் தனித் தேசம் வேண்டும் என்ற கோரிக்கை எழும்பியபோது உடனடியாகக் கிடைத்த பெயர் 'இஸ்ரேல்'. பிற்காலத்தில் இஸ்லாம் தோன்றியபோது அதில் யூத மதத்தின் தத்துவம், நெறிகள் மற்றும் மதிப்பீடுகளும் இடம் பெற்றன.

ஆனாலும் யூதர்களுக்கும் நபிகளுக்கும் இடையே மோதல் இருந்தன; அராபிய யூதர்களை இஸ்லாமியர்கள் கொன்றனர் என்றெல்லாம் கூடக் கூறப்படுகிறது. இஸ்லாமியரின் புனித ஆவணமான மெதினாவின் அரசமைப்பு (இதை மெதினாவுக்கு வந்த பிறகு நபிகள் ஏற்படுத்தியதாக இஸ்லாமிய மத அறிஞர்கள் கூறுகின்றனர்) என்பதை அராபியாவின் யூதப் பழங்குடியினர் சிதைத்துவிட்டதாகவும், இதனால் 700 யூதர்களை அவர்கள் கொன்றதாகவும் இஸ்லாமிய நூல்களில் கூறப்படுகிறது. ஆனால் வரலாற்று ஆசிரியர்கள் அப்படியொரு ஆவணம் இருந்ததைச் சந்தேகிக்கின்றனர். அதற்கான சான்று ஏதும் இதுவரை கிடைக்க வில்லை என்பதே காரணமாகச் சுட்டப்படுகிறது. இதன் பின்னர் தொடர்ந்து பல்வேறு யூதப் படுகொலைகள் நிகழ்ந்ததாகவும் குறிப்பிடப்படுகிறது.

மேற்குறிப்பிட்ட செய்தி உண்மையென்றால் நபிகள் காலத்திலேயே யூத-அராபிய அல்லது இஸ்லாமிய மோதல்கள் துவங்கிவிட்டன. இருப்பினும் இஸ்லாத்தில் இஸ்ரேலியாட் எனும் யூத மதத்தின் கூறுகள் உள்வாங்கப்பட்டிருப்பதை இன்றுவரை யாரும் மறுக்கவில்லை. அப்படியிருக்க துவக்க காலத்திலேயே மோதல்கள் இருந்ததாகக் கூறப்படுவது முரண்பாடாகவே உள்ளது. அது மட்டுமின்றி அந்நிலப்பிரதேசம் (கானான் என்ற பெயரிடப்பட்டது) கடவுளால் ஆபிரஹாமுக்குச் சுட்டிக்காட்டப்பட்டது என்பதைத் திருக்குரானும் கூறியுள்ளது. ஆகையால் மத மோதல் என்பதைக் காட்டிலும் உயர்வுத் - தாழ்வு அல்லது ஆண்டான் - அடிமை மனோபாவத்தினால்தான் யூதர்களுக்குத் தனித்தேசம் அமைவதை அராபியர்களால் ஏற்க இயலவில்லை என்று கருத வேண்டியுள்ளது. ஏனெனில் இஸ்லாமியர்களைப் பொறுத்தவரை தாங்கள் ஆப்ரஹாமின் மூத்த மகனான இஷ்மெய்ல் என்பவரது வழித்தோன்றல்கள் என்றும், இளையமகனான ஜேக்கப்புக்கு (இஸ்ரேல் எனும் பெயரைப் பெற்றவருக்கு) அந்நிலத்தில் உரிமையில்லை என்றும் வாதிடுகின்றனர். இவையும் திருக்குரானில் சொல்லப்பட்டுள்ளன.

ஆட்டோமான் பேரரசு இருந்தவரையில் யூதர்களுக்கு அவர்களது ஆட்சிப்பிரதேசத்திலும், பாலஸ்தீனப் பிரதேசத்திலும் வரையறுக்கப்பட்ட உரிமை இருந்தது. அதற்கு முன்னர் இரண்டாம் வழிபாட்டு மையமும் இடிக்கப்பட்டு அப்பிரதேசத்தை விட்டு விரட்டப்பட்ட நிலையில் ஆட்டோமான் ஆட்சி நல்லாட்சியாகவே இருந்திருக்க வேண்டும். பத்தொன்பதாம் நூற்றாண்டில் ஐரோப்பா

உட்பட பல நாடுகளில் யூத வெறுப்பு பரவலாக நடைமுறையில் இருந்தபோது தங்களுக்கென்று ஒரு தனி நாடு வேண்டும் என்ற எண்ணம் யூதர்களுக்குத் தோன்றியதில் வியப்பில்லை. இக்கோரிக்கைக்கு வாழ்க்கையில் உயர்ந்த இடத்தில் இருந்த தத்தமது வாழும் நாடுகளில் நல்ல செல்வாக்குடனும், செல்வ வளத்துடனும் இருந்த யூதர்கள் ஆதரவு அளிக்கவில்லை. ஆனால் அன்றாடம் வெறுப்புணர்ச்சியை உணர்ந்து வந்த யூதர்களே தனி நாடு கோரிக்கைக்கு ஆதரவளித்தனர்.

தனி நாடு பெற்ற பிறகு இஸ்ரேலில் ஒவ்வொரு வயது வந்த தனி நபரும் குறைந்த பட்ச இராணுவப் பயிற்சியுடன் இருப்பதோடு, கட்டாயம் இராணுவத்தில் பணியாற்ற வேண்டும் எனும் நிபந்தனையுடனே வாழ்கின்றனர். ஏற்கனவே தங்களுக்கு நேர்ந்த கொடுமைகளைத் தடுக்கவும், தனி நாட்டைக் காப்பாற்றவும் இந்த இராணுவப் பயிற்சியை ஏற்படுத்தியுள்ளனர். மாறாக அராபிய இஸ்லாமியர்களோ தங்களது அரச வம்சத்தின் அல்லது இராணுவ ஆட்சியாளர்களுக்கு இணக்கமான செயல்பாடுகளை வைத்துள்ளனர். இஸ்லாமிய அடிப்படைவாதம் சவூதி அரேபியாவுக்கும், இதர இஸ்லாமிய நாடுகளுக்கும் இறையியல் அரசாக விளங்குவதற்கு வஹாபிசம் பின்னணியில் இருந்தது. ஷரியா சட்டம் மட்டுமே செல்லுபடியாகும்.

அது மட்டுமின்றி ஐரோப்பிய ஆதிக்கத்தின் மீதான வெறுப்பும் காரணமாகியது. அதற்கு முன்னர் ஆட்டோமான் பேரரசின் கீழ் இருந்தனர். ஐரோப்பியர்கள் தங்களுக்கு ஆதரவாக இருப்பார்கள் என்று எதிர்பார்த்தே முதலாம் உலகப் போரில் அவர்களுடன் இணைந்துப் போரிட்டனர். போர் முடிந்தவுடன் ஆங்கில-பிரெஞ்சு வல்லரசு நாடுகள் அராபிய பிரதேசத்தைத் தங்களின் ஆதிக்கத்தின் கீழ், கொண்டு வந்தனர். சோவியத் ஒன்றியத்தின் செல்வாக்கைத் தடுக்கும் பொருட்டு இதைச் செய்தனர்.

ஆனால் இஸ்ரேலின் தோற்றத்தின் பின்னணியில் மதம் அதிகம் பங்காற்றவில்லை. மாறாக யூத இனத்தின் அடிப்படை மனித உரிமைகளை நிலைநாட்டும் பொருட்டே தனி நாடு கேட்டனர். அதுவும் கூட நாஜிகளின் யூத வெறுப்பு சுமார் 50,00,000 யூதர்களின் இறப்புக்குக் காரணமாக அமைந்ததால், இனிமேலும் தாமதிக்கக்கூடாது என்று முக்கிய யூதப்பிரமுகர்கள் முயற்சி செய்து தனி நாட்டைத் தோற்றுவித்தனர். பன்னாட்டு சமுதாயமும் அதில் இருந்த நியாயத்தை ஆதரித்தனர்.

ஐ.நா. இரண்டு நாடுகளை உருவாக்கத் தீர்மானம் நிறைவேற்றிய உடனேயே அனைத்து அரபு நாடுகளும் அதை எதிர்த்தன. அந்நிலம் இஸ்லாமியர்களுக்கே உரிமையானது என்று வாதிட்டன. மேலும் யூதர்களின் முறைப்படுத்தப்படாத படைகள் பாலஸ்தீனியர்களின் மீது தாக்குதல் நடத்தியதைத் தொடர்ந்து சிரியா, எகிப்து ஆகிய நாடுகள் யூதர்களின் மீது தாக்குதல் நடத்தின. இந்த மோதலில் முதலில் கலந்து கொள்ளாத ஜோர்டான் பின்னர் அரைகுறை மனதுடன் கலந்து கொண்டது. ஆயினும் இப்போரில் இஸ்ரேல் வென்று ஐ.நா. தீர்மானம் வழங்கிய பகுதிகளைவிட அதிக நிலப்பரப்பைத் தன்வசமாக்கியது.

முதல் போர் (1948-1949)

முதலாம் உலகப் போருக்குப் பிறகு பிரிட்டிஷ் பகுதிகளாக மாறிய இன்றைய இஸ்ரேல், காசா, ஜோர்டான் மற்றும் மேற்குக் கரை ஆகியவை பால்ஃபோர் பிரகடனத்தின்படி பிரிட்டிஷ் ஆணைக்குட்பட்ட பகுதிகளாயின. இதையொட்டி ஜோர்டான் நாடு தனியாக உருவாக்கப்பட்டது. அதனால் யூதத் தனி நாடு உருவாகவில்லை. இதே காலகட்டத்தில் பிரிட்டிஷ் பகுதிக்குள் ஏராளமான அயல்நாட்டு யூதர்கள் குடியேற ஆரம்பித்தனர். உக்ரைனில் நிகழ்ந்த மோதல்களை அடுத்து அவர்கள் அங்கு குடியேறத் ஆரம்பித்தனர். சுமார் 90,000 யூதர்கள் 1919-26க்குள் குடியேறியதாகக் கூறப்படுகிறது. இதன்பின்னர் ஜெர்மனியில் நாஜி கட்சி ஆட்சியைக் கைப்பற்றியதும் அங்கிருந்து வெளியேறிய யூதர்கள் பிரிட்டிஷ் ஆணைக்குட்பட்ட பகுதிகளுக்கே வந்தனர். இதனால் யூத மக்கள் தொகை இரட்டிப்பாகியது. அராபிய-பாலஸ்தீன மக்கள் இத்திடீர் மாற்றத்தால் கடுமையாகப் பாதிக்கப்பட்டனர். புதிதாக குடியேறிய மக்கள் அராபியர்களுக்குத் தங்களது நிலத்தை விற்கவோ குத்தகைக்கு தரவோ மறுத்ததோடு, அவர்களைக் கூலி வேலைகளுக்கும் கூட அழைக்க மறுத்தனர்.

இப்போக்குகளைத் தொடர்ந்து 1920களில் ஜெருசலேத்தின் மதகுருவான அல்-ஹுசைனி பாலஸ்தீனிய அராபிய இயக்கத்தின் தலைமைப் பொறுப்பை ஏற்றார். அவரின் பெரும் பங்களிப்புடன் நேரடியாக மதக் கலவரங்கள் நிகழ்ந்தன. இஸ்லாமியரின் வசமிருந்த ஜெருசலேத்தின் அல்-அக்சா மசூதியையும் புனித பாறைத் தலத்தையும் (டோம் ஆஃப் ராக்கையும்) யூதர்கள் கைப்பற்றிக் கொண்டு அதிகளவில் குடிபுகுந்து வருகின்றனர் என்று கூறி அராபியர்களை கலவரத்துக்குத் தூண்டியதாகக் கூறப்படுகிறது.

இஸ்ரேல் | 41

அதன் பின்னர் 1921இல் நடந்த ஜாஃப்பா கலவரத்தின் காரணமாக யூத முறைசாரா இராணுவமான ஹகன்னா உருவாக்கப்பட்டது. கலவரங்களும் கலகங்களும் அராபியர்களால் தொடர்ந்து முன்னெடுக்கப்பட்டன. ஹூசைனி 1929-லும், பின்னர் 1936-39களில் நேரடியாகவும் பிரிட்டிஷ் ஆட்சிக்கு எதிராக அராபியர்களைத் திரட்டிப் போரிட்டார். இதில் ஏராளமான யூதர்கள் கொல்லப்பட்டனர். எனினும் 1937-லேயே அமின் அல்-ஹூசைனி பாலஸ்தீனத்தை விட்டு வெளியேறி லெபனான், ஈராக், இத்தாலி வழியே நாஜி ஜெர்மனியை அடைந்தார். அங்கு அரசியல் அடைக்கலம் கோரி வசித்து வந்தார். பிரிட்டிஷ் அரசு இந்தக் கலவரங்கள், கலகங்களை விசாரணை செய்ய பல்வேறு ஆணையங்களை நியமித்தது.

அவ்வாறு நியமிக்கப்பட்ட பீல் குழுவே இரட்டை நாடுகள் எனும் தீர்வை முன்வைத்தது. அதன் பின்னர் 1939இல் ஒரு நாடு எனும் தீர்வை முன்வைத்த புதிய கொள்கையைக் கொண்டு வந்தது. இதன்படி பிரிட்டிஷ் மற்றும் அரபுத் தலைவர்கள் யூதர்களின் குடியேற்றத்தைக் கட்டுப்படுத்தும் முறை ஏற்படுத்தப்பட்டது. என்றாலும் ஐரோப்பாவில் நிகழ்ந்த யூதப் படுகொலைகளால் யூத அமைப்பினர் (யிஷூ) ஏராளமான யூதர்களை பாலஸ்தீனப் பகுதிக்குள் கடத்தினர். இதனால் மேலும் கொந்தளிப்பான சூழல் உருவாகியது.

இதன் காரணமாக இரு நாடுகள் தீர்வு, ஒரு நாடு தீர்வாக இஸ்ரேலை நிறுவுவது தொடர்பான நடவடிக்கைகளை பிரிட்டனும் அமெரிக்காவும் எடுத்தன. பிரிட்டனின் அகதிகள் தடுப்பு நடவடிக்கைகளால் எரிச்சலடைந்த யூதத் தலைமை தங்களது முறைசாரா இராணுவத்தினரைக் கொண்ட யுனைடெட் ரெசிஸ்டெண்ட் மூவ்மெண்ட் எனும் படையணியை ஏற்படுத்தினர். இவர்கள் ஜெருசலேமில் நிலைகொண்டிருந்த பிரிட்டிஷ் நிர்வாகத்தினரின் தலைமையகம் அமைந்த கிங் டேவிட் ஹோட்டலின் மீது வெடிகுண்டுத் தாக்குதல் நடத்தினர். இது போல சிறையுடைப்பு, போக்குவரத்து மீதான தாக்குதல் எனப் பலவற்றை மேற்கொண்டனர். டேவிட் ஹோட்டல் தாக்குதலில் 91பேர் மரணமடைந்தனர். இதனால் வைஸ்மான் போராட்டத்தை நிறுத்தும்படி யூத முகமையைக் கேட்டுக்கொண்டார். ஆனாலும் ஒரு சில குழுக்கள் தொடர்ந்து தங்களது போராட்டத்தைத் தொடர்ந்தனர். இதைத் தொடர்ந்து 1947 மே 15ஆம் நாள் புதிதாக உருவாக்கப்பட்டிருந்த ஐ.நா. அவையின் பொதுச் சபை ஒரு

குழுவை அமைத்தது. இதில் ஆஸ்திரேலியா, கனடா, செக்கஸ்லோவேகியா, குவட்டிமாலா, இந்தியா, ஈரான், ஹாலந்து, பெரு, ஸ்வீடன், உருகுவே மற்றும் யூகோஸ்லோவியா ஆகியன இடம் பெற்றிருந்தன.

இவர்கள் இஸ்ரேல், பாலஸ்தீனம் என இருநாடுகள் மற்றும் ஜெருசலேம் பன்னாட்டு நிர்வாகத்தின் கீழ் இருப்பது என்று முடிவெடுத்தனர். இதையடுத்தே இஸ்ரேலை உருவாக்கும் முயற்சியில் யூதத் தலைவர்கள் ஈடுபட்டு சுதந்திரப் பிரகடனத்தையும் வெளியிட்டனர். ஐ.நாவின் முடிவையே ஏற்காத அராபியர்கள், சுதந்திரத் தீர்மானத்தை எதிர்க்கும் விதமாக போரினைத் தொடுத்தனர். எகிப்து, சிரியா, ஈராக் மற்றும் ஜோர்டான் நாடுகள் போரில் ஈடுபட்டன. அராபியப் படைகளின் தவறான அணுகு முறையால் கிராமங்களில் வசித்த அராபியர்கள் போரிலிருந்து பாதுகாத்துக்கொள்ள இடம் பெயர்ந்தனர். மற்றொருபுறம் யூத முறைசாரா இராணுவமும் பாலஸ்தீன குடியிருப்புகள் மீது தாக்குதல் நடத்தியது. இவற்றின் காரணமாக ஏராளமான பாலஸ்தீனர்கள் அண்டை நாடுகளுக்கும், காசா, மேற்குக் கரை மற்றும் கோலன் குன்றுகள் பகுதிகளுக்கும் இடம் பெயர்ந்தனர்.

இப்பகுதிகளுக்கு இடம் பெயர்ந்ததால் இஸ்ரேலுக்குப் புதிய பகுதிகள் கிடைத்தன. மேலும் யூத மக்களைக் குடியேற்ற இதுவே வாய்ப்பாக அமைந்தது. ஒருமுறை இழந்த இப்பகுதிகள் இஸ்ரேலின் அங்கமாகிவிட்டன. அராபியர்கள் ஏறக்குறைய இஸ்ரேலை அங்கீகரிக்கும் விதமாக பல அமைதி உடன் படிக்கைகளில் கையெழுத்திட்டுள்ளனர். எவரும் இப்பகுதியை மீட்கக் கோரவில்லை.

சூயஸ் கால்வாய் பிரச்னை (1956)

சூயஸ் கால்வாய் ஐரோப்பாவையும், ஆசியாவையும் கடல் மார்க்கமாக இணைக்கும் வழி. இக்கால்வாய் எகிப்து நாட்டின் வசமுள்ளது. நிலப்பரப்பின்படி அது எகிப்திய பிரதேசம். பெரும்பாலான கப்பல்கள் சூயஸ் கால்வாய் வழியாகத்தான் ஆசியாவுக்குள் நுழைய வேண்டும். ஒரு நாளைக்கு நூற்றுக்கணக்கான கப்பல்கள் இதன் வழியே பயணம் செய்யும். இல்லையென்றால் கப்பல்கள் ஆப்பிரிக்கா கண்டம் முழுவதையும் சுற்றிக்கொண்டுதான் ஆசியாவுக்குள் நுழைய முடியும். இம்முக்கியத்துவம் வாய்ந்தக் கால்வாயை பன்னாட்டு அரசியல் லாபங்களுக்காக அதிபர் நாசர் முன் அறிவிப்பு ஏதுமின்றி

'தேசியமயமாக்கி' மூடினார். அதிபர் நாசர் எகிப்திய அரசரை இராணுவப் புரட்சி செய்து பதவி நீக்கியதில் முக்கிய பங்காற்றியவர். இருமுறை மக்களால் தேர்ந்தெடுக்கப்பட்டார். அரபு நாடுகளின் ஒருமித்த ஆதரவையும் பெற்றவர். எகிப்தில் பொருளாதார மாற்றங்களைக் கொண்டு வந்ததற்காக நினைவுகூரப்படுபவர். இதற்கு இராணுவ-குடிமைப்பணி என இரண்டையும் இணைத்து சர்வாதிகாரியாக அவர் விளங்கியதும் ஒரு காரணம். இன்றுவரை எகிப்து ஆட்சிமுறை அவர் பாணியில்தான் நடக்கிறது.

நாசரின் நடவடிக்கையால் பிரிட்டிஷ், பிரெஞ்சு அரசுகள் கடும் கோபமடைந்தன. இக்கால்வாயை இங்கிலாந்து மற்றும் பிரெஞ்சு நிறுவனங்களே நிர்வகித்து வந்தன. அவை தங்களது படைகளை அப்பிரதேசத்துக்கு அனுப்ப ஆரம்பித்தன. இஸ்ரேலும் இதனால் பாதிக்கப்பட்டது. எனவே 1956 அக்டோபரில் இஸ்ரேலியப் படைகள் எகிப்தின் சினாய் பகுதிக்குள் புகுந்து அதைக் கைப்பற்றின. பன்னாட்டு அழுத்தத்தால் சூயஸ் கால்வாயை அதிபர் நாசர் திறந்தார். இஸ்ரேலியப் படைகள் காசா, ராஃபா மற்றும் அல்-அரிஷ் பகுதிகளைக் கைப்பற்றின. ஏராளமானோர் சிறை பிடிக்கப்பட்டனர். இஸ்ரேலின் இலாட் துறைமுகத்தை எகிப்து விடுவித்தது.

பின்னர் 1957இல் ஐ.நாவின் நெருக்கடிகாலப் படைகள் அங்கு கண்காணிப்பை மேற்கொள்ளச் சென்றன. இஸ்ரேல் தனது படைகளை திரும்ப அழைத்துக் கொண்டது. இப்போரில் வென்றது எகிப்துதான் என்பது பலரின் வாதம். ஆனால் சினாய் பகுதியையும் தனது அரசியல் துருப்புச் சீட்டு ஒன்றையும் நாசர் இழந்தார். அவர் பதவி விலகுவதாக அறிவித்தார். ஆனால் மக்களின் கோரிக்கையை ஏற்றுப் பதவியில் நீடித்தார். இப்போரில் இஸ்ரேல் படைகளின் வலிமை முதல் முறையாக உணரப்பட்டது. சினாய் மற்றும் அதன் அருகமைப் பகுதிகளை ஐந்து நாட்களில் கைப்பற்றியதுதான் காரணம்.

6

ஆறு நாள் போர்

இரண்டாம் போர் (ஆறு நாள் போர்) 1967

இரண்டாவது போரான ஆறு நாட்கள் போர் இன்றைய முழு இஸ்ரேலைத் தோற்றுவித்தது என்றால் மிகையில்லை. அராபிய அரசுகளின் நீண்ட நாள் எரிச்சலாக இஸ்ரேல் இருந்தது. உலகம் முழுதும் பரவியிருந்த பனிப்போரில் சோவியத் ஒன்றியத்தின் பக்கம் நின்று (முழுமையாக இல்லாவிட்டாலும் கூட) அமெரிக்கா தலைமையிலான மேற்குலக நாடுகளின் வல்லாதிக்க நடவடிக்கைகளை எதிர்த்து வந்த அராபிய நாடுகள், குறிப்பாக நாசர் தலைமையிலான எகிப்து, சிரியா, ஈராக் ஆகியனவும், இப்படியும் அப்படியும் ஊசலாடிய ஜோர்டானும் இஸ்ரேலை நிரந்தரமாக நீக்க நேரம் எதிர்பார்த்துக் காத்திருந்தனர். இஸ்ரேல் தனது பொருளாதார, அரசியல் நிலைத்தன்மையை சுமார் 19 ஆண்டுகளில் பெற்றிருந்தது. மீண்டும் இஸ்ரேலுடன் மோதுவதற்கு தோதாக அராபிய நாடுகளும் தங்களது இராணுவ வலிமையை பெருக்கிக்கொண்டன.

இந்நிலையில் இஸ்ரேல் தனது இராணுவத்தைப் போருக்குத் தயாராக்கி வருகிறது என்று சோவியத் தரப்பிலிருந்து ஒரு செய்தி வெளியிடப்பட்டது. இச்செய்தியின் உண்மைத்தன்மையை எந்த அரபு நாடுகளும் சரிபார்க்கவில்லை. ஆனாலும் இஸ்ரேல் மீது

போர்த் தொடுக்க அவை முயற்சிகளை மேற்கொண்டன. முதலில் போரை ஆரம்பிக்க அவை தயக்கம் காட்டின. இந்நிலையில் இஸ்ரேலிடம் இரண்டு வாய்ப்புகளே இருந்தன. பெருகியுள்ள அரபு நாடுகளின் இராணுவ வலிமையைக் கருத்தில் கொண்டு நீண்ட கால போர் செய்யத் தயாராவது; அல்லது தானே போரினைத் துவங்குவது. அரபு நாடுகள் தங்கள் படைகளைத் திரட்டத் துவங்கின. எந்நேரத்திலும் போர் வெடிக்கலாம் எனும் சூழல்.

இந்நிலையில் அராபியத் தீவிரவாதப் படையினர் சிரியாவிலிருந்து அடிக்கடி இஸ்ரேல் மீது தாக்குதல் நடத்தி வந்தனர். அப்படியொரு சம்பவத்தின் பின் இஸ்ரேலியப் படையினர் ஜோர்டானுக்குள் புகுந்து தாக்குதல் நடத்தினர். சிரியாவிலிருந்து நடத்தப்பட்டத் தாக்குதலுக்கு ஜோர்டானைத் தாக்குவது சரியல்ல என்பதால் இஸ்ரேல் மீது கடும் கண்டனங்கள் விழுந்தன. ஜோர்டான் அரசர் ஹுசைன் தன்னுடைய பதவிக்கு ஆபத்து என்பதைக் கருத்தில் கொண்டு எகிப்து அதிபர் நாசருடன் பாதுகாப்பு உடன்படிக்கை செய்து கொண்டார். ஏனெனில் ஜோர்டானில் நாசருக்கு அவ்வளவு செல்வாக்கு இருந்தது. பாலஸ்தீன அகதிகளில் பெரும்பாலோர் ஜோர்டானில்தான் தஞ்சம் புகுந்தனர். இவர்களாலும் தன் பதவிக்கு ஆபத்து என்பதை உணர்ந்திருந்தார் மன்னர் ஹுசைன். எனவே தனது இராணுவத்தை எகிப்து, சிரியா படைகளுடன் இணைத்துப் போரிட அனுமதித்தார். இஸ்ரேலுடன் இரகசியமாகப் பேசிக்கொண்டிருந்த மன்னர் இப்போது தனக்கு அளிக்கப்பட்ட வாக்குறுதியை மீறி இஸ்ரேல் தனது பகுதிக்குள் தாக்குதல் நடத்தியதால் கோபம் அடைந்தார்.

ஒருபுறம் சோவியத் ஒன்றியத்தின் செய்தியை அடிப்படையாக வைத்துக்கொண்டு மீண்டும் சூயஸ் கால்வாய் பகுதியில் காவல் பணி புரிந்து வந்த ஐ.நா. சபை, அமைதிப்படைகளை அங்கிருந்து அப்புறப்படுத்தியது. எகிப்து இராணுவம் அங்கெல்லாம் நிறுத்தப் பட்டது. மேலும் இஸ்ரேல் கப்பல்களால் சூயஸ் கால்வாயை அணுக முடியவில்லை. முன்னர் 1956ஆம் ஆண்டு நிலைமையில் இஸ்ரேல் இருந்தது. இத்துடன் நாசர் 'இஸ்ரேல் போர் செய்ய விரும்பினால் வரலாம்; நாம் அதை வரவேற்கிறோம்' என்றும் பேசினார். நாசரிடம் இருந்த வல்மையான ஓர் ஆயுதம் வானொலி. அரபு நாடுகள் முழுதும் அவரது பேச்சுக்கள் ஒலிபரப்பாகி வந்தன. இதனால்தான் அவர் நாடுகள் கடந்து புகழ் பெற முடிந்தது.

இஸ்ரேல், அமெரிக்காவின் அனுமதியைக் கோரியது. ஏனெனில் இப்போது மீண்டும் சூயஸ் கால்வாயைத் திறப்பது பெரிய

போருக்குப் பிறகுதான் நிகழும் என்பது புரிந்திருந்தது. இரண்டாவது 1956இல் இஸ்ரேல் கைப்பற்றிய பகுதிகளை அமெரிக்கா திரும்ப அளிக்கக் கோரியது. மீண்டும் அது போல நடக்கக்கூடாது என்பதுதான் இஸ்ரேலின் நிலைப்பாடு. நீண்டகாலப் போர் என்றால் சோவியத் ஒன்றியமும் ஆர்வம் காட்டும். எனவே அது விரும்பத்தக்கதல்ல. இஸ்ரேல் அனுமதி கேட்டபோது அமெரிக்கா அனுமதித்தது. இஸ்ரேல் முதலில் போரைத் துவங்கக்கூடாது என்று பொதுவெளியில் எச்சரித்த அதிபர் ஜான்சன் வேறு வழியின்றி இஸ்ரேல் தன்னைக் காப்பாற்றிக்கொள்ளப் போர் செய்யட்டும் என்று விட்டுவிட்டார். இஸ்ரேலில் போர் முன் தயாரிப்புகளால் இதரப் பொருளாதார நடவடிக்கைகள் தேங்கிப்போவதோடு, நீண்ட நாட்கள் தள்ளிப்போனால் எதிரிகளும் பலம் பெறலாம். எனவே போரை உடனே நடத்த வேண்டும் என்று அமெரிக்காவிடம் தெரிவித்தனர். அனுமதியும் கிடைத்தது.

இஸ்ரேல் விமானப்படை வீரர்கள் நல்ல பயிற்சி பெற்றிருந்தனர். அவர்களுக்கு எதிரி நாடுகளின் விமான நிலையங்கள், விமானங்கள் உள்ளிட்ட அனைத்து தகவல்களும் கொடுக்கப்பட்டிருந்தன. போதாக்குறைக்கு எதிரி நாட்டின் செய்திப் பரிமாற்றங்களை இடையிட்டுக் கேட்கும் வசதியும் இருந்தது.

இஸ்ரேலின் விமானங்கள் எகிப்து இராணுவ விமானங்கள் மீது அதிரடியாகத் தாக்கின. இத்தாக்குதல் காலை நேரத்தில் எகிப்தில் முதலில் துவங்கின. பிற்பகலில் சிரியா, ஜோர்டானின் விமானப் படைகள் மீதும் தாக்குதல் நடந்தது. இத்தாக்குதலில் நாசர் பெரிதும் நம்பியிருந்த விமானப்படையின் 95% விமானங்கள் அழிந்தன. இது போல சிரியாவிலும் ஜோர்டானிலும் நடந்தன. ஏறக்குறைய போர் முடிந்துவிட்டது. எளிதாக இஸ்ரேலிய தரைப்படைகள் எதிரி களிடமிருந்த பாலஸ்தீனப் பகுதிகளை வென்றன. குறிப்பாக தங்களது மூதாதையர்களின் கோயில் இருந்த நிலப்பகுதியான கிழக்கு ஜெருசலேமைக் கைப்பற்றினர். ஜோர்டானிடமிருந்து அப்பகுதி கைப்பற்றப்பட்டது. இன்றுவரை ஜோர்டனிடம் அப்பகுதி திரும்பிச் செல்லவில்லை. ஜோர்டன் 1994இல் இஸ்ரேலுடன் அமைதி உடன்படிக்கையைச் செய்து கொண்டது. இப்போரில் குறிப்பிட வேண்டிய செய்தி ஒன்றும் உண்டு. அது, பாகிஸ்தானும் போரில் கலந்து கொண்டது!

எப்படியா? பாகிஸ்தான் விமானப்படையின் அதிகாரியான சாய்ஃபுல் ஆசாம் மூன்று இஸ்ரேலிய விமானங்களைச் சுட்டு வீழ்த்தி

ஜோர்டான், ஈராக் நாட்டு விமானங்களைச் சிறிதளவேனும் காப்பாற்றினர். முதல் நாள் போரிலேயே பெரும்பாலான விமானங்களை எகிப்து, சிரியா, ஜோர்டான் ஆகியவை இழந்து விட்டன. பின்னர் ஜூன் 5-7 தேதிவரை பாகிஸ்தானின் ஆசாம் இரண்டு நாட்டு விமானப்படைகளைப் பாதுகாக்கும் பணியில் ஈடுபட்டு வந்தார். ஆசாமின் உண்மையானப் பணி ஜோர்டன் விமான ஓட்டிகளுக்குப் பயிற்சி அளிப்பதே. ஆனால் பாகிஸ்தான் அரசு போர் மூண்டதாலும், முதல் நாளிலேயே அரபு நாடுகள் பலத்த அடி வாங்கியதாலும், ஆசாமை போரில் கலந்து கொள்ள அனுமதித்தது. இதே போல 1973 யோம் கிப்பூர் போரிலும் அப்துல் சத்தார் ஆல்வி எனும் விமானப்படை அதிகாரி ஒரு விமானத்தைச் சுட்டு வீழ்த்தினார்.

இதன் பின்னர் ஐ.நா. சபை தீர்மானம் 242-ஐ நிறைவேற்றியது. இதன்படி தத்தமது நில எல்லைகளை அந்தந்த நாடுகள் மறுபடியும் அடைய வேண்டும். இதன்படி இஸ்ரேல் தான் கைப்பற்றிய பகுதிகளைத் திரும்பக் கொடுக்க வேண்டும் என்றது. ஆனால் அவ்வாறு கொடுக்கவில்லை. ஆயினும் தீர்மானத்தை ஆதரித்தது. 'ஏனெனில் பாதுகாப்புடன் அமைதியாக வாழவும், அங்கீகரிக்கப் பட்ட நில எல்லைகளுடனும் வாழவும், அச்சமின்றி அல்லது தாக்கப்படும் வாய்ப்புகள் இன்றி இருக்கவும்' இத்தீர்மானம் உறுதியளித்தது. தாங்கள் இழந்த பகுதிகள் மீண்டும் கிடைக்கும் என்பதால் எகிப்தும், ஜோர்டனும் ஆதரித்தன. பாலஸ்தீன விடுதலை இயக்கம், தன் மக்களின் நிலை பற்றி ஏதும் குறிப்பிடாததால் இத்தீர்மானத்தை ஏற்கவில்லை. இருப்பினும் இதன் அடிப்படையில் அமைதி ஏற்பட வாய்ப்பிருந்தது.

இங்கு குறிப்பிட வேண்டிய விஷயம் பாலஸ்தீன விடுதலை இயக்கமும், அதன் நீண்டகாலத் தலைவர், இந்தியாவின் நண்பர் என்று அழைக்கப்பட்ட யாசர் அராஃபத்தும் தொடர்பானவை. பாலஸ்தீன விடுதலை இயக்கம் 28 மே 1964 போரின் மூலம் சுதந்திரப் பாலஸ்தீனத்தை அடையும் நோக்கோடு செயல்பட்ட பல விடுதலை இயக்கங்களின் கூட்டமைப்பாகும். இதன் தலைவராக 1969இல் யாசர் அராஃபத் பொறுப்பேற்றார். பின்னர் 1974இல் ஐ.நா. அவை அந்த இயக்கத்தை பாலஸ்தீன மக்களின் குரலை எதிரொலிக்கும் அதிகாரபூர்வ அமைப்பாக அங்கீகரித்தது. இஸ்ரேலும் 1993இல் இந்த இயக்கத்தை பாலஸ்தீனர்களின் பிரதிநிதியாக அங்கீகரித்தது. அராஃபத் 2004இல் மறைந்த பிறகு மஹ்மூத் அப்பாஸ் அதன் தலைவரானார். யாசர் அராஃபத் இந்திய வெளியுறவுக்

கொள்கையின்படி ஒரு நாட்டின் அதிபர் போல் நடத்தப்பட்டார். அவர் இந்திரா காந்தி, ராஜீவ் காந்தி ஆகியோரிடம் நல்ல நட்புறவு கொண்டிருந்தார். இந்தியா இஸ்ரேலை அங்கீகரித்தாலும் 1992 வரையில் தூதரக உறவில் இல்லை. முதல் இந்தியப் பிரதமர் ஜவாஹர்லால் நேரு, 1948-1950 வரையில் இஸ்ரேலை அங்கீகரிக்காமல் இருந்ததற்கு அரபு நாடுகளின் நட்பே காரணம் என்றார்.

நரசிம்ம ராவ் பிரதமர் ஆனபிறகே தூதரக உறவு ஏற்படுத்தப்பட்டது. பாஜக ஆட்சிக்கு வந்த பிறகு இந்த நெருக்கம் அதிகரித்தது. இன்றையப் பிரதமர் நரேந்திர மோதியே இஸ்ரேலுக்கு விஜயம் செய்த முதல் இந்தியப் பிரதமர்.

உரசல் போர்கள் (1967-1970)

போரில் தோல்வியடைந்தாலும் அரபு நாடுகள் குறிப்பாக எகிப்து தனது சோவியத் ஒன்றியத்தின் தொடர்புகளைப் பயன்படுத்தி நீண்ட காலத் தொடர் போர்முறை ஒன்றை வகுத்தது. இதன்படி சோவியத் ஒன்றியத்தின் விமானங்களையும், விமான எதிர்ப்பு பீரங்கிகளையும் பயன்படுத்தி இஸ்ரேலிடம் தொடர்ச்சியாக சண்டையிட்டு வந்தது. போரில் நேரடியாக சோவியத் ஒன்றியம் பங்கேற்று சிறு நாடான இஸ்ரேலை வாட்டி வதைக்கும்படி நடந்துகொண்டதும், இஸ்ரேலும் சலிக்காமல் பதிலடி கொடுத்ததும் வரலாற்று ஆய்வாளர்களால் குறிப்பிட்டுக் கூறப்படுகிறது. வழக்கம் போல சிரியா, ஈராக், ஜோர்டன் ஆகியவற்றுடன் சோவியத் ஒன்றியத்தின் நம்பகமான தோழனான கியூபாவும் உரசல் போர்களில் கலந்து கொண்டது. இருதரப்புக்கும் வெற்றி தோல்வியின்றி முடித்துக் கொள்ளப்பட்டதாக அறிவிக்கப்பட்ட உரசல் போர்களுடன் ஒரு வழியாக 1967 போர் சாகசங்கள் முடிவுக்கு வந்தன. இருதரப்பினரும் தங்களது பழைய எல்லைகளிலேயே அடங்கியிருக்க அமைதிப் பேச்சுவார்த்தைகள் உதவின.

இஸ்ரேல் ×7 - யோம் கிப்பூர் போர்

யோம் கிப்பூர் என்பது யூதர்களின் முக்கிய பண்டிகை. நீண்ட விரதங்களைப் பல நாட்களுக்கு அனுசரித்து பண்டிகை நாளில் காலை முதல் மாலை வரை வழிபாட்டிலும், தியானித்தலிலும் செலவிடுவர். அப்படியொரு நாளில் இஸ்ரேல் மீது தாக்குதல் நடத்துவது என்பது எகிப்து அன்வர் சதாத்தின் திட்டம். சதாத், நாசருக்குப் பிறகு அதிபர் ஆனவர். எகிப்து அரசரைப் பதவியை விட்டு நீக்கும் புரட்சியில் பங்கேற்றவர். யோம் கிப்பூர் போருக்காக

இன்றும் நினைவு கொள்ளப்படுபவர். இஸ்ரேலுடன் அமைதி உடன்படிக்கை செய்து கொண்ட முதல் அராபியத் தலைவர். இதன் காரணமாகவே சுட்டுக்கொல்லப்பட்டார்.

இத்திட்டத்துக்குத் தனது சக அரபு நாடுகளையும் இணைத்துக் கொண்டார் சதாத். முன் எப்போதும் இல்லாத வகையில் சவூதி அரேபியா உட்படப் பல நாடுகள் சதாத்தின் முயற்சிக்கு ஆதரவளித்தன. அரபு நாடுகளுடனான செல்வாக்கைப் பெருக்கும் பொருட்டு சோவியத் ஒன்றியம் எகிப்துக்கும், சிரியாவுக்கும் இராணுவ உதவிகளைச் செய்தது. உடன்படிக்கைகள் செய்து கொள்ளப்பட்டன. இஸ்ரேல் அமெரிக்க சார்பாக இருந்ததால் சோவியத் ஆதரவை அரபு நாடுகள் நாடத்துவங்கின. இப்போக்கை அமெரிக்காவும், இங்கிலாந்தும் விரும்பவில்லை. இராணுவ உதவிகளைப் பொறுத்தவரை ஃபிரெஞ்சு, இங்கிலாந்து விமானங்கள் உட்பட பலவிதமான தளவாடங்களை எகிப்து, ஜோர்டன் மற்றும் சிரியா பயன்படுத்திக்கொண்டன. இச்சூழ்நிலையில் மோஷே தயான் முன்னாள் இராணுவ தளபதி பி.பி.சிக்கு அளித்த பேட்டியில் இஸ்ரேல் 1967இல் நடந்த போரில் கைப்பற்றிய பகுதிகளைத் தொடர்ந்து தக்க வைத்திருக்கும் என்றும் மேற்கு கரையில் வசிக்கும் பாலஸ்தீனியர்கள் விரும்பினால் வேறு இடங்களுக்கு இடம் பெயரலாம் என்றும் சொன்னார். இதே மோஷே தயான் இஸ்ரேலுக்காகப் பல போர்க்களங்களைக் கண்டவர். பின்னாளில் பாதுகாப்புத் துறை அமைச்சராகவும் இருந்தார். ஜனதா கட்சி ஆண்ட போது இரகசியமாக இந்தியா வந்தார். அது பெரும் சர்ச்சையை கிளப்பியது.

இது ஏற்கனவே எரிச்சலில் இருந்த அராபிய நாடுகளை மேலும் கோபம் கொள்ளச் செய்தது. அன்வர் சதாத் இச்சந்தர்ப்பத்தை நன்கு பயன்படுத்திக் கொண்டார். ஏற்கனவே இருந்த நேசங்களுடன் லிபியாவின் கடாஃபியும் சதாத்துக்கு ஆதரவளித்தார். லிபியா ஃபிரான்ஸிடமிருந்து நவீன போர் விமானங்களை வாங்கியிருந்தது. நேரடியாகப் போர்க்களத்துக்கு வராவிட்டாலும் லிபியா தளவாடங்களை அளித்தது. இந்தச் சூழ்நிலையில் சோவியத் படைகளை எகிப்திலிருந்து வெளியேற்றினார் சதாத். இஸ்ரேலுக்கு அமெரிக்கா உதவுவது போல சோவியத் எகிப்துக்கு உதவவில்லை என்பது அவரது குற்றச்சாட்டு. அமெரிக்கா இந்த நேரத்தில் பேண்டம் விமானங்களை இஸ்ரேலுக்கு அளித்தது. வலுவான இஸ்ரேல் தன்னைப் பாதுகாத்துக்கொள்ளும் என்று நம்பினார் அமெரிக்க அதிபர் நிக்சன்.

அன்வர் சதாத் போட்ட திட்டத்தின்படி, யோம் கிப்பூர் அனுசரிப்புத் தினமான 6 அக்டோபர் 1973 அன்று எகிப்து, சிரியப் படைகள் முறையே சினாய் மற்றும் மேற்குக் கரைப்பகுதிகளை தாக்கின. இத்தாக்குதலுக்கு முன்பே இஸ்ரேலுக்கு இராணுவ உளவுப் படையின் தகவல் போய்ச் சேர்ந்திருந்தது. மோஷே தயான் அமெரிக்கா சென்றிருந்த பிரதமர் கோல்டா மேயரிடம் தகவல் தெரிவித்து உடனே தாயகம் திரும்பும்படிக் கூறினார். இஸ்ரேலின் விடுதலை பிரகடனக் கூட்டத்தில் பங்கேற்ற இரு பெண்மணிகளில் ஒருவரான கோல்டா மேயர் உலகின் இரண்டாம் பெண் பிரதமர். யோம் கிப்பூர் போரின் இழப்புகளுக்குப் பொறுப்பேற்றுப் பதவி விலகினார்.

திடீரென்று நிகழ்ந்த தாக்குதலை முதலில் எதிர்கொள்வது இஸ்ரேலுக்குக் கடினமாக இருந்தது. ஏராளமான உயிரிழப்புகள் நிகழ்ந்தன. நோன்பு அனுசரிப்புக்குச் சென்றிருந்த படை அணியினர் உடனே திரும்ப அழைக்கப்பட்டனர். இம்முறையும் இஸ்ரேல் தான் இழந்த பகுதிகளை மீண்டும் கைப்பற்றிக்கொண்டது. அது மட்டுமின்றி இஸ்ரேலின் இராணுவ வலிமை மீண்டும் நிரூபிக்கப்பட்டது. போர்க்கால சமயத்தில் புனித ரமலான் மாத நோன்பும் அனுசரிக்கப்பட்டு வந்தது. அன்வர் சதாத் இதையும் கருத்தில் கொண்டிருந்தாலும், எதிர்பாராத தாக்குதல் அதுவும் அனைத்து நவீன இராணுவத் தளவாடங்களுடன் நிகழ்ந்த தாக்குதலால் இஸ்ரேல் முழுமையாக வீழும் என நினைத்தார். ஆனால் அது நிகழாதது மட்டுமல்ல, இஸ்ரேலை விரட்ட முடியவில்லை எனும் கோபத்தை நிரந்தரமாக அராபியர்கள் மத்தியில் நிலைக்க வைத்தார்.

போரின் முடிவில் அதிருப்தி அடைந்த அராஃபத்தின் விடுதலை இயக்கம் இனி அராபிய ஆட்சியாளர்களை நம்பிப் பயனில்லை என்று முடிவெடுத்து கொரில்லா தாக்குதலை அதிகரிக்கத் திட்டமிடத் துவங்கியது. இப்போரின் முடிவில் இஸ்ரேல் நிரந்தர வெற்றியை அடைய முடியவில்லை. மாறாக புதிய வடிவிலானப் போர் ஒன்றைத் தொடர்ச்சியாக எதிர்கொள்ளத் துவங்கியது. ஐ.நாவும் தனது பங்குக்குப் புதிய தீர்மானம் ஒன்றை நிறை வேற்றியது. அத்தீர்மானம் 338 ஏற்கனவே நிறைவேற்றப்பட்ட 242 தீர்மானத்தை சரிவர நிறைவேற்றவே வலியுறுத்தியது. அப்பிரதேசத்தில் நிரந்தர அமைதியை அமெரிக்கா உட்பட அனைத்து வல்லரசு நாடுகளும் வலியுறுத்தின. ஆனால் தொடர்ந்து அமைதியின்மையைக் கொண்டிருக்கும்படியான நெருக்கடி துவங்கியது.

எகிப்து அதிபர் அன்வர் சதாத் இஸ்ரேலுடன் அமைதி உடன்படிக்கை செய்துகொண்டார். அமெரிக்க அதிபர் கார்ட்டரின் அரசு சாத்தியமில்லாதது என நினைக்கப்பட்ட ஒன்றை நிறைவேற்றியது. இஸ்ரேல் தனது கட்டுப்பாட்டிலிருந்த சினாய் பிரதேசத்தை எகிப்திடம் மீண்டும் அளித்தது. இன்றுவரை அந்த உடன் படிக்கையில் பெரிய மாறுதல் ஏதுமில்லை. இடையில் எகிப்தில் அரபு வசந்தம் ஏற்பட்ட காலத்தில் இஸ்லாமிய கட்சியின் மோர்சி அதிபரானபோது உடன்படிக்கையை நீக்குவது போலவும், பாலஸ்தீனத்தை விடுவிக்க முயல்வதாகவும் அறிவிப்புகள் வந்தன. எகிப்தில் அரசியல் குழப்பம் ஏற்பட்டு மோர்சி அரசை இராணுவம் நீக்கியது. மோர்சியின் கட்சி முஸ்லீம் பிரதர் ஹுட் எனப்படும் இக்வான்-ஏ-முஸ்லிம்மின் எனும் இயக்கத்தின் அங்கமாகும். எகிப்து மன்னரை பதவி நீக்கம் செய்ய உதவிய இந்த இயக்கம் எகிப்தை மதச்சார்பற்ற அரசு என இராணுவ ஆட்சியர் அரசமைப்புச் சட்டத்தில் எழுதியதை எதிர்த்து வருகிறது. அரபு நாடுகள் பலவற்றில் நிகழ்ந்த அரபு வசந்தம் எழுச்சியில் முக்கியப் பங்காற்றி மக்களின் செல்வாக்கையும் ஏற்படுத்திகொண்டது. அதிபர் அன்வர் சதாத்தின் கொலைக்கு காரணமானது. இந்த இயக்கத்திலிருந்த மற்றொரு பிரபலம் அல்-ஜவாஹிரி, அல்-கொய்தாவின் முன்னாள் தலைவர்.

பெரும் அரசியல் குழப்பங்களுக்குப் பிறகு இப்போதைய அதிபர் சிசி பதவிக்கு வந்தார். இந்தியாவின் 2023 குடியரசுத் தின விழாவில் தலைமை விருந்தினராக சிசி கலந்து கொண்டார். எகிப்து இராணுவத்தின் படையினரும் இராணுவ அணிவகுப்பில் கலந்து கொண்டது முக்கிய நிகழ்வாக கருதப்படுகிறது.

•

பாலஸ்தீன விடுதலை இயக்கம் பொதுவாக பாலஸ்தீன மக்களின் குரலைப் அதிகாரப்பூர்வமாக வெளிப்படுத்தும் அமைப்பாக ஐ.நாவினால் அங்கீகரிக்கப்பட்டது. ஆயினும் அந்த இயக்கமும் சரி, அதன் போட்டி இயக்கங்களும் சரி தொடர்ச்சியாக பல தீவிரவாதச் செயல்களில் ஈடுபட்டன. அன்றாடம் நிகழ்ந்த வெடிகுண்டுத் தாக்குதல்கள் தவிர பல விமானக் கடத்தல் சம்பவங்களிலும் அவர்களது இயக்கம் தொடர்பு கொண்டிருந்தது. பாலஸ்தீன மக்களின் நியாயமான அரசியல் அங்கீகாரத்தை இந்தியா உட்பட பல உலக நாடுகள் ஒப்புக்கொண்டாலும் அமெரிக்கா, இங்கிலாந்து உட்பட பல வல்லரசு நாடுகள் இஸ்ரேலுக்கே முன்னுரிமைத்

தந்தனர். இதற்கு முக்கிய காரணம் யூத மக்களின் உலகளவிலான வலைப்பின்னலும் அவர்கள் பல நாடுகளில் அரசியல், வர்த்தகக் குடும்பங்களுடன் நெருங்கியத் தொடர்பில் இருந்ததுமேயாகும்.

1970ஆம் ஆண்டுகளில் துவங்கிய கொரில்லாப் போர்முறை இன்றுவரைத் தொடர்கிறது. இடையில் அவ்வப்போது அமைதி உடன்படிக்கைகளும் செய்து கொள்ளப்பட்டன. முக்கியமாக விமானக் கடத்தல்களில் பாலஸ்தீன இயக்கங்கள் தீவிரமாக இயங்கின. அப்படியொரு சம்பவமும் அதனை இஸ்ரேல் எதிர்கொண்டவிதமும் குறிப்பிடத்தக்கது.

ஏர் ஃபிரான்ஸ் விமானம் ஒன்று உகாண்டா நாட்டின் எண்டபே விமான நிலையத்துக்குக் கடத்தப்பட்டது. அந்த விமானத்தில் ஏராளமான இஸ்ரேல் நாட்டுப் பயணிகள் இருந்தனர். அவர்களது முக்கிய கோரிக்கை பலவேறு நாடுகளில் சிறையிலுள்ள தங்களது சகாக்களை விடுதலை செய்ய வேண்டும் என்பதே. உகாண்டாவை ஆண்டு வந்த இடி அமீன் அரசும் தீவிரவாதத்துக்கு ஆதரவு அளிப்பது போல் நடந்து கொண்டது. இதையடுத்து இஸ்ரேலிலிருந்து ஒரு அதிரடிப்படை எண்டபே விமான நிலையத்துக்குள் புகுந்து தீவிரவாதிகளைச் சுட்டு வீழ்த்திப் பயணிகளை மீட்டது. இச்சம்பவம் திரைப்படமாகவும் எடுக்கப்பட்டது. இந்த அதிரடிப்படைக்கு பின்னாளில் இஸ்ரேல் பிரதமரான பெஞ்சமின் நேதான்யாஹுவின் அண்ணன் யோனாதன் நேதன்யாஹு தலைமையேற்றிருந்தார். ஆனால் அம்முயற்சியின் போது சுட்டுக்கொல்லப்பட்டார். இந்நடவடிக்கை ஒரு வாரத்தில் திட்டமிடப்பட்டு, 90 நிமிடங்களில் நிறைவேற்றப்பட்டது. சுமார் 4000 கிலோ மீட்டர் தூரத்தை இஸ்ரேலிய விமானங்கள் பறந்து சென்று பயணிகளை மீட்டு வந்தது. இம்முயற்சிக்கு கென்யாவும் உதவியது. நடவடிக்கையின் போது சோவியத் ஒன்றியம் உகாண்டாவுக்கு அளித்த மிக் விமானங்கள் சுமார் 30 அழிக்கப்பட்டதாகவும் கூறப்பட்டது.

இதே போல மியூனிச் ஒலிம்பிக்ஸின் போது இரு இஸ்ரேலிய வீரர்கள் கொல்லப்பட்டு 9 பேர் பிணைக்கைதிகளாக பிடிக்கப் பட்டனர். பின்னர் விடுவிக்கும் முயற்சியில் அனைவரும் கொல்லப் பட்டனர். ஜெர்மன் அரசு சரிவர பிணைக்கைதிகளை விடுவிக்கும் முயற்சியைச் செய்யவில்லை என்று குற்றச்சாட்டுக்கள் எழுந்தன. இதற்கு பதிலடி கொடுக்கும் விதமாக இஸ்ரேலிய உளவு நிறுவனமான மொசாத் பாலஸ்தீன தீவிரவாதிகளைத் தேடித்தேடி கொன்றது தனிக்கதை. இதுவும் திரைப்படமாக எடுக்கப் பட்டுள்ளது.

இஸ்ரேலில் 1977இல் நடந்த தேர்தலில் லிக்குட் கட்சி பெரும்பான்மை பெற்று ஆட்சியமைத்தது. கூடவே ஏராளமான யூதக் குடியிருப்புகளை 1967இல் நடந்த போரில் கைப்பற்றியப் பகுதிகளில் ஏற்படுத்தத் துவங்கியது. இது போன்ற குடியேற்றங்களே இன்று வரை இஸ்ரேல்-பாலஸ்தீன மோதலின் முக்கியக் காரணியாகவுள்ளது. இதைத் தொடர்ந்து தாக்குதல்கள் நடந்தன. லெபனானிலிருந்து பாலஸ்தீன விடுதலை இயக்கம் தொடர்த் தாக்குதல்களை நடத்தியதால் இஸ்ரேல், லெபனானின் மீது படையெடுத்தது. அங்கிருந்து வெளியேறிய பாலஸ்தீன இயக்கம் டூனிஸ் நகரில் இருந்து இயங்கத் துவங்கியது. ஆயினும் தாக்குதல்கள் தொடர்ந்தன. கடுப்பான இஸ்ரேல் டூனிஸ் இயக்க அலுவலகங்கள் மீது குண்டு வீசி தாக்குதல் தொடுத்தது. இதனையொட்டி 1987இல் முதல் இண்டிஃபாடா (கிளர்ச்சி) துவங்கப்பட்டது. இக்கிளர்ச்சியில் தினசரி இஸ்ரேலிய படைகளின் மீது கல்வீசித் தாக்குதல்கள் நடத்தப்பட்டன. இஸ்ரேலிய குடிமக்கள் மீது தாக்குதல்கள் நிகழ்ந்தன. காசா முனையில் இத்தாக்குதல்களை 1987இல் துவங்கப்பட்ட ஹமாஸ் இயக்கம் முன்னெடுத்தது. இச்சமயத்தில் 1991இல் ஈராக் அதிபர் சதாம் ஹுசைன் குவைத் நாட்டின் மீது படையெடுத்தார். யாசர் அராஃபத் இந்தப் படையெடுப்பை ஆதரித்தார். சவூதி உட்பட பல அராபிய நாடுகள் அமெரிக்கச் சார்புடன் இந்தப் படையெடுப்பைக் கண்டித்தனர். எனவே பாலஸ்தீன இயக்கம் தனது செல்வாக்கை இழந்தது. பல அரபு நாடுகளிலிருந்து அந்த இயக்கம் வெளியேற்றப்பட்டது.

புதிய சூழலைப் பயன்படுத்தி அமெரிக்கா, ரஷ்யாவுடன் இணைந்து (சோவியத் ஒன்றியம் வீழ்ந்து விட்டது) 1991இல் மாட்ரிட் நகரில் அமைதி ஒப்பந்தப் பேச்சுவார்த்தைகளை நடத்தியது. இதில் சிரியா, லெபனான் மற்றும் ஜோர்டனுடன் யாசர் அராஃபத் இயக்கம் சாராத பாலஸ்தீனப் பிரமுகர்களும் இணைந்தனர். பின்னர் 1993, செப்டம்பர் 9ஆம் நாள் பாலஸ்தீன விடுதலை இயக்கத் தலைவர் யாசர் அராஃபத் அன்றைய இஸ்ரேலிய பிரதமர் யிட்சாக் ரபினுக்கு கடிதம் ஒன்றை எழுதினார். அதில் இஸ்ரேலை அங்கீகரிப்பதாகவும், தனது இயக்கம் வன்முறைப்பாதையைக் கைவிடுவதாகவும் குறிப்பிட்டிருந்தார். இதையொட்டி ஓஸ்லோ நகரில் அமைதி உடன்படிக்கை கையெழுத்திடப்பட்டது. அமெரிக்க அதிபர் பில் கிளிண்டனின் முயற்சியின் பேரில் இந்த அமைதி உடன்படிக்கை ஏற்பட்டது.

பாலஸ்தீன விடுதலை இயக்கம் போராட்டப்பாதையைக் கைவிட்டாலும் ஹமாஸும் ஈரானின் ஹிஸ்புல்லாவும் தீவிரவாதத்தைத் தொடர்ச்சியாக மேற்கொண்டு வந்தன. இஸ்ரேல்,

காசா பகுதியையும், மேற்குக் கரைப்பகுதியையும் பாலஸ்தீன நிர்வாகத்திடம் அளித்தாலும் இஸ்ரேலிய மக்கள் மீதான தாக்குதலை அவை நிறுத்தவில்லை. இந்தத் தனி நிர்வாகப் பகுதியின் தலைவராக யாசர் அராஃபத் தேர்வு செய்யப்பட்டார். ஆயினும் ஹமாஸ், காசா பகுதியின் நிர்வாகத்தைக் கைப்பற்றியது. இது ஹமாஸுக்கும், பாலஸ்தீன விடுதலை இயக்கத்துக்குமான போட்டியாக மாறியது. மீண்டும் 2002-லிருந்து 2006 வரையில் தற்கொலைப்படைத் தாக்குதல்கள் நிகழ்ந்தன. இதனிடையே 2003இல் இஸ்ரேலிய பிரதமர் ஏரியல் ஷரோன் காசாவிலிருந்து இராணுவத்தை விலகிக்கொண்டார். பின்னாளில் காசாவிலிருந்து ராக்கெட் தாக்குதல்கள் நடத்துவதற்கு வழி வகுத்தது இந்நடவடிக்கை.

ஹமாஸ், இஸ்ரேலியப் படை வீரர் ஒருவரைப் பிணைக்கைதியாகப் பிடித்து வைத்துக் கொண்டு தனது சகாக்களைச் சிறையிலிருந்து விடுதலை செய்யச் சொன்னது; அவ்வாறே செய்யவும்பட்டது. ஒரு இஸ்ரேலிய வீரருக்காக 1000-கும் மேற்பட்ட பாலஸ்தீனக் கைதிகள் விடுவிக்கப்பட்டனர். ஒருபுறம் ஹமாஸ் என்றால் இன்னொருபுறம் ஈரான் ஆதரவு பெற்ற ஹிஸ்புல்லா 2006 முதல் இஸ்ரேல் மீது லெபனானின் நிலத்தினைப் பயன்படுத்தி தாக்குதல் நடத்தியது. இஸ்ரேல், லெபனான் மீது படை எடுத்து தீவிரவாத முகாம்கள் மீது தாக்குதல் நடத்தியது. பின்னர் ஓரளவு தாக்குதல்கள் கட்டுப்பட்டன.

பாலஸ்தீன சுயாட்சிப் பகுதி துவங்கப்பட்ட பிறகு காசா மற்றும் மேற்குக் கரையிலிருந்து தாக்குதல்கள் குறைந்தன. பாலஸ்தீன உடன்படிக்கைக்குப் பிறகு இஸ்ரேல் பிரதமர் யிட்சாக் ரபீன் யூத வெறியர் ஒருவரால் சுட்டுக்கொல்லப்பட்டார். பாலஸ்தீனர்களுக்கு சலுகைக்காட்டுவதாக அவர் கருதியதால். அதற்கு முன்னர் அராஃபத்துக்கும் ரபீனுக்கும் அமைதிக்கான நோபல் பரிசு வழங்கப்பட்டது. பின்னர் பதவிக்கு வந்த எஹூட் பராக் மேலும் சில தளர்வுகளை பாலஸ்தீனப் பகுதிகளுக்கு வழங்குவதாகத் தெரிவித்தார். ஏனோ இதை அராஃபத் நிராகரித்தார். பராக்கின் வாக்குறுதிபடி சுமார் 75% பாலஸ்தீன நிலப்பகுதிகள் பாலஸ்தீனர் வசம் வழங்கப்படும். அயல்நாடுகளிலுள்ள பாலஸ்தீனர்களுக்கு இழப்பீடும் கொடுக்கப்படும். அராஃபத் இவற்றை நிராகரித்ததோடு பதிலுக்கு அவர் தரப்பிலான கோரிக்கைகள் எதையும் முன் வைக்கவில்லை. இஸ்ரேலும், அமெரிக்காவும் இணைந்து அளித்த இந்த வாய்ப்பை அராஃபத் ஏற்றிருந்தால் ஓரளவுக்கேனும் சமரசம் ஏற்பட்டிருக்கும் என்று அரசியல் பார்வையாளர்கள் கூறுகின்றனர். பின்னர் நிகழ்ந்த பல மோதல்களுக்கும் இன்று இஸ்ரேல் காட்டும் கடுமைக்கும் தேவை இருந்திருக்காது.

பாலஸ்தீனத்தில் நடந்த தேர்தலில் ஹமாஸ் வென்றாலும் இஸ்ரேலை ஹமாஸ் அங்கீகரிக்காதலால் சுயாட்சிக்கான வாய்ப்பும் பறிபோனது. அராஃபத்துக்குப் பிறகு பாலஸ்தீன விடுதலை இயக்கத்துக்கும், பாலஸ்தீன நிர்வாகத்துக்கும் தலைமைப் பொறுப்பை ஏற்ற முகம்மது அப்பாஸ் 2011இல் ஐ.நா. அவையில் ஒரு தீர்மானத்தைக் கொண்டு வந்தார். அதில் 1967க்கு முந்தைய பகுதிகள் தரப்படவேண்டும்; ஜெர்சலேமைத் தலைநகராகக் கொண்ட பாலஸ்தீனத்தைத் தனிநாடாக அறிவிக்கவேண்டும் என்று கோரிக்கைகள் விடப்பட்டிருந்தன. நினைவுப்படுத்திக் கொள்ளுங்கள், இதைத்தான் 1947 ஐ.நா. தீர்மானமும் முன் வைத்திருந்தது. அப்போது அதைப் பாலஸ்தீனர்கள் உட்பட பல அராபிய நாடுகள் ஏற்கவில்லை. அப்பாஸின் தீர்மானம் இதுவரை என்னவானது என்பது தெரியவில்லை.

பின்னர் 2012இல் ஐ.நா. அவையில் பாலஸ்தீனம் உறுப்பினர் அல்லாத நாடு எனும் தகுதியைக் கோரித் தீர்மானம் கொண்டு வந்தது. இதை ஐ.நா. பொதுச் சபை ஏற்றது. ஆனாலும் இதுவரை பாலஸ்தீனம் எனும் நாடு காகிதத்திலேயே இருக்கிறது. இஸ்ரேலை ஒரு நாடாக அங்கீகரிக்காத எந்தவொரு தீர்வையும் இஸ்ரேல் ஏற்காது. அராபிய நாடுகள் பாலஸ்தீனர்கள் குறித்துக் கவலைப்படுவதை நிறுத்திவிட்டன. ஈரான் அப்பிரதேசத்தில் ஒரு வஸ்தாது எனும் நிலையை உருவாக்க நினைக்கிற நிலையில் சவூதி, ஐக்கிய அரபு அமீரகம் உட்பட பல ஈரான் எதிர்ப்பு நாடுகள் இஸ்ரேலுடன் 2010க்குப் பிறகு தூதரக உறவை ஏற்படுத்திக் கொண்டுவிட்டன.

ஈரான், சிரியா, ஈராக், லிபியா மற்றும் லெபனான் ஆகியவை ரஷ்யாவின் நண்பர்களாக இஸ்ரேலின் பெருகி வரும் செல்வாக்கை எதிர்க்க முனைந்துள்ளன. இந்நாடுகளின் பலம் எண்ணெய்ப் பொருளாதாரம்.

உலகம் முழுதும் எண்ணெய்க்கு மாற்று எரிசக்தி பயன்பாட்டுக்கு வரும்போது இவற்றின் பொருளாதார பலமும் குறையும். எனவே இந்நாடுகளை நம்பி மேலும் போரினை நடத்தாமல் ஹமாஸூம், பாலஸ்தீன விடுதலை இயக்கமும், பாலஸ்தீன மக்களும் நல்லதொரு, கௌரவமான தீர்வை எட்டுவதே அப்பிரதேசத்தின் நலன்களுக்குப் பொருத்தமானது. இரண்டு நாடுகள் எனும் தீர்வே நீண்ட கால அமைதிக்கு உதவும் என்கிறார் அமெரிக்க அதிபர் ஜோ பைடன்.

7
பன்னாட்டு உறவுகள்

இஸ்ரேல் உருவாக்கப்பட்ட நாளிலிருந்து இன்றுவரை அதன் பன்னாட்டு உறவுகள் உயர்வு, தாழ்வுகளைச் சந்தித்தே வந்திருக்கிறது. துவக்கம் முதலே இஸ்ரேலின் மீதான பார்வை அது பிறரது நிலத்தை ஆக்கிரமித்து உருவாக்கப்பட்டது என்பதாகவே இருந்தது. இது ஓரளவு உண்மைதான். ஏனெனில் இஸ்ரேலை உருவாக்கியது அமெரிக்கா, இங்கிலாந்து போன்ற வல்லரசு நாடுகளே. அண்டைய அராபிய நாடுகளையும் இதே வல்லரசுகள்தான் வளர்த்தன என்றாலும் அவர்களுக்கு இடைஞ்சல் கொடுப்பது போலவும், அவர்களின் ஒரு பகுதியான பாலஸ்தீனர்களுக்கு வஞ்சனை செய்வது போலவும் இஸ்ரேலையும் உருவாக்கினர் என்றே அரபு நாடுகள் கருதின. ஐ.நா. சபையில் அங்கம் வகிக்கும் சுமார் 198 நாடுகளில் 168 நாடுகள் இஸ்ரேலை அங்கீகரித்துள்ளன.

நெடுங்காலமாக இஸ்ரேலை ஒதுக்கிய அராப் லீக் எனும் முக்கிய அரபு நாடுகளின் கூட்டமைப்பின் நான்கு நாடுகள் (பஹ்ரைன், ஐக்கிய அரபு நாடுகள், சூடான் மற்றும் மொராக்கோ) 2021இல் இஸ்ரேலுடன் முழு அளவிலான தூதரக உறவுகளை ஏற்படுத்திக் கொண்டன. பஹ்ரைன் மற்றும் ஐக்கிய அரபு நாடுகளுக்கு விமானங்கள் செல்ல வேண்டுமென்றால் சவூதி அரேபியா

வழியேதான் செல்ல வேண்டும். இதற்கு சவூதி ஒப்புக்கொண்டது ஒரு திருப்பு முனையாகப் பார்க்கப்படுகிறது.

முன்னரே சொன்னது போல சவூதி பாலஸ்தீனப் பகுதிகளை இஸ்ரேல் விட்டுக்கொடுத்தால் அதனுடன் முழு அளவிலான தூதரக உறவுகளை ஏற்படுத்திக்கொள்வதில் தயக்கமில்லை என்றே தனது நிலைப்பாட்டை வைத்துள்ளது. இப்போது வளைகுடா பகுதியில் ஈரான் தனது செல்வாக்கை நிலைநாட்டத் துவங்கியுள்ள நிலையில் சவூதி உட்படப் பல நாடுகள் இஸ்ரேலை அங்கீகரிக்கவும், தூதரக உறவுகளை ஏற்படுத்தவும் முனைந்துள்ளன. சுமார் 28 நாடுகள் இஸ்ரேலினுடன் தூதரக உறவுகளைத் துண்டித்துள்ளன. அப்படித் துண்டித்த நாடுகளில் மொராக்கோ தனது தூதரக உறவை மீண்டும் புனரமைத்துள்ளது.

ஐ.நாவின் உறுப்பினராக இணைந்த காலத்திலிருந்தே இஸ்ரேல் பல்வேறு அமைப்புகளில் முனைப்பாகப் பங்கேற்று வருகிறது. கடவுள் துகள் கண்டறிந்த சி.இ.ஆர்.என் எனும் பிரமாண்டத் திட்டத்தில் இஸ்ரேலும் பங்கெடுத்துள்ளது. இஸ்ரேலிடம் அணு உற்பத்தி ஆற்றல் உள்ளது. அராபிய நாடுகளுக்கு இதைக் கண்டும் எரிச்சல். ஈரான் அணு ஆயுதம் தயாரிப்பதை வல்லரசு நாடுகள் தடுக்கின்றன.

அமெரிக்கா உட்பட சில நாடுகள் ஈரானிடம் நிபந்தனைகளை விதித்து, உடன்படிக்கை ஒன்றைச் செய்துகொண்டுள்ளன. இதன்படி ஈரான் அணு ஆயுதம் உற்பத்தி செய்யக்கூடாது. ஆனால் இதே இஸ்ரேலிடம் இருக்கக்கூடிய அணு ஆயுதங்கள் குறித்து யாரும் கேள்வி எழுப்பவில்லை. பிரெஞ்சு மற்றும் பிரிட்டன் தெரிந்தே இஸ்ரேலுக்கு அணு ஆயுதங்களுக்குத் தேவையான கன நீரை அளித்துள்ளதாகத் தெரிகிறது. இதற்கு நடுவே ஈராக் உருவாக்கி வந்த அணு மின் நிலையத்தின் மீது இஸ்ரேல் அதிரடியாகத் தாக்குதல் நடத்தி அழித்தது.

ஈரானின் அணு மின் நிலையங்களையும் தாக்குதல் நடத்தி அழிக்க இஸ்ரேல் விரும்பியது. ஆனால் அமெரிக்கா உட்பட எந்தவொரு இஸ்ரேலியச் சார்பு நாடுகளும் இதை ஏற்கவில்லை. அவர்கள் ஈரானுடன் பேசி அணு மின் நிலையங்களை மின் உற்பத்திக்கு மட்டும் பயன்படுத்த ஒப்பந்தம் செய்தனர். இந்த ஒப்பந்தமும் இப்போது அந்தரத்தில் தொங்குகிறது. அமெரிக்காவுக்கும் இஸ்ரேலுக்கும் இடையேயான அணுசக்தி உற்பத்தி உறவு அணுகுண்டு தயாரிப்பதில் குவிந்திருப்பதை அமெரிக்கப்

பத்திரிகையாளர் சைமன் ஹெர்ஷ் வெளிப்படுத்தியிருக்கிறார். வளைகுடா பகுதியில் அணு ஆயுதங்கள் இல்லை; அல்லது பயன்படுத்தப்பட மாட்டாது எனச் சொல்வதற்கில்லை எனும் நிலையே இப்போதுள்ளது.

உலக நாடுகளில் இஸ்ரேல்

இஸ்ரேலை 168 நாடுகள் அங்கீகரித்துள்ளதால் அதன் உலகாளவிய வீச்சு இஸ்ரேலின் சொந்த இருப்பைத் தக்க வைக்க உதவுகிறது. இஸ்ரேல் தனது உலகளாவிய செல்வாக்கைப் பெருக்க 1958இல் மஷாவ் (ஹீப்ரு சுருக்கம்) எனும் அமைப்பைத் தோற்றுவித்தது. பல வளரும் நாடுகளுக்கு இதன் மூலம் பொருளாதாரம், சமூகம் எனப் பலவிதமான உதவிகளைச் செய்து வருகிறது. இஸ்ரேலின் தொழில்நுட்ப உதவிகள் பல்வேறு பொருளாதார நடவடிக்கைகளுக்கு உதவுகிறது. குறிப்பாக, அதன் சொட்டு நீர்ப்பாசனம் இன்று உலகம் தழுவிய வரவேற்பைப் பெற்றுள்ளது.

வறட்சி ஆதிக்கம் செலுத்தும் பல ஆப்பிரிக்க நாடுகளுக்குச் சொட்டு நீர்ப்பாசனம் பெரும் பலனைத் தருகிறது. இந்தியாவில் 1990களில் சொட்டு நீர்ப்பாசனம் ஒரு வரப்பிரசாதமாகக் காணப்பட்டது நினைவிருக்கலாம். மஷாவ் சுமார் 140 நாடுகளுக்கு 'பாலைவனத்தைப் பசுமை பூமியாக்கும்' திட்டத்தில் உதவி வருகிறது. அகதிகள் மேலாண்மை, நிலநடுக்கம் போன்ற பேரழிவு காலங்களில் மீட்பு நடவடிக்கை, மருத்துவ உதவி எனப் பல உதவிகளை இஸ்ரேல் அரசும், தனியார் அமைப்புகள் சிலவும் செய்கின்றன.

தீவிரவாதம் உலகளாவிய பிரச்னையானதும் இஸ்ரேலுக்குப் பெரும் நல்வாய்ப்பாக அமைந்தது. இன்னும் சொல்லப்போனால் ஆப்கானிஸ்தானிலிருந்து கிளம்பிய இஸ்லாமியத் தீவிரவாதம் ரஷ்யாவின் நட்பை இஸ்ரேலுக்குப் பெற்றுத்தந்தது. ரஷ்யா செசன்யாவில் போர் செய்ய இஸ்ரேலின் தொழில்நுட்பம் பயன்பட்டது. மேலும் ஆப்கானிஸ்தானின் வடக்குப் பகுதி பஷ்தூன் அல்லாதாரின் நலன்களைக் காப்பாற்ற ரஷ்யா உதவி செய்து வந்தது.

பனிப்போர் காலங்களில் சோவியத் ஒன்றியத்துடன் இணக்கமான உறவின்றி இருந்த இஸ்ரேல் 1990களுக்குப் பிறகு பழைய சோவியத் உறுப்பு நாடுகளுடன் நெருக்கமாக மாறியது. இருப்பினும் சோவியத் ஒன்றியத்தின் பழைய சகாக்களான கியூபா, வட கொரியா மற்றும் வெனிசுலா இஸ்ரேலுடன் தூதரக உறவுகளை இப்போது

கொண்டிருக்கவில்லை. வேடிக்கை என்னவெனில் இந்தியாவுக்கு முன்னமே சீனா இஸ்ரேலுடன் தூதரக உறவுகளை ஏற்படுத்திக் கொண்டது. சீனாவின் நெருங்கிய நண்பனான வட கொரியா இஸ்ரேலை நட்பு நாடாக வைக்கவில்லை! அதே போல ரஷ்யாவுடன் இன்றும் நல்லுறவு கொண்டு வரும் கியூபா இஸ்ரேலுடன் தூதரக உறவு கொள்ளவில்லை.

வெனிசுலா எண்ணெய் ஏற்றுமதி நாடு. வளைகுடா நாடுகள் அதிகம் அங்கம் வகிக்கும் ஒக்கின் (கச்சா எண்ணெய் உற்பத்தி நாடுகள்) உறுப்பினர். அமெரிக்க எதிர்ப்புடன் இருக்கும் வெனிசுலா இஸ்ரேலை தள்ளி வைத்துள்ளது. கியூபா மற்றும் வெனிசுலா இஸ்ரேலை உருவாக்கும் ஐ.நா. தீர்மானத்துக்கு ஆதரவாக வாக்களித்தவை. இந்தியா எதிர்த்து வாக்களித்தது. இன்று நிலைமை தலைகீழாக மாறிவிட்டது. ஆனாலும் ஐக்கிய அரபு அமீரகம், பஹ்ரைன் ஆகியன இப்போது இஸ்ரேலுடன் உறவுகளை மேம்படுத்தியுள்ளன.

அரபு லீக் எனும் அரபு இஸ்லாமிய நாடுகளில் 15 நாடுகள் இஸ்ரேலுடன் தூதரக உறவு வைக்கவில்லை. அவை: அல்ஜீரியா, கொமோரோஸ், டுபௌட்டி, ஈராக், குவைத், லெபனான், சிரியா, மௌரிடானியா, ஓமான், கத்தார், சவூதி அரேபியா, லிபியா, சோமாலியா, டுனீஷியா மற்றும் ஏமன். இது தவிர இஸ்லாமிய ஒத்துழைப்பு நாடுகள் அமைப்பு எனும் ஆர்கனைஷேஷன் ஆஃப் இஸ்லாமிக் கோஆபரேஷனின் 10 அரேபிய நாடுகள் அல்லாத உறுப்பினர்களும் இஸ்ரேலுடன் தூதரக உறவில் இல்லை. அவை: ஆப்கானிஸ்தான், பங்களாதேஷ், பாகிஸ்தான், ப்ரூனி, இந்தோனேஷியா, ஈரான், மலேஷியா, மாலத்தீவுகள், மலி மற்றும் நஜர்.

ஆகப் பாலஸ்தீன மக்களுக்குத் தனி நாடு ஒன்றை ஏற்படுத்தாமல் இந்த நாடுகள் இஸ்ரேலுடன் தூதரக உறவுகளை ஏற்படுத்தாது என்று எதிர்பார்க்கப்படுகிறது.

8
அமெரிக்காவும் இஸ்ரேலும்

ஏற்கெனவே குறிப்பிட்டதுபோல அமெரிக்காவுக்கு இஸ்ரேலும், இஸ்ரேலுக்கு அமெரிக்காவும் இணை பிரியாத அல்லது பிரிய முடியாத பந்தம் துவக்கம் முதலே இருந்து வந்தது. விடுதலைப் பிரகடனம் வெளியிட்டதும் நடந்த போரிலேயே புதிய தேசம் முனைப்புடன் போராடி தனது இருப்பைத் தக்க வைத்துக்கொண்டது அமெரிக்காவுக்கு நிச்சயம் மகிழ்ச்சியைக் கொடுத்திருக்கும். அரேபிய-இஸ்லாம் நாடுகள் தங்களது காலனியாதிக்க எதிர்ப்பு உந்துதலால் சோவியத் ஒன்றியத்தின் பக்கம் மெள்ள நகரத் துவங்கின. குறிப்பாக, எகிப்து, சிரியா மற்றும் ஜோர்டான் இஸ்ரேலை அங்கீகரிக்காமல் அதன் இருப்பைக் கேள்வி கேட்டு வந்தன.

சுமார் 20க்கும் மேற்பட்ட நாடுகள் தங்களது நிலத்தை, அதன் மீதான தேசத்தை அங்கீகரிக்காமல் அதனை அழிக்க துடிப்பதாலும், அதற்குச் சோவியத் ஒன்றியம் ஒத்துழைப்பதும் இஸ்ரேலை அமெரிக்காவின் பக்கம் சாய்த்தது. இத்தனைக்கும் அமெரிக்கா இஸ்ரேல் அணு ஆயுதம் தயாரிப்பதை விரும்பவில்லை என்பதோடு தனது வெளியுறவுக் கொள்கைக்கு, குறிப்பாக மத்திய கிழக்கில் தனது இராணுவ, வர்த்தக நலன்களுக்கு துணையாக இருக்கும் என்றே இஸ்ரேலைக் கருதி வந்தது. ஆனால் இஸ்ரேல் தனது சொந்தப்பாதையை நிர்ணயித்துக் கொள்வதில் குறியாக இருந்தது.

அமெரிக்காவுக்கு மத்தியக் கிழக்கில் நம்பகமான பங்காளியாக இருப்பதில் இஸ்ரேலுக்கு ஆட்சேபணை இல்லை. ஆனால், தன்னை அங்கீகரிக்காத அரேபிய நாடுகளுடனும் அமெரிக்கா நட்புறவு பாராட்டுவதைத் தடுக்க இயலவில்லை. பனிப்போர் காலத்தில் மத்தியக்கிழக்கில் நிகழ்ந்த சில மாற்றங்களால் காலப்போக்கில் அமெரிக்கா இஸ்ரேலைத் தாங்கி நிற்பதும் அதிகரித்தது. இதற்கு அமெரிக்காவில் அந்நாட்டு வாழ் யூதச் சமூகமும் முக்கியக் காரணம். ஒரு கட்டத்தில் அமெரிக்க நாடாளுமன்றம் இது குறித்து விவாதித்துள்ளதும் அதற்குப் பின்னால் அமெரிக்க வாழ் யூதச் சமூகத்தின் 'செல்வாக்கு' இருப்பதும் சமீப காலங்களில் வெளியிடப்பட்ட ஆவணங்கள் மூலம் தெரிய வந்துள்ளது.

ஆறு நாட்கள் போரில் வென்று தன்னை அசைக்க முடியாது என்பதை இஸ்ரேல் உணர்த்திய பிறகு அன்றைய அதிபர் லிண்டன் ஜான்சன் வெளிப்படையாகவே இஸ்ரேலுடனான உறவை வளர்த்தார். அதேபோல யோம் தோப்பூர் போரின் முதல் கட்டத்தில் இஸ்ரேல் திணறியபோது அதிபர் நிக்சனும், வெளியுறவுத் துறை அமைச்சர் ஹென்றி கிஸ்ஸிங்கரும் இஸ்ரேலுக்கு ஏராளமான ஆயுதங்களை அனுப்பி வைத்தனர். இதற்குப் பின்னால் அமெரிக்க வாழ் யூதர்கள் மட்டுமின்றி, இஸ்ரேலின் வீழ்ச்சி அப்பிரதேசத்தில் அமெரிக்காவின் வீழ்ச்சியையும் குறிக்கும் என்றே ஒப்புக்கொள்ளப்பட்டது. இதை அமெரிக்க நாடாளுமன்றத்தில் அமெரிக்க அரசு ஏறக்குறைய ஒப்புக்கொண்டது. அது தவிர, உலகம் முழுவதுமான யூதர்களுக்கு இஸ்ரேல் ஒரு முக்கிய நிகழ்வு. அதை அவர்கள் கைவிட இயலாது. எனவே முடிந்தளவு அவரவர் வாழ்ந்த நாடுகளில் தங்களது பன்னாட்டு அமைப்புகள் மூலம் இஸ்ரேலுடனான உறவை மேம்படுத்தியே வந்தனர்.

அமெரிக்க, இஸ்ரேல் உறவு மிகவும் தீவிரம் அடையத் துவங்கியது ஆறு நாள் போருக்குப் பிறகுதான். தன்னை ஓர் உள்ளூர் சக்தியாக நிலைநாட்டிக் கொண்ட இஸ்ரேலை அமெரிக்கா முழுமையாக ஆதரிக்கத் தொடங்கியது. பின்னர் நிகழ்ந்த யோம் தோப்பூர் போருக்குப் பிறகு அரேபிய எண்ணெய் வள நாடுகள் தங்களுக்கென்று ஓர் அமைப்பை ஏற்படுத்திக் கொண்டு சர்வதேசச் சந்தையில் தங்களது எண்ணெய்யை விற்கத் துவங்கினர். இதனால் உலகப் பொருளாதாரத்தில் கடும் மாற்றங்கள் நிகழ்ந்தன. அதுவரையில் அரபு நாடுகளைத் தங்களது பொம்மைகளாக நினைத்து வந்த அமெரிக்கா இப்போது விழித்து எழுந்து தனது உத்திகளை மாற்ற நினைத்தது.

உடனடியாக இஸ்ரேலுக்கான தார்மிக ஆதரவு எனும் நிலை மாறி அமெரிக்க நலன்களை மத்திய கிழக்கில் எதிரொலிக்கும் ஒரு குரலாகவே இஸ்ரேல் மாறியது. இதன் பரிணாமத்தை அமெரிக்கா இஸ்ரேலுக்கு அளித்துள்ள நிதி மற்றும் ராணுவ உதவிகள் சுமார் 150பில்லியின் + என்பதிலிருந்து புரிந்துகொள்ளலாம். பொதுவாக அமெரிக்கா பிற நாடுகளுக்கு அளிக்கும் சலுகைகளைவிட இஸ்ரேலுக்கு அதிகமாக அளிக்கிறது என்பதை இஸ்ரேலிய ஆய்வாளர்களே தெரிவிக்கின்றனர். அது மட்டுமின்றி இஸ்ரேலுக்கு உள்ளேயே சமீபத்திய வெற்றிகளை வைத்து தங்கள் இருப்பை நிலை நாட்டிக்கொண்டதோடு அல்லாமல் இனி வருங்காலங்களில் எப்படித் தங்களது வெளியுறவுக் கொள்கையை வடிவமைப்பது என்றும், அரேபிய நாடுகளை எப்படி வழிக்கு கொண்டுவருவது என்பது குறித்தும் சிந்திக்கத் துவங்கினர்.

மத்திய கிழக்கு நாடுகள் அனைத்தும் எண்ணெய் உற்பத்தியாளர்கள் கிடையாது. எகிப்து, சிரியா மற்றும் ஜோர்டான் ஆகியவை எண்ணெய் வள நாடுகள் கிடையாது. எனவே தொடர்ந்து ராணுவ நடவடிக்கைகளை மேற்கொள்ள பொருளாதார வலுவும் கிடையாது. யோம் தோப்பூர் போரைப் பெரு முயற்சி எடுத்த அதே அன்வர் சதாத் அமெரிக்காவின் சமாதான பேச்சுவார்த்தையை ஏற்று இஸ்ரேலுடன் அமைதி ஒப்பந்தம் செய்துகொண்டார். முதலில் சோவியத் ஒன்றியத்துடன் நட்புறவுடன் இருந்த சிரியா பின்னர் ரஷ்யாவின் நட்புடன் இன்றுவரை இருப்பதோடு இஸ்ரேலுடன் மோதி வருகிறது. இதற்கு முக்கியக் காரணம் ஈரான்.

துவக்கத்தில் ஈரான் மன்னர் ரேஸா ஷாவின் ஆட்சிக்காலத்தில் இஸ்ரேலுடன் நட்புறவில் இருந்தது. பின்னர் 1976ஆம் ஆண்டு ஏற்பட்ட இஸ்லாமியப் புரட்சி நிகழ்ந்து ஈரான் இஸ்லாமியக் குடியரசாக மாறிய பிறகு ஈரானின் முக்கியக் கொள்கையே இஸ்ரேலை அழிப்பதாகவே இருந்து வருகிறது. ஈரான் - சிரியா நட்புறவு இஸ்ரேலுடன் மோதுவது மட்டுமின்றி பிற அரபு நாடுகளுடனும் மோதலை நீடிக்கும் போக்குடையது. வளைகுடாப் பிரதேசத்தில் ஈரான் முக்கிய சக்தியாக மாறுவதை சவூதி அரேபியா உட்படப் பல அரேபிய நாடுகள் விரும்பவில்லை. ஆனாலும், லெபனான், சிரியா மற்றும் கத்தார் ஆகியவை ஈரானின் நெருங்கிய சகாக்கள்.

சவூதி அரேபியா, ஐக்கிய அரபு அமீரகம், பஹ்ரைன் உட்படச் சில நாடுகள் ஈரானின் மேலாதிக்கத்தை எதிர்க்கின்றனர். இதற்குப் பின்னால் இஸ்லாத்தின் இரு முக்கியப் பிரிவுகளான ஷியா, சன்னி

மோதலும் இருக்கிறது. அதுவும் கடந்து அமெரிக்க - இஸ்ரேல் எதிர்ப்பு என்பதில் ஈரான் நிலையாக இருக்கிறது. இது பனிப்போரின் இறுதியில் ஏற்பட்ட மாறுதல்களின் தொடர்ச்சி. ஈராக் அதிபர் சதாம் ஹுசைன் குவைத் மீது படை எடுத்ததோடு இஸ்ரேலின் மீது ஸ்கட் ஏவுகணைத் தாக்குதல்களையும் மேற்கொண்டார். இப்படை எடுப்பு அமெரிக்காவுக்குப் பெரும் படிப்பினையாக முடிந்தது. சமாதை வீழ்த்தி விட்டாலும் அப்பிரதேசத்தில் ஐ.எஸ்.ஸின் எழுச்சியும் இப்போது அங்கு நிலவும் நிச்சயமற்ற சூழலும் இன்னும் நீண்ட காலத்துக்கு சவூதி போன்ற நாடுகள் இஸ்ரேலிடம் தானாகவே நட்புறவு கொள்ள தாமதிக்காது என்பதையே சுட்டுகிறது.

இஸ்ரேலின் முன்னாள் பிரதமர் ஏரியல் ஷரோன் தனது கட்டுரை ஒன்றில் இஸ்ரேல் ஒரு பேரரசாக உருவாக வேண்டும் என்ற ஒரு கருத்தினை எழுதியிருந்தார். இக்கருத்துக்கு அப்போது கடும் எதிர்ப்பு கிளம்பியது. ஆனால் கடந்த இருபதாண்டுகளில் நிகழ்ந்து வரும் சம்பவங்கள் இதை ஏறக்குறைய உண்மையாக்கிவிடும் போல இருப்பது எதேச்சையானதாகத் தெரியவில்லை. அரேபிய நாடுகளுடன் திட்டமிட்டு உறவுகளை ஏற்படுத்தி வருவதாக இஸ்ரேல் மீது விமர்சனம் வைக்கப்படுகிறது. இதை இஸ்ரேலும் மறுக்கவில்லை. முதலில் தங்களது இருப்பை மறுத்து வந்த எகிப்து, பாலஸ்தீன விடுதலை இயக்கம், ஜோர்டான், ஏறக்குறைய லெபனான் என ஒவ்வொரு நாடாக/பிரதேசமாக தங்களிடம் நட்புக்கொள்ளவைத்த இஸ்ரேல் இப்போது சமாதான ஆசைகாட்டி சில அரேபிய நாடுகளை (சவூதி அரேபியா உட்பட) இழுத்து வருகிறது.

சவூதி அரேபியா, ஐக்கிய அரபு அமீரகம் ஆகியன இரு முக்கிய சன்னி பிரிவு வளைகுடா நாடுகள். அமெரிக்காவுடன் நிலையற்ற உறவினைத் தற்போது கொண்டிருந்தாலும் எந்நேரத்திலும் அதில் மாற்றம் வரலாம். இதுவரையில் அமெரிக்கச் சார்பாகவும், ரஷ்ய அல்லது அதற்கு முன்னர் சோவியத் ஒன்றிய எதிர்ப்பிலும் உறுதியாக நின்ற பல வளைகுடா நாடுகள் பெரும்பாலும் அமெரிக்கப் போர்த் தளவாடங்களையே வாங்கி வந்தன. இப்போதும் அந்நிலைப் பாட்டில் மாற்றமில்லை. இஸ்ரேல் எதிர்ப்பு என்பது பழைய விஷயம். அதையே இப்போதும் பேசிக்கொண்டிருக்க முடியாது.

இச்சூழ்நிலையைக் குலைக்கும் செயல்களை ரஷ்யச் சார்பு வளைகுடா நாடுகளே தூண்டலாம். உக்ரைன் போருக்குப் பின்னர் ரஷ்யா வளைகுடா பிரதேசத்தில் ஒரு போரினைத் தூண்டவும் வாய்ப்புள்ளது. எதிர்பாராதவிதமாக உக்ரைன் போர் நீடித்துக்

கொண்டே போவது ரஷ்யாவுக்கு எரிச்சலைத் தந்தாலும், எப்படியாவது அமெரிக்க எதிர்ப்பு அரசியலை வளைகுடாவுக்குள் திணித்து விட வேண்டும் என்று எண்ணுகிறது. அது நிறைவேறத் தடையாக இருப்பது இஸ்ரேல்தான். தற்போது இஸ்ரேலிடம் சுமார் 200 அணு ஆயுதங்கள் கைவசம் உள்ளதாகக் கூறப்படுகிறது. எனவே இஸ்ரேலிடம் மோதுவதற்குப் பல நாடுகள் தயக்கம் காட்டுவது இயல்பானதே.

இரண்டாவதாக வளைகுடா+ வடக்கு ஆப்பிரிக்கா (மேனா ரீஜன் என அழைக்கப்படும் பிரதேசம்) நாடுகள் பலவற்றுக்கு இஸ்ரேலுடன் நேரடியாக எவ்விதப் பிரச்னையும் இல்லை. பாலஸ்தீனர்களுக்கு நியாயம் வழங்க வேண்டும் எனும் ஒற்றைக் குறிக்கோள் மட்டுமே போருக்குப் போதுமானதல்ல.

மூன்றாவதாக இஸ்ரேல் பாலஸ்தீனர்களுக்குத் தன்னாட்சியை வழங்கத் தயார் என்றே கூறி வருகிறது. அதற்கு நிபந்தனையாக ஹமாஸ், ஹிஸ்புல்லா போன்ற இயக்கங்கள் இஸ்ரேல் மீதான தாக்குதல்களை முற்றிலும் நிறுத்த வேண்டும். இந்த இயக்கங்களை எகிப்தின் முஸ்லிம் பிரதர்ஹுடும், ஈரானுமே இயக்கி வருகின்றன. மேலும் சில இயக்கங்கள் அதிகச் செல்வாக்கு இல்லையென்றாலும் பாலஸ்தீன விடுதலை இயக்கம் இஸ்ரேலுடன் அதிகாரத்தைப் பகிர்ந்து கொள்வது துரோகம் எனும் நிலைப்பாட்டில் மக்களைக் கவர்ந்து அரசியல்/ஆயுதப் போராட்டத்தை நடத்துகின்றன.

இந்தச் சிக்கலைத் தீர்ப்பது அவரவர் கையில் இருப்பதால் போரின் மூலம் சிக்கலைத் தீர்ப்பது என்பது பேரழிவைத் தரும். எனவே போரினை யாரும் விரும்பவில்லை. அத்தோடு ஈரானின் உள்நாட்டில் இஸ்லாமிய அரசின் மீது பெருகி வரும் அதிருப்தி, லெபனானில் கிறிஸ்தவர்கள் - பாலஸ்தீனியர்கள் மத்தியில் சமரசம் ஏற்படுவது ஆகியன போரினைத் தடுக்கும் போக்குகள். இதையொட்டியே இஸ்ரேலும் காய் நகர்த்துகிறது.

அமெரிக்காவுக்கு இஸ்ரேலைக் காப்பாற்றுவதற்கு வேறொரு இடமும் இருந்தது. வளைகுடாப் பிரதேசம் மட்டுமல்ல; இங்கேயும் இஸ்ரேலுக்கு எதிர்ப்புகள் அதிகம். அந்த இடம். ஐக்கிய நாடுகள் சபை. இஸ்ரேலை அதிகாரப்பூர்வமாகத் தோற்றுவித்த அதே ஐ.நாவின் பொதுச் சபையும், பாதுகாப்புச் சபையும் சுமார் 40-கும் மேற்பட்ட சமயங்களில் இஸ்ரேலுக்கு எதிரான கண்டனத் தீர்மானங்களைக் கொண்டு வந்துள்ளன. அமெரிக்காவும் ஏறக்குறைய அதே எண்ணிக்கை அளவுக்குத் தனது தடுப்பதிகாரத்தைப் (வீடோ பவார்) பயன்படுத்தி இஸ்ரேலைக் காத்துள்ளது.

இதில் முரண்பாடு என்னவென்றால் இஸ்ரேல் போல ஐ.நா. சபையினால் ஓரங்கட்டப்பட்ட நாடு உலகிலேயே இல்லை எனலாம்.

பல்லாண்டுகள் வரையில் ஐ.நாவின் துணை அமைப்புகளான ஐ.நா. அகதிகள் அமைப்பு, ஐ.நா. சிறார் நிதி, பன்னாட்டு நீதி மன்றம் உட்படப் பலவற்றில் இஸ்ரேலுக்கு இடமில்லை. இன்னும் சொல்லப்போனால் உலகளவிலான உள்நாட்டுப் போர்களுக்காக ஐ.நா. அமைப்பு உடனடியாக நெருக்கடிக் காலக் கூட்டங்களை நடத்தியதை விட இஸ்ரேல் - பாலஸ்தீன மோதல்களின் சமயத்தில் நெருக்கடிக் காலக் கூட்டங்களை நடத்தியுள்ளது. அப்போதெல்லாம் அமெரிக்கா இஸ்ரேலுக்காகத் தலையிட வேண்டியிருந்தது.

இஸ்ரேல்-பாலஸ்தீனப் பகுதிகளில் நடத்தும் இராணுவ சோதனைகள், பாலஸ்தீன விடுதலை இயக்கங்களின் தாக்குதல் களுக்கு (இவை பல நேரங்களில் பொது மக்கள் மீதும் நடக்கும்) பதில் தாக்குதல் நடத்தும் போதும் ஐ.நா. மனித உரிமைகள் அமைப்பு கடும் கண்டனங்களைத் தெரிவிக்கும். இஸ்ரேல் நிலைமையைப் பொறுமையுடன் கையாள வேண்டும் என்று அறிவுரை கூறும். இதே அறிவுரையை சீனா, சவூதி அரேபியா, சிரியா ஏன் ஜிம்பாப்வே போன்ற நாடுகளின் மீது கூடச் செலுத்தாது.

இந்தியாவின் காஷ்மீர் விஷயத்தில் தலையிட விரும்பும் ஐ.நா. சபை பாகிஸ்தானின் உள்நாட்டு வெடிகுண்டு சம்பவங்களைக் குறித்துப் பேசாது. பாகிஸ்தான் பலுசிஸ்தான் பகுதியில் நடத்தும் ராணுவ நடவடிக்கைகளைக் குறித்து நெருக்கடி காலக் கூட்டங்களை நடத்தாது. இந்நிலையிலும் 2001ஆம் ஆண்டு அமெரிக்காவில் நிகழ்ந்த இரட்டைக்கோபுரத் தாக்குதலால் மாற்றம் ஏற்பட்டது. இஸ்லாமியத் தீவிரவாதத்தை ஊக்குவித்து சோவியத் ஒன்றியத்தின் ஆப்கானிஸ்தான் படை எடுப்பை தகர்த்த அமெரிக்கா தானே அதே தீவிரவாதத்தால் பாதிக்கப்பட்டபோது உலகம் தழுவிய பரப்புரையால் ஆப்கானிஸ்தானின் மீது போர் தொடுத்தது. பின்னர் சதாம் ஹுசைன் அணு ஆயுதங்களை வைத்திருப்பதாகக் கூறி ஈராக் மீது படை எடுத்தது. இரண்டிலும் படு தோல்வி.

இப்போது ராஜதந்திரத்தைக் கையாண்டு சூழ்நிலையைத் தனக்குச் சாதமாக்கிக்கொள்ள அமெரிக்கா விரும்பினாலும் அரேபிய நாடுகள் உட்படப் பல உலக நாடுகள் அமெரிக்க அரசை நம்பவில்லை. எனவே இஸ்ரேல், இந்தியா, ஜப்பான், ஜெர்மனி போன்ற நாடுகளை முன்னிறுத்தி ஐ.நா. பாதுகாப்புச் சபையை விரிவாக்க முயற்சிக்கிறது. அப்படி நடந்தால் மத்தியக்கிழக்குப் பகுதியில் நிலையான ஜனநாயக நாடாக இருக்கும் இஸ்ரேலுக்கும் நல்வாய்ப்பு

கிடைக்கும். அதை அரேபிய நாடுகள் தடுக்கவும் இயலாது. ஏனெனில் அவற்றில் ஜனநாயக அமைப்பு, அரசமைப்பு, தேர்தல் இதெல்லாம் அதிகம் அறியப்படாதது. ஒன்று மன்னர் ஆட்சி; இல்லையேல் ராணுவ ஆட்சி.

இப்படியொரு நிலையில் இஸ்ரேல் தனது நிலையைப் பன்னாட்டு அளவில் உறுதிப்படுத்திக் கொள்ளும் வாய்ப்பு எழுந்துள்ளது. இந்தப் போட்டியிலும் ஈரான், துருக்கி போன்ற ஒரு சில நாடுகள் மட்டுமே இஸ்ரேலுக்கு எதிராக நிற்கின்றன. ஏரியல் ஷரோன் எழுதியது ஏறக்குறைய நிறைவேறும் சூழல். ஏறக்குறைய பத்தாண்டுகளுக்கு முன்னர் நிகழ்ந்த ஜனநாயக ஆதரவு புரட்சி இன்னும் உயிர்ப்போடுதான் உள்ளது. நடுவில் ஐ.எஸ்ஸின் அடாவடியால் திசை திரும்பிவிட்டது. அப்படியொரு புரட்சி அமைதியான முறையில் மக்களால் நிகழ்த்தப்பட்டால் இஸ்ரேலுக்குச் சாதகமாகும்.

இந்நாடுகளில் அரசியல் குழப்பம் இஸ்ரேலின் ஆதிக்கத்துக்கு வலு சேர்க்கும். ஜனநாயக அமைப்பில் எந்த கட்சிக்கு ஆதரவு என்பதைத் தேர்தல்தான் முடிவு செய்யும். அரேபிய நாடுகளில் சிலவற்றில் மட்டும் உள்ளாட்சி மன்றங்கள் போன்ற அமைப்புகளுக்குத் தேர்தல் உண்டு. அதையே மக்களாட்சி அமைப்புகளுக்கும் நீடிக்கச் செய்து நாடாளுமன்றத்துடன் கூடிய மன்னராட்சி போன்ற புதிய பரிசோதனைகள் நடந்தால் இந்நாடுகளும் ஐ.நா. சபை போன்ற சர்வதேச அமைப்புகளில் தங்களது பங்கினைக் கோரலாம்.

வளைகுடாப் பிரதேசத்தில் அமெரிக்க ஆதரவு, ரஷ்ய ஆதரவு எனும் இரு பிரிவுகளில் எந்தெந்த நாடுகள் இஸ்ரேலுடன் இணைந்து அப்பிரதேசத்தின் பிரதிநிதித்துவத்தினைப் பங்கிட்டுக் கொள்ளும் என்பதை இப்போது வரையறுப்பது கடினம். ஆயினும், எகிப்து, ஜோர்டான், பஹ்ரைன் மற்றும் ஐக்கிய அரபு அமீரகம், ஆகியவை இஸ்ரேலுடன் இணைந்து செயலாற்றலாம். சவூதி அரேபியா, லெபனான் மற்றும் மொராக்கோ ஆகியவையும் எதிர்காலத்தில் இணையலாம்.

ஆசிய அளவில் ஆப்கானிஸ்தான், பாகிஸ்தானில் இன்று நிலவும் கொதிப்பான அரசியல் நிலை மேலும் போர்களுக்கு வித்திட்டால் அதனால் எத்தகைய புதிய சூழ்நிலைகள் உருவாகும் என்று கூற இயலாது. அச்சூழ்நிலையில் இந்தியாவும் இஸ்ரேலும் இணைந்து செயலாற்ற வேண்டிய கட்டாயம் எழும் என்பது மட்டும் உறுதி.

9

அமைதியற்ற வாழ்வு!

யூதர்களைப் பொறுத்தவரை தங்களின் இருப்பு தொடர்ந்து கேள்விக்குள்ளாக்கப்படும் சூழலையே சந்தித்து வருவதாகக் கூறுகின்றனர். அவர்களின் பண்பாடு, மதம் சார்ந்த அணுகு முறைகளால் பிற மக்களிடம் அந்நியப்பட்டு நிற்பதாகப் பரவலாகக் கூறப்படுகிறது. இது ஒரு குற்றச்சாட்டாகவே முன்வைக்கப் படுகிறது.

வரலாற்று காலத்துக்கு முந்தைய நாட்களிலேயே பாலஸ்தீன-யூத மோதல்கள் நிகழ்ந்து அதில் டேவிட் வென்று இஸ்ரேலை நிலைநிறுத்தியதாக யூத பைபிள் கூறுகிறது. எனவே யூதர்கள்/ இஸ்ரேல் எனும் கருத்துருவமே அடிப்படையில் கேள்விக்கு உட்படுவது துவக்கத்திலேயே நிகழ்ந்துவிட்டது. குழந்தை பிறந்ததிலிருந்தே போராட்டம் என்பது போல வாழ்க்கை முழுதும் அலைக்கழிப்பினைச் சந்திக்க வேண்டிய நிர்பந்தம்.

'ஆன்டிசெமிடிசம்' எனும் பொதுவான சொல் மூலம் யூதர்களுக்கு எதிரான மனநிலையை விவரிக்கின்றனர். இது 19ஆம் நூற்றாண்டில் பிரபலமடைந்த சொல் எனக் கருதப்படுகிறது. ஜெர்மன் படைப்பாளியான வில்ஹெம் மாரால் இந்தச் சொல் பிரபலமாக்கப் பட்டது. கி.பி 140ஆம் ஆண்டு வாக்கில் ரோம் நகரில் ஜஸ்டின் மார்ஷியர் என்பவர் கிறிஸ்துவை யூதர்களே கொன்றனர் எனும்

பரவலான நம்பிக்கையை அடிப்படையாகக் கொண்ட அட்வெர்சுஸ் ஜுடேயூஸ் எனும் நூலை எழுதினார். இதில் யூதர்களையும், கிறிஸ்துவர்களையும் இனம் காணுவதில் இருந்த கடினங்களைப் பட்டியலிட்டதோடு யூதர்களுக்குக் கடவுளால் அருளப்பட்டவை தற்போது கிறிஸ்துவர்களின் கைகளுக்குள் வந்துவிட்டதாகத் தெரிவித்தார்.

யூதர்களுக்கு எதிரான மனநிலையை கிறிஸ்துவர்களே துவக்கத்தில் ஏற்படுத்தியதாகத் தெரிகிறது. ஒன்று யூதனாக இரு; இல்லையேல் கிறிஸ்துவனாக மாறு என்பதே நிலைப்பாடு. மேலும் கிறிஸ்துவக் குழந்தைகளை யூதர்கள் கொல்லுவதாகவும் பரவலாக கருதப்பட்டது. இன்னும் பல தத்துவ/மத அறிஞர்கள் யூதர்களைத் தவறானவர்களாகச் சித்திரிக்கும் 'ஆய்வு' நூல்களை எழுதினர். பின்னாளில் 12ஆம் நூற்றாண்டு முதல் 16ஆம் நூற்றாண்டு வரை ஐரோப்பாவில், குறிப்பாக கிழக்கு ஐரோப்பாவில் யூத எதிர்ப்புக் கொள்கையான ஆன்டிசெமிடிசம் பரவி பல நாடுகளில் இருந்து யூதர்கள் விரட்டப்பட்டதற்கு கிறிஸ்துவர்களின் பிரசாரம் முக்கிய காரணமாக விளங்கியது.

மேலும் கி.பி 135ஆம் ஆண்டில் சைமன் பார் கோச்பா எனும் யூதர் ரோமானிய ஆட்சியாளர்களுக்கு எதிராகக் கிளர்ச்சியில் ஈடுபட்டார். அக்கிளர்ச்சியை அவர் சில ஆண்டுகளுக்கு முன்பு ராபி அகிபா என்பவரால் 'இறைத்தூதர்' என அறிவிக்கப்பட்டதால் எழுந்தது. இதை ஏசுவை இறைத்தூதராக ஏற்றுக்கொண்ட யூதர்கள் ஆதரிக்கவில்லை. ரோமானிய நாட்டுக்கு எதிரான புரட்சியை ஏற்கவில்லை. இதனால் ஏராளமான உயிர்பலிகள் நிகழ்ந்தன. இச்சந்தர்ப்பத்திலிருந்து யூதமும் கிறிஸ்துவமும் இரண்டு வேறு வேறு பிரிவுகளாக மாறின என்று கூறப்படுகிறது.

யூதர்கள் அனைவரும் சந்தேகத்துக்குரியவர்கள் எனும் பிம்பம் கட்டமைக்கப்பட்டது. அதைவிட கி.மு ஐந்தாம் நூற்றாண்டில் பாரசீகத்தில் ஒரு பைபிள் கதைப்படி அரசியால் யூதர்கள் காப்பாற்றப்பட்டதாகக் கூறப்பட்டுள்ளது. அரசி ஒரு யூதராக இருந்ததால் தனது மக்களை மன்னித்து விடும்படி அவர் கேட்டுக்கொண்டார். மொடேகாய் எனும் யூதர் மன்னர் ஹமானின் மூத்த உதவியாளருக்குத் தலைகுனிந்து வணக்கம் தெரிவிக்க மறுத்ததால் வந்த வினையிது. யூதர்கள் கடவுளைத் தவிர பிறர் எவர் முன்பும் தலைகுனிந்து வணக்கம் தெரிவிக்கமாட்டார்கள் என்பதை யூதர் அல்லாதார் அறிவதில்லை.

யூதர்களின் பல்வேறு பழக்கவழக்கங்களால் பிறரிடமிருந்து தனித்துக் காட்டியது. சில காரணங்களால் உணவை அவர்கள் பிறருடன் பகிர்ந்து உண்பதில்லை. பெரும்பாலான சமூகங்களில் இது யூதர்களின் மீது வெறுப்பை ஏற்படுத்தியது. யூதர்களின் மதப் பழக்க வழக்கங்களும், சமூகத்தின் பண்பாட்டு எதிர்பார்ப்புகளும் இணைந்து போகவில்லை. யூதர்கள் பிறச் சமூகத்தினரின் கடவுளர்களை வணங்குவதில்லை. அதேபோல யூதர்கள் பிற சமூகத்தில் மணம் புரிவதையும் அனுமதிப்பதில்லை.

நாகரிகக் காலங்கள் வளர்ந்த பின்னரும் நீண்ட அங்கிகளையும், காதில் வளையம் அணிவதையும் யூதர்கள் நிறுத்தவில்லை. சிறுபான்மை யூத சமூகம் தன்னைத் தனித்துக்காட்டிக்கொள்வது எளிதாகப் பாரபட்சத்துக்கு உள்ளாக்குப்படுவதற்குக் காரணமாகிறது.

பதிநான்காம் நூற்றாண்டில் பரவிய பிளேக் நோய் யூதர்களால் கிணற்றில் கலக்கப்பட்ட நஞ்சினால் ஏற்பட்டது என ஐரோப்பா முழுதும் கருதப்பட்டது. இந்நோயினால் இந்தியாவிலிருந்து ஐஸ்லாந்து வரையில் மூன்றில் ஒருவர் பலியாயினர். பதிநான்காம் நூற்றாண்டில் ஐரோப்பாவில் 2.5 மில்லியன் யூதர்கள் வசித்தனர். இதில் மூன்றில் ஒரு பங்கினர் தெற்கு பிரான்ஸிலும், ஸ்பெயினிலும் வாழ்ந்தனர். இந்த நஞ்சு வதந்தியால் யூதர்கள் கொடுமைக்கு ஆளாயினர். சுமார் 20 பேர் கொல்லப்பட்டனர்.

இப்போக்கைத் தடுப்பதற்காக யூதர்கள் சிலர் அரகான் அரசர் பீட்டரைக் கொன்றனர். இதன் காரணமாக ஐரோப்பா முழுதும் யூதர்களுக்கு எதிரான கலவரம் பரவியது. பல அரசர்கள் யூதர்களின் பழிவாங்கலுக்கு அஞ்சிக் கைது நடவடிக்கையில் இறங்கினர். ஜெனீவாவில் பிளேக் நோய் பரவும் முன்பே யூதர்களிடம் கடன் வாங்கிய பலர் தங்கள் கடனைத் திருப்பித்தராமல் இருக்க யூதர்களைக் கொல்ல ஆட்களைத் திரட்டினர். சில இடங்களில் யூதர்கள் கூட்டாகத் தற்கொலை செய்து கொண்டனர். பலர் கூட்டமாக நிர்வாணப்படுத்தப்பட்டு ஒரு வீட்டினுள் அடைக்கப்பட்டு எரித்துக் கொல்லப்பட்டனர். தங்களது கடனைத் தீர்க்க கிறிஸ்துவர்கள் பலரால் யூதர்கள் ஐரோப்பா முழுதும் தாக்கப்பட்டனர். இப்படித்தான் ஆன்டி செமிடிசம் பரவியது.

இது போதாது என்று ப்ரொடெட்ஸ்டெண்ட் கிறிஸ்துவத்தின் நாயகரான மார்ட்டின் லூதர் கிங் தனது எழுத்துகளால் யூதர்களைத் தனது பிரிவின்பால் மதம் மாற வற்புறுத்தினார். ஒரு கட்டத்தில்

போலந்திலும், உக்ரைனிலும் 3.5 மில்லியன் யூதர்கள் வாழ்ந்தனர். இது உலக யூத மக்களில் சரிபாதி என்று கூறப்படுகிறது. போலந்தின் அரசர் யூதர்களைத் தனது நாட்டில் அடைக்கலம் புகும்படிக் கூறியதால் இவ்வளவு மக்கள் தொகை அங்கு குவிந்தது. இந்நிலையில்தான் லூதர் கிங்கின் யூத வெறுப்பு எழுத்துகள் கடுமையாகப் பரவின. பின்னாளில் ஹிட்லர் உட்பட நாஜி தலைவர்கள் யூத வெறுப்பை லூதர் கிங் எழுத்துகளிலிருந்தே எடுத்தாண்டனர். பின்னாளில் போலந்தில் மட்டும் 33 லட்சம் யூதர்கள் கொல்லப்பட்டதாகத் தெரிவிக்கப்பட்டது.

ஐரோப்பாவில் மட்டுமல்ல; உலகம் முழுவதுமே யூதர்கள் மந்திர - தந்திர ஆட்கள் என்றே கருதப்பட்டனர். அவர்கள் பெரும்பாலும் குடிசை/சேரிப் பகுதிகளிலேயே வாழ்ந்தனர். இதற்குப் பல காரணங்கள் இருந்தன. அரசர்களின், சமூகத்தின் ஆதரவு இன்றி இவ்வாறு புறக்கணிக்கப்பட்டிருந்தனர். ஆயினும் பல நாடுகளில் யூதர்கள் பல்வேறு பொறுப்புகளில் அமர வைக்கப்பட்டனர். இயல்பாகவே உள்ளூர் மக்களுக்கு அவர்கள் மேல் வெறுப்பு ஏற்பட இது போன்ற காரணங்கள் இருந்தன. எப்போதுமே யூதர்கள் சந்தேகத்துக்குரியவர்கள் எனும் எண்ணம் பரப்பப்பட்டு வந்தது.

முதன் முதலில் யூதர்கள் மதத்தின் பேரால் வேற்றுமைக்கு உள்ளாயினர். பிற்காலங்களில் இனம் என்ற வகையில் வெறுப்பரசியலுக்கு உள்ளாயினர். இதை இரண்டுவிதமான காலகட்டங்களில் காணலாம்.

வரலாற்று காலகட்டங்களில் மதம், தொழிற்புரட்சிக்குப் பின்னர் இனம் என்ற வகைகளில் ஒதுக்கப்பட்டனர். சமூகத்தில் பெரும் அந்தஸ்தில் இருந்தாலும் அவர்கள் மீதான ஐயம் முற்றிலும் நீங்கிவிட்டதாக ஐரோப்பியர் நினைக்கவில்லை. குறிப்பாக ஜெர்மனியில்தான் வெறுப்பு அதிகமாக இருந்தது. ஐரோப்பா முழுவதுமே கலை, அறிவியல், தத்துவம் போன்ற துறைகள் வளர்ந்திருந்தாலும் அதன் கூடவே யூத வெறுப்பும் வளர்ந்து வந்திருந்தது. அது ஜெர்மனியில் அரசியல் அவதாரம் எடுத்து யூதப்படுகொலைகளுக்குக் காரணமானது.

பிரான்ஸில் தோன்றிய ஸியோனிசம் எனும் கோட்பாடு ஐரோப்பாவில் பரவியதோடு இன்று இஸ்ரேலில் நிலைநிறுத்தப் பட்டு வருகிறது. இதனால் ஏற்பட்ட தாக்கமாக புதிய நாஜிகள் உட்பட பல அரசியல் இயக்கங்கள் இணைய வழியை ஆக்கிரமித்து ஆன்டி செமிடிக் உரையாடல்களை முன்னெடுத்து வருகின்றனர்.

யூதர்கள் தங்களுக்கு எதிரான வலுவான போர்முனை ஒன்றை இணைய உலகிலேயே காண முடியும். இந்த இணைய உலகப் பிரசாரம் வலிமை மிக்கது. பன்னாட்டு அளவில் எளிதில் சென்று சேரக் கூடியது. யூதர்களுக்கு எதிரான மன நிலை இன்று அரசியல் என்ற அளவில் சுருங்கிவிட்டது என்றே நினைத்தாலும் இதர அம்சங்களை உலகம் மறக்கவில்லை என்பதைப் பல சம்பவங்கள் உணர்த்துகின்றன.

இன்றும் இஸ்லாமிய நாடுகள் இஸ்ரேலை அரசியல்ரீதியாகத் தனிமைப்படுத்த நினைக்கவில்லை. அதில் மத வேற்றுமையும் கலந்துள்ளது. இஸ்லாமியத் தூய்மைவாதம் பிற மதங்களின் மீது வெறுப்புணர்வைத் தூண்டும்போது யூதமும் முக்கிய இடத்தைப் பிடிக்கிறது. ஏற்கெனவே அரசியல் காரணங்களினால் இஸ்ரேல் மீதான வெறுப்பு நிலைப்படுத்தப்பட்டிருக்கும் போது மதமும் இணைந்து கொண்டால் கொழுந்து விட்டெரியும் வெறுப்பு எனும் நெருப்பு எளிதில் அணைக்க இயலாததாகிவிடும். அதனால்தான் யூதர்கள் அமைதிப்பாதையில் பயணிக்கத் தயாராகவேண்டும் என்று உலக சமூகம் கேட்டுக்கொள்கிறது.

தற்கால யூத எதிர்ப்புச் செயல்பாடுகளாகக் கருதப்படுபவைப் பலவாறாக இருக்கின்றன. ஒவ்வொன்றையும் தனித்தனியே காண வேண்டும். தற்போது நடைபெற்று வரும் ரஷ்யாவின் உக்ரைன் படை எடுப்பு கூட ரஷ்யவாழ் யூதர்கள் மத்தியில் அச்சத்தை உண்டாக்கி ஏராளமானவர்கள் அந்நாட்டை விட்டு வெளியேற வழிவகுத்துள்ளது. போர் துவங்கியதிலிருந்து இதுநாள் வரையில் சுமார் 20,000 பேர் வெளியேறிவிட்டதாகக் கூறப்படுகிறது. (கவனிக்க இது சென்ற ஆண்டு ஆகஸ்ட் வரையில்).

ரஷ்யாவில் சுமார் இரண்டு லட்சம் யூதர்கள் வசிப்பதாகக் கூறப்படுகிறது. பெரும்பாலோர் போரின் முடிவில் தங்கள் மீதான வெறுப்பு எளிதில் பற்ற வைக்கப்படும் என்றே கருதுகின்றனர். கடந்த காலங்களில் ரஷ்யாவில் இது போன்று நிகழ்ந்திருப்பதால் அவ்வாறு கூறுகின்றனர். ரஷ்யப் புரட்சி, பொருளாதார நெருக்கடிகள், இரண்டாம் உலகப் போர் ஆகியவற்றின் போது யூதர்கள் தாக்குதலுக்கு ஆளானார்கள். ஆனால் பல ரஷ்ய வரலாற்று அறிஞர்கள் இப்போது அது போல நடக்க வாய்ப்பில்லை என்கின்றனர்.

இன்னும் சொல்லப்போனால் அதிபர் புடின் உக்ரைன் ஆளும் வர்க்கத்தினரை நாஜிகள் என்று விளித்தே போர் செய்கின்றார்

என்பதையும் சுட்டிக்காட்டுகின்றனர். ரஷ்யாவில் 1992ஆம் ஆண்டுக்குப் பிறகே யூத சமூகத்தின் மீட்சி நடந்துள்ளது. தமக்கான வழிபாடு மையங்கள் முதல் விடுதிகள் வரையில் ஒவ்வொன்றையும் யூதர்கள் உருவாக்கியுள்ளனர்.

போரினை எதிர்த்தே யூதர்கள் அங்கிருந்து வெளியேறுவதாகவும், ரஷ்யாவில் போருக்கு எதிராகப் பேசுவது ஆபத்தானது என்றும் புலம் பெயர்ந்தவர்கள் தெரிவிக்கின்றனர். ஒரு தேசத்தில் பலவற்றைக் கட்டுமானம் செய்த பிறகு அதை விட்டுவிட்டு நீங்குவது என்பது வேதனையானது. யூதர்கள் இப்போது ரஷ்யாவில் அதைச் செய்ய வேண்டிய நிலையில் இருப்பதாகப் பலர் நினைப்பதால்தான் வெளியேறுகின்றனர்.

ரஷ்யாவில் அதிகார வர்க்கம் எப்போது மாறும் எனக் கூற முடியாது. அவ்வாறு வெளியேறும் ஒருவர் தங்கள் மூதாதையர்கள் பட்ட துன்பத்தை எடுத்துக்காட்டுகின்றனர். நாங்கள் எளிதில் எதிரிகளை உருவாக்கிக் கொள்ளும் தன்மை படைத்தவர்கள் என சுய நையாண்டி செய்துக் கொள்கின்றனர். சமூகத்தின் வெறுப்புப் பிரசாரத்தின் பிரதான அம்சமாக மாறிவிடுவோம் என்கின்றனர். இதற்கு எடுத்துக்காட்டாக திடீரென்று ரஷ்ய ஏஜென்சியின் யூதக் கிளையை மூடியதையே சுட்டிக்காட்டுகின்றனர்.

ரஷ்யா மட்டுமல்ல; பல ஐரோப்பிய நாடுகளில் கூட போர் அச்சம் ஏற்பட்டால் இஸ்ரேலில் சட்ட விரோதக் குடியிருப்புகளின் எண்ணிக்கை அதிகரிக்கும் என்பதில் ஐயமில்லை. எனவே, ரஷ்யாவின் போர் மேலும் பல சிக்கல்களுக்கு ஒரு துவக்கம் என்றே கருதுகின்றனர்.

10

மதரீதியிலான துன்புறுத்தல்கள்

மதரீதியிலான துன்புறுத்தல்களை ஏற்கனவே தோற்றம் பகுதியில் பார்த்தோம். குறிப்பாக வரி விதிப்பு, கோயில் இடிப்பு போன்ற பெரும் துன்பங்களை யூதச் சமூகம் எதிர்கொண்டது; நாடு விட்டு இடம் பெயர்ந்துச் செல்லும் நிலைக்கும் ஆளாயினர். எனினும் இவற்றின் பின்னணியையும் தெரிந்துகொள்வது அதன் முழுமையான பரிமாணத்தைக் கொடுக்கலாம்.

கி.மு 63ஆம் ஆண்டில் ரோமானியர்கள் ஜுடாய் பகுதியைக் கைப்பற்றினர். அப்பகுதியில் ரோமானியர்கள் எதிர்கொண்ட பிரச்னை என்பது யூதர்கள் ரோமானியக் கடவுளர்களை வணங்க மறுத்ததே. ரோமானியர்களும் இப்போக்கினை ஏற்றனர். அதற்கொரு அரசியல் காரணம் இருந்தது. முன்பொரு சமயம் தளபதி ஜுலியஸ் சீசருக்கு ஒரு போரில் வெற்றி பெற யூதர்கள் உதவியிருந்தனர். இதனால் யூதர்களுக்கு மதச் சுதந்திரம் வழங்கப்பட்டது. அவர்கள் தங்களது மத வழிபாடுகளை நடத்திக்கொள்ள அனுமதிக்கப்பட்டனர். எனினும் சந்தேகக்கண் கொண்டே யூதர்களை நோட்டமிட்டனர்.

இந்நிலையில் கி.மு 66இல் மன்னராக நீரோ இருந்தபோது ஜுடாய் பகுதியின் ஆளுநர் சரிவர சிந்திக்காது ஜெருசலேம் கோயிலில்

இருந்த பெரும் செல்வத்தைக் கைப்பற்றிக்கொண்டார். இவ்வாறு செய்தது மக்கள் அரசருக்கு வரி செலுத்த வேண்டிய தொகைக்கு ஈடானது என்றார். இச்செய்கையின் மூலம் கலவரம் மூண்டது. கடுமையாக அடக்கவும்பட்டது. அப்போதுதான் ஸ்லெட்ஸ் எனும் யூதப்படை உருவாக்கப்பட்டு ஆங்காங்கே ரோமானியர்களின் மீதும், ராணுவத்தின் மீதும் தாக்குதல்களை நடத்தினர். மன்னர் நீரோ பெரும்படை ஒன்றை அனுப்பி கிளர்ச்சியை ஒடுக்கினார். கி.பி 68 வாக்கில் ரோமானியர்களின் கை ஓங்கியது. அமைதி நிலைநாட்டப்பட்டது. இரண்டு ஆண்டுகளுக்குப் பிறகு ஜெருசலேம் கோயிலும் தகர்க்கப்பட்டது. பின்னர் மஸாடா எனும் கோட்டை வீழும் வரை ஸெலெட்டுக்களின் போராட்டம் தொடர்ந்தது.

தொடர்ச்சியான கலவரங்கள் ஏற்படாமல் இருக்க ரோமானியர்கள், யூதர்களை நாட்டின் பல பகுதிகளுக்கு இடம் பெயர்த்தனர். ஆயினும் மீண்டும் கலவரங்கள் கி.பி.115-116களில் மத்திய கிழக்கில் எழுந்தன. இந்நிலையில் இடிக்கப்பட்ட கோயிலின் இடத்தில் ஜுபிடர் கடவுளுக்கு (குரு அல்லது வியாழன் கிரகத்தைக் குறிக்கும் கடவுளுக்கு) ஒரு கோயில் எழுப்பப்படும் என்று பேரரசர் ஹெட்ரியான் அறிவித்தவுடன் ஒரு கலவரம் எழுந்தது. கலவரம் அடக்கப்பட்டதும், மீண்டும் இடப்பெயர்ந்தார்கள் யூதர்கள். என்றாலும் கூட யூத மதத்தின் வழிபாட்டு உரிமைகள் பறிக்கப்படவில்லை.

அதன் பின்னர் கிறிஸ்துவைக் கொன்றவர்கள் எனும் பெயரில் யூதர்கள் ஐரோப்பா முழுதும் மத்திய காலங்களில் ஒடுக்கப்பட்டனர். கட்டாய மதமாற்றம் செய்தல், வெளியேற்றுதல் உட்பட பலவாறான ஒடுக்குமுறைகள் தொடர்ந்தன. சிலுவைப் போர்கள் காலத்திலும் யூதர்களே அதிகம் பாதிப்படைந்தனர். பின்னர் பதினான்காம் நூற்றாண்டில் ஏற்பட்ட பூபோனிக் ப்ளேக்கினால் 75-200 மில்லியன் மக்கள் இறந்தனர். இதற்கு யூதர்களே காரணம் என்று கூறப்பட்டது. கிறிஸ்தவர்கள் மட்டுமின்றி இஸ்லாமும்கூட துவக்கம் முதலே யூதர்களை ஐயத்துடன் நோக்கியது. நபிகள் மெதினாவுக்கு வந்தபோது யூதர்களும் அவரை வரவேற்றனர். ஆனால் பின்னர் யூதர்கள் பாகன் தரப்பாரிடம் ரகசியமாக கூட்டு வைத்துக்கொண்டு நபிகளைக் கொல்ல முடிவெடுத்ததாகக் கூறப்பட்ட வதந்தியால் யூதர்கள் மீதான தாக்குதல்களும் கொலைகளும் விரட்டியடிக்கப்பட்ட சம்பவங்களும் நடந்தேறின.

ரஷ்யாவின் ஜார் மன்னர்கள் காலத்திலும் யூதர்கள் ஒடுக்குமுறைக்கு ஆளாயினர். ஐரோப்பாவில் நிகழ்ந்த பல்வேறு கொடுமைகளுக்குப்

பிறகு போலந்து போன்ற கிழக்கு ஐரோப்பிய நாடுகளுக்குப் புலம் பெயர்ந்த யூதர்கள் அங்கெல்லாம் ரஷ்யாவின் ஆட்சி நடந்து கொண்டிருந்ததைத் தங்களுக்கு சாதகம் என்றே நினைத்தனர். ஆனால் நிகழ்ந்ததோ வேறு. குறிப்பாக மூன்றாம் அலெக்ஸாண்டர் காலத்திலிருந்து 1917இல் நிகழ்ந்த பொதுவுடமைப் புரட்சி வரையிலும் யூதர்கள் ஒதுக்கியே வைக்கப்பட்டிருந்தனர். அவர்களுக்கு என்று தனியே சட்டங்களும் இருந்தன. ஏராளமான கலவரங்களில் யூதர்களைக் கொல்வதே நோக்கமாக இருந்துள்ளது. மேலும் இதற்கு ரஷ்ய அரசின் மறைமுக ஆதரவும் இருந்ததாகக் கூறப்பட்டது. இதனால் யூதர்கள் தங்களை பிற சமூகத்தின் பிரிவுகளோடு இணைத்துக்கொள்ள தாரளவாத, சமத்துவக் கொள்கைகளை பின்பற்றினர்.

பின்னர் ஏற்பட்ட சோவியத் ஒன்றிய அரசின் கட்டுப்பாடுகளால் பல யூதர்கள் தங்களை 'சோஷலிஸ்ட்கள்' என்று அழைத்துக் கொள்ளத் துவங்கினராம்! புரட்சிகர ரஷ்யாவில் பழைய ஆட்சியாளர்களின் பார்வையில் விசுவாசமற்றவர்கள்; புரட்சிகர அரசோ அவர்களைத் தேவையற்ற, காலாவதியான சமூகமாகப் பார்க்கத் துவங்கினர். இதனால் தங்கள் அடையாளம் என்ன என்பதில் யூதர்களுக்கு சிக்கல் ஏற்பட்டது. 1950களில் சோவியத் ஒன்றியத்தில் யூதர்களுக்கு இழைக்கப்பட்ட மனித உரிமை மீறல்கள் குறித்து பரவலாகப் பேசப்பட்டது. சோவியத் புரட்சியால் போலந்து போன்ற நாடுகளுக்கு ஜார் ஆட்சியில் இருந்து விடுதலை கிடைத்தது. இதனால் அவற்றில் சிறிது காலம் நிம்மதியாக இருந்தனர். ஆனால் அதுவும் ஹிட்லரின் நாஜிக் கட்சி மூலம் தகர்ந்துப் போகத் துவங்கியது.

ஹிட்லருக்கு முன் ஏராளமான யூத ஒடுக்குமுறைகள் இருந்தன என்றாலும் அந்த ஒடுக்குமுறையை ஒரு இயக்கமாக, திட்டமிட்ட, மூர்க்கமான தொழில் ரீதியிலான அணுகுமுறைகளுடன் ஹிட்லரால் செய்யப்பட்டது. துவக்கத்திலிருந்தே யூதர்களால்தான் ஜெர்மனி முன்னேற முடியவில்லை என்பதை நிறுவும் நோக்கத்துடனேயே பரப்புரைகள் கட்டமைக்கப்பட்டன. ஹிட்லர் தனது பதவியை உறுதி செய்துகொண்டப் பிறகு இது மேலும் வலுப்பட்டது. போதாக் குறைக்கு வெளி ஆதரவும் கிடைத்தது. இரண்டாம் உலகப் போர் ஒருபுறம் போர் நடந்து கொண்டிருந்தாலும் இன்னொரு புறம் தீவிரமாக யூதப் படுகொலைகள் நிகழ்ந்து கொண்டிருந்தன. ஹிட்லரின் ரகசியப் போலிஸும், எஸ் எஸ் பிரிவினரும் பிற நாஜித் தலைவர்களுக்குத் தெரியாமலே ஏராளமான முகாம்களில் யூதர்களை

அடைத்து வைத்துக் கொன்றனர். விஷவாயுக்களாலும், துப்பாக்கியால் சுட்டும் யூதர்களை கும்பல் கும்பலாகக் கொன்றனர். இது தவிர நேரடியாக விமானத் தாக்குதல்கள் உட்பட பலவாறாகவும் யூதர்களைக் குறிவைத்துக் கொன்றனர்.

படை எடுத்து கைப்பற்றிய நாடுகளில் வசித்து வந்த யூதர்களையும் கூட்டம் கூட்டமாக அடைத்து வைத்துக் கொன்றனர். சுமார் அறுபது லட்சம் யூதர்கள் 1939- 1945 வரையில் கொல்லப்பட்டதாகக் கூறப்படுகிறது. ஐரோப்பாவின் பல இடங்களிலிருந்து யூதர்களை ரயில்கள் மூலம் போலந்துக்கு அழைத்து வந்து முகாம்களில் அடைத்தனர். இம்முகாம்கள் கைப்பற்றப்பட்ட பகுதியில் இருந்ததால் ஜெர்மனியில் வசிப்போருக்கு இது பற்றி அறியும் வாய்ப்பின்றி போனது. மனித வரலாற்றில் யூதப் படுகொலைகளைப் போல கொடூரமான, திட்டமிட்ட படுகொலைகள் நிகழ்ந்ததில்லை. இன்றும் எத்தனையோ நாடுகளில் ஒடுக்குமுறை சண்டைகள், கலவரங்கள் நிகழ்கின்றன. அவற்றை உலகம் முழுதும் உடனடியாகவே அறிகிறோம். ஆனால் என்ன நடக்கிறது என்பதே தெரியாமலே அறுபது லட்சம் பேரைக் கொல்ல முடியும் என்பது மனித கற்பனைக்கு அப்பாற்பட்டது.

ஹிட்லரைப் பொறுத்தவரையில் முதலாம் உலகப் போரில் ஜெர்மன் தோற்றதற்கு காரணங்களில் முதன்மையானவர்கள் யூதர்கள். கூடவே, சோஷியல் டெமாக்ரேட்டுகள், கம்யூனிஸ்ட்கள் எனப் பலரும் அடங்குவர். இதில் ஹிட்லருக்கு யூதர்கள் மேல் பகைமை உணர்ச்சி ஏற்படக் காரணமாக இரு சிந்தனையாளர்களும் இருந்தனர். இருவரும் அரசியல்வாதிகள் வேறு. ஷோனரெர், லூகர் என அந்த இருவரும் ஜெர்மன் தேசியவாதிகள். ஷோனரெர் ஆஸ்திரியோ-ஹங்கேரியப் பேரரசின் ஜெர்மன் மொழி பேசும் பகுதிகள் ஜெர்மனியுடன் இணையவேண்டும் என்று வாதிட்டார். மேலும் யூதர்களுக்கு முழுக் குடியுரிமை வழங்கக்கூடாது எனவும் கூறினார். வியென்னாவின் மேயராக இருந்த லூகர் சமூகச் சீர்திருத்தங்கள் மற்றும் ஆண்டி-செமிடிசம் இரண்டும் எப்படி நன்மைகளைத் தரும் என்று கோடிட்டுக்காட்டியவர் என ஹிட்லர் தனது மெயின் காம்ஃப் நூலில் குறிப்பிட்டுள்ளார்.

லூகரை எக்காலத்திலும் சிறந்த ஜெர்மன் மேயர் எனவும் புகழ்ந்துள்ளார். ஹிட்லர் வியென்னாவில் ஓவியராக வாழ்ந்து வந்தவர். பின்னாளில் ஜெர்மன் அதிபரான பிறகு லூகரின் பல்வேறு யோசனைகளை நடைமுறைக்கு கொண்டு வந்தார்.

ஹிட்லரைப் பொறுத்தவரை முதலாளித்துவம், கம்யூனிசம் இரண்டுமே யூதர்களின் சதிக் கோட்பாடுகள். இரண்டுமே யூதர்களால் உருவாக்கப்பட்டது. தங்களைப் பாதுகாத்துக்கொள்ள யூதர்கள் எதையும் செய்வார்கள் என ஹிட்லர் கருதினார். இப்படியொரு சிந்தனை ஐரோப்பா முழுதும் பலகாலமாகவே நிலவி வந்தது. ஹிட்லர் அதை பெரிதுபடுத்தினார் என்றுதான் சொல்ல வேண்டும். ஏனெனில் பல பொதுவுடமை சிந்தனையாளர்கள், கார்ல் மார்க்ஸ் உட்பட, யூதர்களாக இருந்தனர். யூதர்களின் மூலதனம் உலகம் தழுவியது என்பது அறியப்பட்டிருந்தாலும் எந்தவொரு பொருளாதாரத்தையும் அசைக்க வல்லது அல்ல. இதை ஜெர்மனியிலிருந்தே அறிந்து கொள்ளலாம்.

ஜெர்மனியில் வசித்த யூதர்கள் மொத்த மக்கள் தொகையில் 1% கூடக் கிடையாது. அவர்கள் உற்பத்தி செய்த பொருட்களைப் புறக்கணிப்பு செய்ய 1933ஆம் ஆண்டு முதலே நாஜிக்கட்சி அறைகூவல் விடுத்து செயலிலும் அதைச் செய்து காட்டியது. யூதர்கள் ஜெர்மனியின் வளர்ச்சிக்கு இடையூறானவர்கள் என்ற ஹிட்லரின் வாதத்தை ஜெர்மன் சமூகம் ஏறக்குறைய நம்பியது. ஹிட்லரின் பேச்சும் பிரச்சார பலமுமே அதற்கு காரணம். ஹிட்லரின் இன வெறுப்பும், அதன் கிறிஸ்துவ பின்னணியும் - பல நூற்றாண்டுகளாக உருப்பெற்ற கருத்து - மத ரீதியாக யூதர்கள் சந்தித்து வந்த கொடுமைகள் முழுமையாக அரசியல் நோக்கமுடையதாக மாறியது. இரண்டாம் உலகப் போருக்குப் பிறகு தனித் தேசம் அமைக்க வேண்டியத் தேவையை மத வெறுப்பு உருவாக்கவில்லை. மாறாக அது அரசியல் தழுவியதாக மாற்றப்பட்டதால் அரசியல் ரீதியிலானதாக மாறியது.

இன்றைய தலைமுறையினர் இடையே யூதப் படுகொலைகள் குறித்த அறியாமையுள்ளது என்கின்றது பல ஆய்வுகள். குறிப்பாக, ஐரோப்பிய, அமெரிக்கத் தலைமுறையினர் இடையே யூதப்படுகொலைகள் குறித்த அறியாமை அதிகம் என்கிறது. இதில் ஜெர்மனியும் அடங்கும். இரண்டாம் உலகப் போர் முடிந்த பிறகும் கூட போலந்து, ஹங்கேரி போன்ற நாடுகளில் யூதர்களுக்கு எதிரான வன்முறைகள் தொடர்ந்தன. இதனால் ஒரு காலத்தில் லட்சக்கணக்கில் இந்நாடுகளில் வாழ்ந்து வந்த யூதர்கள் ஆயிரக்கணக்கில் சுருங்கினர். சோவியத் ஒன்றியத்திடம் இருந்து யூதர்கள்மீதான மாற்றுப்பார்வைகள் அதன் கூட்டணி நாடுகளிலும் எதிரொலித்திருக்கலாம். இதை விட யூதப் படுகொலைகளே நடக்கவில்லை என்று வாதிடும் நிபுணர்களும் இன்றுவரை இருக்கிறார்கள்.

இன்றைய சூழலில் இஸ்லாமிய நாடுகள் அதிலும் குறிப்பாக மத்தியக் கிழக்கில் இஸ்ரேலுக்கு எதிரான மன நிலையில் சற்று தொய்வு ஏற்பட்டுள்ளது. ஆனாலும் சீனாவும், ரஷ்யாவும் தங்களின் நலன்களுக்காக ஈரானையும், சவூதியையும் இணைக்கும் முயற்சியில் ஈடுபடுவதால் இஸ்ரேல் இஸ்லாமிய நாடுகளுடன் மேலும் நெருங்குவது மேலும் கடினமாகலாம். ஈரானும், சவூதியும் இஸ்ரேலை ஏற்பதில் அவ்வளவு ஆர்வம் காட்டுவதில்லை. ஆனாலும் இஸ்ரேலிய தொழில்நுட்பம் சவூதிக்கு பல விதங்களில் தேவைப்படுவதால் முற்றிலும் இஸ்ரேலை ஒதுக்க முடியாது. மேலும் இஸ்ரேல் உலகளவில் தனது முக்கியத்துவத்தை உணர்த்தி வருவதால் இஸ்லாமிய நாடுகள் மட்டும் இஸ்ரேலை ஒதுக்க முயல்வது என்பது இன்னொரு வெறுப்பு அரசியலுக்கே வித்திடும்.

மத்தியக் கிழக்கில் இன்று நிலவும் அரசியல் குழப்பங்கள் இஸ்ரேலுக்கு சாதகமாகவே உள்ளது. மத்தியக் கிழக்கில் மக்கள் ஆட்சிக்கான முனைப்பு ஏற்படுமா என்பது ஐயமாகவே உள்ளது. அப்படி ஏற்பட்டால் அதுவும் இஸ்ரேலுக்கே சாதகமாக முடியும். ஏனெனில் ஆட்சியாளர்களிடம் இருக்கும் அரசியல் கருத்தியல் சார்புகள் சாமான்ய மக்களிடையேயும் இருக்கும் என்பதற்கில்லை. நிலைத்த வளர்ச்சி தேவை என்றால் அமைதி தேவை. இதை போர்கள் அற்றச் சூழலே கொடுக்கும் என்பதால் மக்களாட்சியில் அதற்கே முன்னுரிமை இருக்கும். ஆகையால் இஸ்ரேல் தொடர்ச்சியான ஒதுக்குதலை எதிர்கொள்ளத் தேவையிருக்காது என்றே எதிர்பார்க்கப்படுகிறது. அத்தகைய மாற்றங்களே யூத மக்களுக்கும் வருங்காலத் தலைமுறைகளுக்கும் தேவையாகவுள்ளது.

தொடரும் வேதனை

இஸ்ரேலின் தோற்றத்திலிருந்தே அதன் பெரும்பான்மைச் சமூக வெளி எப்படியிருக்கும் எனும் கேள்வி எழுந்தது. ஏனெனில் யூதப் படுகொலைகளுக்குப் பிறகு உலகம் முழுதும் இருந்து யூதர்கள் இஸ்ரேலில் குடி புகுந்தனர். அப்போதைக்கு இஸ்ரேலின் இருப்பைத் தக்கவைக்கத் தேவையான நடவடிக்கையாக அது கருதப்பட்டது. இருபது அல்லது முப்பது ஆண்டுகள் கழித்து வேறொரு தலைமுறை உருவாகியபோது சமூகத்தின் பன்முகத் தன்மை வெளிப்பட்டன. அவர்கள் ஒரே யூத சமூகமல்ல; பல நாடுகளில் இருந்து வந்த மக்கள் தங்களுக்கென்று தனித்ததொரு அடையாளத்தை வைத்துள்ளனர் என்பது உணரப்பட்டது. இதுவே யூத சமூகத்தில் நவீனத்துவத்தின் அறிமுகமாக மாறியது.

இன்றைய யூதச் சமூகம் 'தாராளமயப்பட்டதாக' கருதப்படுகிறது. பழமைவாத யூதம் கேள்விக்குள்ளாக்கப்படுகிறது. யூத மதத்தினர் பிற மதத்தினரை மணப்பது சாதாரணமாக ஏற்றுக்கொள்ளப் படுகிறது. ஆயினும் இது சமூகத்தில் பரவலான அங்கீகாரத்தைப் பெறவில்லை. குறிப்பாக, பழமையான யூத மதப் பிரிவினர் இது யூத அடையாளத்தைக் கொன்றுவிடும் என்று அச்சப்படுகின்றனர். திருமணம் மட்டுமின்றி பிற மதச் சடங்குகளிலும் கூட மாற்றங்கள் ஏற்படுவதை பழமைவாத யூதர்கள் விரும்புவதில்லை.

இன்றைய நவீன உலகச் சிந்தனைகளுக்கு யூத இளம் வயதினர் விலக்காக இருக்க இயலாது. பெரும்பாலான யூதர்கள் தாராளவாதிகளாக இருப்பதற்கு இள வயது நபர்களின் எண்ணிக்கை உயர்ந்துள்ளதே காரணம். மூன்றில் ஒரு பங்கு மக்கள் தொகை இளைஞர்கள் என்கிறது அண்மையில் கணக்கிடப்பட்ட புள்ளி விவரம். இவர்களது குறைந்தபட்ச வயது 20 என்றும் கூறப்படுகிறது. இதன் தாக்கம் சமூகத்தில் காணப்படுவது யதார்த்தமானது.

இஸ்ரேலின் மக்கள் தொகை சுமார் 1 கோடியை நெருங்குகிறது. அடுத்த இரண்டாண்டுகளில் கோடியை எட்டிவிடும். இதில் 70 லட்சம் பேர் யூதர்கள். கிறிஸ்தவர்கள், இஸ்லாமியர்கள் சுமார் 20 லட்சம். இதரர் பிற நம்பிக்கைகளைச் சார்ந்தவர்கள் என தேசிய மக்கள் தொகைக் கணக்கு அமைப்பு தெரிவித்துள்ளது. இஸ்ரேலில் ட்ரூஸ் உட்பட பல பிற மதத்தைச் சேர்ந்த மக்கள் வசிக்கின்றனர். சிறிதளவில் இந்துக்களும் இருக்கிறார்கள். அவர்கள் ஹரே ராமா ஹரே கிருஷ்ணா இயக்கத்தைச் சேர்ந்தவர்கள் என்று கூறப்படுகிறது.

யூத பழமைவாத மற்றும் சீர்திருத்த யூத மதப்பிரிவினர் இடையே மோதல்கள் உள்ளன. பழமைவாத யூதம் மட்டுமே அதிகார பூர்வமான யூத மதமாக இருக்கிறது. அவை விதிக்கும் வழிமுறை களுக்கு ஏற்ப நடக்கும் சடங்குகளுக்கு மட்டுமே சட்டப்பூர்வமான அங்கீகாரம் கிடைக்கிற சூழலும் உள்ளன. சீர்திருத்தப் பிரிவினர் மேற்கொள்ளும் மதமாற்றச் சடங்குகளுக்கு, குறிப்பாக அந்நிய மண்ணில் நிகழும் போது யூத மதத்துக்குத் திரும்புதல் எனும் வாதத்தின்படி ஏற்றுக்கொள்ளப்படுகிறது. பல்வேறு மதத்தினரின் மதமாற்ற நடவடிக்கைகளுக்கு எதிராக வன்முறை சம்பவங்கள் நிகழ்ந்துள்ளன.

குறிப்பாக, கிறிஸ்துவ மிஷனரி நடவடிக்கைகளுக்குத் தடையில்லை; ஆனால் மதமாற்ற செய்யும் நோக்கத்துடன் நிதியளிப்பது,

பிரசுரங்கள் அளிப்பது சட்டவிரோதமாகும். ஒட்டுமொத்த மிஷனரி நடவடிக்கைகளுக்கு தடை விதிக்கும் முயற்சிகளும் நிகழ்ந்துள்ளன. முக்கிய சமூக நிகழ்வான திருமணங்களில் வரும் சட்டத் திருத்தம், யூத அரசு/யூத சமூகம் எனும் நிலைப்பாட்டைச் சிதைத்துவிடும் என்று பழமைவாத யூதர்கள் கவலைக்கொள்கின்றனர்.

கடந்த 2010இல் மதமற்ற தனிநபர்கள் திருமணம் செய்து கொள்ளும் வகையில் அனுமதி வழங்க ஒரு சட்டம் ஏற்படுத்தப்பட்டது. இதுவரை அந்தந்த மதங்களின் ஆண்/பெண் இருபாலருக்கும் இடையில் திருமணம் செய்து கொள்ளும் வகையிலேயே சட்டங்கள் இருந்து வந்தன. இப்போது யூதர்களை மண முடிக்கும் தகுதி உடையவர்கள் அல்லது தகுதி அற்றவர்கள் எனும் பிரிவுகளை சிவில் திருமணச்சட்டம் ஏற்படுத்துவதையே பழமைவாதிகள் ஆட்சேபிக்கின்றனர்.

இஸ்ரேலில் கட்டாய ராணுவ சேவை நடைமுறையிலுள்ளது. வயது வந்த ஆண், பெண் என இரு பாலரும் ராணுவத்தில் இணைந்துப் பயிற்சி பெற வேண்டும். இஸ்ரேலை ராணுவச் சமூகம் எனப் பலரும் கேலி செய்ய இதுவே காரணம்.

பழமைவாதிகளில் ஒரு பிரிவினரான ஹரேடிகள் தங்களைத் தீவிரமான பழமைவாதிகளாக கருதிக்கொண்டு ராணுவ சேவையிலிருந்து விலக்கு கேட்கின்றனர். ஏனெனில் அவர்கள் மரபு ரீதியில் யூத மதக் கோட்பாடுகளைக் கற்றுக்கொள்வதால் அந்தப் பிரிவு ஆண்கள் ராணுவத்தில் இணையாமல் இருக்க உரிமை கோருகின்றனர். இப்போது இவ்வாறு விலக்குக் கேட்பவர்கள் சுமார் 10% பேராக உயர்ந்துவிட்டனர். ராணுவத்தில் பணியாற்ற ஒரு பெரியப் பிரிவானது விலக்கு கேட்பது ஆபத்தானது என்று மதச்சார்பற்ற யூதர்கள் அச்சம் தெரிவிக்கின்றனர்.

இஸ்ரேல் தன்னை ராணுவ ரீதியில்தான் பாதுகாத்துக் கொண்டது. இதுதான் அதனை இன்று உலகளவில் தக்கவைத்துள்ளது. இவ்வாறு நாங்கள் ராணுவத்தில் சேர்வதிலிருந்து விலக்கு கொடுக்கும்படி பெரும்பாலோர் கேட்கும்போது ராணுவம் என்னவாகும்? இதுவே கேள்வியின் பின்னுள்ள சாராம்சம்.

வயது வந்த ஆண்களுக்கு முதலில் கடிதம் அனுப்பப்பட்டு நேர்க்காணலுக்கு அழைக்கப்படுவர். ஒரு நாள் முழுதும் நேர்க்காணல் நடத்தப்படும். பின்னர் தேர்வானவர்களைப் பயிற்சிக்கு அனுப்புவர். பெண்களுக்கு சலுகை உண்டு. மத ரீதியிலான பயிற்றுவிப்பில் இருக்கும் பெண்கள் தன்னார்வலர்

களாகப் பணியாற்ற தனிப்பிரிவு உண்டு. இஸ்லாமியர்கள், கிறிஸ்தவர்களுக்கு ராணுவப் பணி கட்டாயமில்லை. ஆயினும் தன்னார்வலர்களாக இணைந்து பணியாற்றலாம். ட்ரூஸ் மற்றும் பிறருக்கு ராணுவச் சேவை கட்டாயம்.

தங்களை அமைதிவாதி என்று கருதுவோர் அதனை நிரூபிக்க ஒரு குழு முன் தோன்றி, தேர்வாக வேண்டும். குழு அவரை அமைதிவாதி என்று கருதினால் ராணுவப் பணியிலிருந்து விலக்கு கிடைக்கும். இஸ்ரேல் கட்டாய ராணுவ சேவையைத் தவிர்த்து தன்னார்வலர் அடிப்படையில் பணி செய்ய வாய்ப்பளிக்க சிந்தித்து வருகிறது. இளைஞர்கள் மத்தியில் ராணுவத்தில் சேர ஆர்வமின்மை, சலுகைகள் கேட்போர், ராணுவப் பட்டியலில் இருந்து தவிர்ப்போர் ஆகியோரது எண்ணிக்கை கூடிக்கொண்டே போவதால் இப்படியொரு முடிவை எடுத்துள்ளனர்.

ராணுச் சேவை என்பது வயது வந்த அனைவருக்குமானதாக இருப்பினும் இஸ்ரேல் அரசு சுமார் 4% மட்டுமே அதற்காகச் செலவழிக்கிறது. ஆனாலும் மேலை நாடுகளின் பார்வையில் இந்த விழுக்காடு அதிகமானதே. ராணுவ ஆய்வுக்கும் உற்பத்தித் தொழிலுக்கும் ஆகும் செலவு தவிர்க்கப்பட்டுள்ளது. இஸ்ரேலின் ராணுவத் தொழில்நுட்பம் மேம்பட்டது என்பதால் செலவு குறைவு. மேலும் ராணுவ ஏற்றுமதிகள் மூலம் அந்நிய செலாவணி ஈட்டப்படுகிறது.

இஸ்ரேலின் ராணுவமே அதன் இருத்தலுக்கான ஆதாரம். ராணுவம் இல்லாவிட்டால் இஸ்ரேல் நிலைக்காது என்பதால் மக்கள் தொகையில் மூன்றில் ஒருவர் எப்போதும் ராணுவச் சேவைக்கு ஆயத்தமாக இருக்க வேண்டியுள்ளது. அனைத்தையும்விட சமூக நல்லிணக்கத்துக்கு ராணுவம் பங்காற்றுவதாகவும், ட்ரூஸ்கள், கிறிஸ்துவர்கள் மற்றும் அரபு இஸ்லாமியர்கள் இஸ்ரேல் ராணுவத்தில் இணைந்துப் பணியாற்றுவது சாத்தியப்பட்டுள்ளது.

இஸ்ரேல் சமூகம் ராணுவத்தின் தாக்கம் இன்றி இயங்காது; தெருக்களில் ராணுவத்தினரின் நடமாட்டம் சாதாரணமானது. பாலஸ்தீன கொரில்லாக்களால் கத்திக்குத்து, ஏவுகணைத் தாக்குதல் எனப் பலவிதங்களில் அன்றாடம் மக்கள் எதிர்கொள்ளும் ஆபத்துகள் அதிகம். பள்ளிகளில் மாணவர்களுக்கு எப்படித் தாக்குதல்களிலிருந்து பாதுகாத்துக்கொள்வது என்பது கற்பிக்கப் படுகிறது. அனைத்து வீடுகளிலும் பதுங்கு அறைகள் ஏற்படுத்தப் பட்டுள்ளன.

இஸ்ரேல் வசமுள்ள 'ஆக்கிரமிக்கப்பட்டுள்ள' பகுதிகளில் நிலைமை மிக மோசம். காசாவில் அன்றாடம் ராணுவ நடவடிக்கைகளில் உண்டு. மேற்குக்கரையிலுள்ள பல நகரங்களில் இஸ்ரேலின் அதிரடி குடியேற்றப்பகுதிகளின் மீது தாக்குதல் எப்போதும் உண்டு. இது கோலன் குன்றுகள் பகுதிக்கும் பொருந்தும். ஆகையால் ராணுவத்தின் சேவை என்ன என்பதை இஸ்ரேலிய சமூகம் நன்கு உணர்ந்துள்ளது. சமூகம் எப்போதும் ஒருவிதமான பதற்றத்துடனேயே இயங்கும் சூழல் நிலவுவதை இஸ்ரேலில் காண முடிகிறது.

செறு பகை இல்லாது இருப்பதே சிறந்த நாடு என்கிறார் வள்ளுவர். சமூகமே ராணுவத் தன்மையுடன் இயங்கும் இஸ்ரேலை என்ன வகையின் கீழ் சேர்ப்பது?

சமூக இயக்கம் என்பது மத, இன வேறுபாடுகளுக்கு அப்பால் இயங்கும் தன்மையுடையது என்பதை பல நாடுகளில் நாம் காண இயலும். இஸ்ரேலும் இதற்கு விதிவிலக்கில்லை. பாலஸ்தீனர் களுக்காகப் பரிந்து பேசும் இஸ்ரேல் குடிமக்களும் உண்டு. ஆனால் அவர்கள் சிறுபான்மையினர். அரசியலில் ஏறக்குறைய அரபு இஸ்லாமியர் ஆதரவின்றி ஆட்சியமைப்பது கடினம் எனும் நிலை ஏற்பட்டுள்ளது. சென்ற ஆட்சியில் பென்னட் பிரதமராக நீடிக்க மன்சூர் அப்பாஸ் எனும் அரபு இஸ்லாமியரின் பங்களிப்பு இருந்ததுடன் அவர் அமைச்சராகவும் பதவியேற்றார். இப்போதைய நேதன்யாஹூ அரசு எப்போதையும் விட வலதுசாரி அரசாக இருப்பது நேர்மாறான போக்கு என்றாலும் அரபு இஸ்லாமியர்கள் இஸ்ரேல் சமூகத்தில் ஒன்றிணைந்து வாழ்வதையே விரும்புகின்றனர்.

ஹைஃபா பல்கலைக்கழகத்தின் கருத்துக் கணிப்பில் 68% பேர் (பெரும்பாலும் அரபு இஸ்லாமியர்) இஸ்ரேல் அரசில் அராபியர் பங்கேற்பதை ஆதரிக்கின்றனர் என்று தெரிய வந்தது. இந்தக் கருத்துக் கணிப்பு நிகழ்ந்த போதுதான் பென்னட் அரசும் பதவியில் இருந்தது. இஸ்ரேலுக்குள் வாழும் அராபியரின் மத்தியில் யூதர்களை மத/இன ரீதியில் வேற்றுமைக்குள்ளாக்கும் போக்கினைக் கைவிடும் மன நிலை உருவாகியிருப்பதையே எடுத்துக்காட்டுகிறது. இதே மனநிலை 'ஆக்கிரமிக்கப்பட்ட' பகுதிகளான மேற்குக் கரை, காசா மற்றும் கோலன் குன்றுகளிலும் ஏற்பட்டால் இஸ்ரேலிய சமூகம் அமைதி பெறும் என்பதில் மாற்றுக் கருத்து இருக்க இயலாது.

இஸ்ரேலிய சமூகம் இன்றும் பழமைவாத யூத மதக் கருத்துகளால் ஆளப்பட்டு வருகிறது. நவீன-பழமைவாத யூதர்கள் - குருமார்கள் ஒரு பாலின விஷயங்களில் கடுமையான எதிர்ப்பைக் காட்டுகின்றனர். அவர்களை 'விகாரம்' பிடித்தவர்கள், 'மன நலப் பாதிப்புக்குள்ளானவர்கள்' என முத்திரை குத்துகின்றனர். சமீபத்தில் ஜெருசலேத்தில் ஒரு பாலின ஈர்ப்பாளர்கள் பேரணி நடைபெற்றது. அப்போது ஏராளமான பொதுமக்கள் அவர்களுக்கு ஆதரவாக அணி திரண்டனர்.

அது மட்டுமின்றி, பெண் உரிமை மீதான கருத்துகளும் கூட இன்றும் பழமைவாதக் கண்ணோட்டத்துடனேயே உள்ளது. வானொலியில் பெண்களின் குரலை ஒலிபரப்புவதைக்கூட தீவிர பழமைவாத யூதர்கள் எதிர்க்கின்றனர். அரசு உதவி பெறும் வானொலியான கோல் பரமா பெண்கள் பேசுவதை/குரல்களை ஒலிபரப்புவதை எதிர்த்து நீதிமன்றத்தில் வழக்காடி வெற்றி பெற்றுள்ளனர்.

யூதர்களின் முக்கிய வழிப்பாடுத்தலமான ஜெருசலேத்தின் மேற்குச் சுவர் அருகில் பெண்கள் சப்தமாக பைபிளை வாசிப்பதும், பாடுவதும் தடை செய்யப்பட்டுள்ளது. இதை எதிர்த்தும் போராட்டங்கள் நடைபெறுகின்றன.

பல்வேறு நாடுகளிலிருந்து யூதர்கள் இஸ்ரேலுக்குள் நுழைந்தாலும் பன்முகவயப்பட்ட சமூகமாக இஸ்ரேல் பரிணமிக்கவில்லை. இதற்கு முக்கியக் காரணம் பழமைவாதப் பிரிவினர் ஒட்டு மொத்தமாக பழமைவாதம் பேசும் கட்சிகளுக்கு வாக்களிப்பதே என்கின்றனர் இஸ்ரேலை நன்கறிந்த வல்லுநர்கள். அரசியல் அதிகாரம் சமூக சமத்துவம் பேசுவோரிடம் சென்றால்தான் சம உரிமை கிடைக்கும். இதுநாள் வரை பழமைவாதிகளே நாட்டை ஆண்டு பாதுகாத்து வந்திருப்பதால் அரசியல்ரீதியில் சமூகம் வேறு, அரசியல் வேறு என்பது பிரித்துப் பார்க்க இயலாததாக உள்ளது. பழமைவாதிகளின் வெற்றியை வெறும் ஆதிக்க அரசியலாக மட்டும் காண இயலாது. இஸ்ரேலைச் சுற்றியுள்ள அரபு இஸ்லாமிய நாடுகள் அனைத்தும் இஸ்ரேலை அங்கீகரித்தால்தான் இஸ்ரேலிய சமூகத்தின் அனைத்துத் தளங்களிலும் மாற்றங்களை நாம் காண இயலும்.

11

பொருளாதார வளர்ச்சி – ஐரோப்பியாவில் கிடைத்த செழுமை

இஸ்ரேல் விடுதலை பெற்றபோது அது எவ்வாறான பொருளாதாரத்தை வைத்திருக்கப்போகிறது எனும் கேள்வி எழுந்தது. ஏனெனில் அதுவரையில் யூதர்களுக்கு மத்தியிலான பொருளாதார உறவுகள் வேறுபட்டவை. அவர்கள் தனியொரு தேசத்தில் வாழவில்லை. உலகம் முழுவதும், குறிப்பாக ஐரோப்பா, அமெரிக்கா ஆகியவற்றிலேயே அதிகம் வாழ்ந்து வந்தனர். தங்களது ஆதிப்பிரதேசமான மத்தியக் கிழக்கில் கூட சொற்ப எண்ணிக்கையிலான மக்களே வாழ்ந்து வந்தனர். அந்தந்த நாடுகளின் பொருளாதாரத்தில் முக்கியப் பங்காற்றும் வாய்ப்பு மிகச் சில யூதர்களுக்கு மட்டுமே கிடைத்து வந்தது. பெரும்பாலும் வணிகர்களாகவும், நிதி மூலதனம் அளிக்கும் வட்டிக்கடைக் காரர்களாகவே யூதர்கள் அறியப்பட்டிருந்தனர்.

பல்வேறு தேசங்களுக்கு பயணித்தும் வணிகம் செய்து வந்தனர். பெரும்பாலான யூதர்கள் நகர்ப்புறங்களிலேயே வாழ்ந்தனர். இவர்களில் பெரும்பாலோர் கைவினைஞர்கள், கலைஞர்கள், முகவர்களாக தொழில் செய்து வந்தனர். யூதர்கள் ராணுவத்தில் சேர்வதும் குறைவாகவே இருந்துள்ளது. அந்தந்த நாடுகளின்

அரசுகள் யூதர்களை நிர்வாகத்திலும் பங்களிக்கச் செய்தனர். அந்த வகையில் அரசியல் செல்வாக்கையும் பெற்றிருந்தனர்.

மத்திய காலத்தில் பல்வேறு இஸ்லாமிய அரசுகளின் கீழ் மத்தியக் கிழக்கில் வாழ்ந்த யூதர்கள் விவசாயத்தைக் கைவிட்டு நகரங்களில் குடியேறி பல்வேறு தொழில்களில் ஈடுபட்டு வந்தனர். ஐரோப்பாவிலும் மத்தியக் கிழக்கிலும் பரவிய கல்வியறிவு எனும் செயற்பாடு யூதர்களிடையே பெரும் தாக்கத்தை ஏற்படுத்தியது. அவர்களுக்குப் புதிய வாய்ப்புகளை ஏற்படுத்தியது. குறிப்பாக ஆவணங்கள், சட்டங்கள் மற்றும் விதிகளை உருவாக்கி எழுதி வைக்கும் பொறுப்பான பதவியோ முழு நேரத் தொழில் ஒன்றை செய்யும் பெருவாய்ப்போ ஏற்பட்டது. இது யூதர்களின் சமூக மதிப்பை அதிகரித்தது.

யூதர்களின் நிதி மூலதனம் ஐரோப்பாவின் வணிகர்கள் உலகம் முழுதும் வர்த்தகம் செய்யவும், பங்குச் சந்தைகளின் தோற்றத்துக்கும் வழிவகுத்தது. இப்போக்கினை 12 மற்றும் 13ஆம் நூற்றாண்டு ஐரோப்பாவில் காணலாம். யூதர்களின் நிதி மூலதனம் வளர்ச்சி பெறுவதற்கு அவர்களின் வலைப்பின்னல் ஒரு காரணம். இதன் பின்னணியில் கிழக்கு ஐரோப்பாவில் பதினெட்டாம் நூற்றாண்டு வரையில் யூதர்களுக்கு விவசாய செய்ய நிலம் வாங்கத் தடை இருந்ததே முக்கியக் காரணம். 20ஆம் நூற்றாண்டுக்குப் பிறகே விவசாய நிலம் வைத்திருக்க அனுமதி கிடைத்தது. ஆயினும், பல்வேறு விதமான அரசியல் மாற்றங்களாலும், இரண்டு உலகப் போர்களாலும் யூதர்களின் விவசாய முயற்சி பெரிய அளவில் சோபிக்கவில்லை.

நகர்ப்புறத்து வணிகத்திலும் யூதர்களுக்கும் யூதர் அல்லாதவர்களுக்கும் இடையில் மோதல்கள் இருந்தன. யூதர்களுக்கான அரசு அங்கீகாரமும் தெளிவற்றதாகவும் சூழ்நிலைக்கு ஏற்றவாறான தன்மைகளுடனும் காணப்பட்டது. சந்தை பற்றிய புரிதலும், நிதித் தொடர்பான வலைப்பின்னலும் அவர்களின் வாழ்வாதாரத்துக்கு இன்றியமையாதவை என்று யூதர்கள் அறிந்திருந்தனர். நகர்ப்புறங்களில் வாழ்வதே தங்களுக்குப் பாதுகாப்பு என்றும் நம்பினர். இதுவே பெருமளவில் கிராமப்புறங்களில் யூதர்கள் வாழாததற்கு காரணமாகியது.

யூதக் குடும்பங்களில் ஆண்கள் வணிகம் காரணமாக வெளியிடங்களுக்குச் செல்லும் போது பெண்களே வீட்டையும், உள்ளூர் வணிகத்தையும் கவனித்துக் கொண்டனர். உலகில் முதல்

பெண் தொழில் முனைவோரை உருவாக்கிய இனம் யூதர்களே என்றால் பொருத்தம்தான். யூத மதத்தின் ஆச்சாரமான மத குருமார்கள் பெண்களை இப்படி முன்னிலைப்படுத்துவதை விரும்பவில்லை என்றாலும் இதற்கு மாற்று இல்லை என்பதால் ஏற்றனர். பின்னர் ஸியோனிஸ்டுகள் விவசாயம் உட்பட கைவினைகள் வரை அனைத்துத் தொழில்களிலும் 'உற்பத்திச் சார்ந்த' வாழ்வியலை ஊக்கப்படுத்தினர். இதன் மூலம் வெளிநாடுகளுக்குக் குடிபெயரும் போக்கு குறையும் என்று ஸியோனிஸ்டுகள் கருதினர்.

முதல் உலகப்போர் நேரத்தில் யூதர்கள் விவசாயம் செய்வதிலிருந்து விடுவிக்கப்பட்டிருந்தனர். சோவியத் ஒன்றியத்தில் யூதர்கள் விவசாயிகளாக வாழ்வது ஊக்கப்படுத்தப்பட்டது. சுமார் 2,00,000 யூதர்கள் அரசுப் பண்ணைகளில் விவசாயிகளாகப் பணியாற்றினர். பின்னர் யூதப் படுகொலைகளாலும், ஸ்டாலினின் பண்ணைக் கொள்கைகள் தோல்வியடைந்ததாலும் யூதர்கள் பண்ணை களிலிருந்து வெளியேறினர். முரண்பாடாக ஸியோனிஸ்டுகள் யூதர்கள் பண்ணைகளில் விவசாயம் செய்வதை ஆதரித்தது. இளைஞர்களை நிலத்தில் வேலை செய்ய பயிற்றுவிப்பது இஸ்ரேலின் தோற்றத்தில் உதவும் என்பது அவர்களது கருத்து. ஆனால் போதுமான ஆதரவு இன்றி இத்திட்டம் தோல்வியுற்றது. விவசாயத்துக்குப் பதிலாக கைவினைத்தொழிலை யூதர்கள் ஏற்று அதில் சிறப்பாகச் செயல்பட்டனர்.

இரண்டு உலகப் போர்களுக்கு இடையில் இயந்திரமயமாக்கலும், தொழில்மயமாக்கலும் வேகமான அறிவியல் முன்னேற்றத்தால் சாத்தியப்பட்டன. கைவினைத் தொழிலை நம்பியிருந்த ஏராளமான தொழிலாளர்கள் இத்தொழிற்சாலைகளுக்கு வேலை செய்ய வேண்டிய சூழல் உருவாகியது. உலகம் முழுதும் நிலவிய காலனியாதிக்க அரசுகள் இப்போக்கினைத் தங்களின் சுரண்டலுக்காகப் பயன்படுத்திக்கொண்டனர். கைவினைஞர்களாக வாழ்ந்து வந்த யூதர்களும் வேறு வழியின்றி தங்களைத் தொழிற்சாலைத் தொழிலாளர்களாக மாற்றிக்கொண்டனர்.

இப்படியாக மத்திய தர வர்க்க யூதக் குடும்பங்கள் உருவாகின. தொழில் வளர்ச்சியை ஒட்டி கணக்காயர், மதிப்பீட்டாளர், வங்கி ஊழியம் போன்றவற்றிலும் தங்களது கல்விப் பின்னணியால் யூதர்களுக்கு அதிக வேலைவாய்ப்புகள் கிடைத்தன. ஐரோப்பாவில் யூதர்களுக்கு எதிரான மனப்போக்கு நிலவியதற்கு யூதர்களின் மத்திய

இஸ்ரேல் | 87

தர வர்க்க உருவாக்கமும் ஒரு முக்கியக் காரணம். அத்துடன் அவர்கள் வணிகம் போன்ற தொழில்களிலும் மேலும் அதிகப் போட்டிகள் இன்றி செயல்படும் சூழல் உருவாகியது அவர்களை பொருளாதாரத்தில் உயர்த்தச் செய்தது.

யூதர்களில் பெரும் முதலீட்டாளர்களும் இருந்தனர். அவர்கள் வங்கித் தொழிலில் (வட்டிக்கு பணம் கொடுப்பது போன்ற) ஈடுபடுவது மட்டுமின்றி பெருந்தொழில்களிலும் முதலீடு செய்தனர். ரஷ்யாவில் 19ஆம் நூற்றாண்டின் இறுதிப்பகுதியில் இஸ்ரேல் பிராட்ஸ்கி மற்றும் எவ்செல் ஜிண்ட்ஸ்பெர்க் ஆகியோர் சர்க்கரை, ஆல்கஹால் போன்ற தொழில்களில் முதலீடு செய்தனர். ரயில்வே மேம்பாட்டுக்கு நிதி முதலீட்டினை போலந்து, ரஷ்ய முதலீட்டாளர்கள் செய்தனர். கிழக்கு ஐரோப்பாவுக்கு ரயில்வே வலைப்பின்னலை உருவாக்கியதில் அவர்கள் முக்கியப் பங்காற்றினர்.

யூதர்களின் கல்வி குறிப்பாக ரஷ்யாவில் புரட்சிக்குப் பின்னர் மருத்துவக் கல்வியில் யூதர்கள் அதிகம் பேர் சேர்ந்தனர். யூதப் படுகொலைகளுக்குப் பின்னர் வாழ்ந்த மக்கள் தொகையில் சுமார் 20,000 பேர் மருத்துவம் கற்றவர்களாக இருந்தனர். அதே போல 25,000 பேர் பொறியியல் கல்வியைக் கற்றுள்ளதாகத் தெரிகிறது. புதிய தேசமான இஸ்ரேலுக்குள் ஏராளமான உயர்கல்வி கற்றவர்கள் வந்து சேர்ந்தது அந்நாட்டை பெரிய அளவில் நிலைநிறுத்த உதவியது. குறிப்பாக, மருத்துவம், ராணுவம் மற்றும் தொழில்நுட்பம் ஆகிய துறைகளில் ரஷ்ய, கிழக்கு ஐரோப்பிய யூதர்களின் பங்களிப்பு பிற யூதர்களின் பங்களிப்பை விட அதிகம்.

இன்றுவரை இஸ்ரேல் தொழில்நுட்ப ரீதியில் வளர்ந்த நாடுகளைப் போல் விளங்குவதற்கு அன்று அகதிகளாக புலம் பெயர்ந்த கிழக்கு ஐரோப்பிய, ரஷ்ய யூதர்களே காரணம் என்பதில் மாற்றுக் கருத்து இருக்க முடியாது.

யூதர்கள் எப்போதெல்லாம் பொருளாதாரத்தில் உயர்கிறார்களோ அப்போதெல்லாம் ஏதேனும் சட்டங்கள் இயற்றி அவர்களது பொருளாதார வளர்ச்சியைக் கட்டுப்படுத்துவது வழக்கமானதாக இருந்துள்ளது. இது அனைத்து ஐரோப்பிய நாடுகளிலும் நிகழ்ந்துள்ளது. பதினேழாம் நூற்றாண்டுப் போர்கள் அவர்களை வரவேற்கச் செய்தது. இருபதாம் நூற்றாண்டின் இரண்டுப் போர்கள் அவர்களைப் பின்னடையச் செய்தது.

யூதர்கள் வீழ்ந்த போதெல்லாம் எந்தவொரு ஐரோப்பிய அரசும் அவர்கள் மீதான கட்டுப்பாடுகளைக் குறைக்கவில்லை. பெரும் பொருளாதாரத் தேக்கம் நிகழ்ந்த 1929-31ஆம் ஆண்டுகளில் யூதர்களின் பங்களிப்பு பல்வேறு ஐரோப்பிய நாடுகளைப் பொருளாதாரச் சிக்கலில் இருந்து மீள வழி செய்தது. இருப்பினும் கூட, சிக்கல் தீர்ந்த பிறகு யூதர்களுக்கு எந்தவொரு சலுகையும் கிடைக்கவில்லை. இன்னும் சொல்லப்போனால் யூதர்கள் இரண்டு பக்கமும் அடிவாங்கினர். பொருளாதாரத் தேக்கத்தின் பாதிப்புகள் ஒருபுறம், அரசுகளுக்கு உதவுவதால் ஏற்பட்ட நெருக்கடிகள் மற்றொருபுறம் என இருதரப்பிலும் பிரச்னைகளைச் சந்தித்தனர். அதனால் பின்னர் ஏற்பட்ட நாஜிக்களின் படுகொலைகளின் போது ஓரளவுக்கேனும் இரக்கத்துக்கு ஆளாயினர்.

யூதர்களைப் பல சிக்கலான காலங்களில் காப்பாற்றியது அவர்களது சமூக வலைப்பின்னல். பொருளாதாரத் தேக்கத்தின் போது பல யூதர்கள் தங்களது சமூக நிதி அமைப்பிலிருந்து பெற்ற நிதியுதவியில்தான் வாழ நேர்ந்தது. நாஜிக்களின் ஒடுக்கு முறையிலிருந்து கூட பொருளாதார ரீதியில் யூதர்களால் ஜெர்மனி உட்பட பல நாஜி ஆதிக்கத்திலிருந்த நாடுகளில் கூட தப்பிக்க முடிந்தது. கெட்டோ எனப்படும் சேரி அல்லது குடிசைப்பகுதிகளில் வாழ்வதே யூதர்களுக்கு பல நூற்றாண்டுகளுக்கு விதிக்கப் பட்டிருந்தது.

நாஜிக்கள் தெளிவாக பொருளாதார ரீதியில் யூதர்களின் உழைப்பைச் சுரண்டவும் பின்னர் அவர்களை ஒட்டுமொத்தமாக வதை முகாம்களுக்கு கொண்டு சென்று கொல்வதற்கும் ஏதுவாக கெட்டோக்களில் யூதர்களை அடைத்தனர். அங்கும் கூட ஆசாரிகள், தனிப்பட்ட ஜெர்மானியர்களுக்கு வேலை செய்யும் யூதர்கள், ஆசிரியர்கள் எனப் பலரும் தாக்குப் பிடித்து நிற்க முடிந்தது. யூதர்களின் படுகொலைக்குப் பொருளாதாரப் பின்னணியைக் காரணம் காட்டிய நாஜிக்கள் அதே காரணத்துக்காகக் கொல்ல முடியாமல் பிற காரணங்களைக் கொண்டே வதை முகாம்களில் அடைத்துக் கொன்றனர்.

இரண்டாம் உலகப் போர் முடிந்த பின்னர் சோவியத் ஒன்றியத்தின் ஆதிக்கத்தில் இருந்தப் பகுதிகளில் யூதர்கள் தங்களுக்குள் கூட்டுறவு அமைப்புக்களை ஏற்படுத்திக் கொண்டனர். பல தொழில்களில் ஈடுபடும் தொழிலாளர்கள் இக்கூட்டுறவு அமைப்புகளில் இணைந்தனர். தையல், காலணி செய்வோர் எனப் பல கைவினைத்

தொழில்களில் ஈடுபடுவோர் உட்பட இவற்றில் இணைந்தனர். விவசாயம் செய்யவும் கூட ஒரு சில கூட்டுறவு அமைப்புகள் ஏற்படுத்தப்பட்டன. ஆயினும், சோவியத் ஒன்றியத்தில் தொடர்ந்து யூதர்கள் வாழ்வதை பொதுவுடமை அரசு விரும்பவில்லை.

பல பொதுவுடமைத் தலைவர்கள் யூதர்களாக இருந்தும் ஸியோனிஸ்டுகள் சோவியத் ரஷ்யா உட்பட அதன் உறுப்பு நாடுகளிலிருந்து புதிய யூத தேசத்துக்கு அழைத்துச் செல்ல முனைந்தனர். அதில் வெற்றியும் பெற்றனர். சோவியத் ஒன்றியத்திலிருந்து வெளியேறிய யூதர்கள் அனைவரும் இஸ்ரேல் செல்லவில்லை; அவர்களில் பலர் அமெரிக்கா, இங்கிலாந்து மற்றும் ஃபிரான்ஸ் போன்ற நாடுகளுக்குச் சென்றனர். அவ்வாறு சென்றவர்கள் முதலில் கடினப்பாடுகளை உணர்ந்தாலும் அவர்களின் அடிப்படைக் கல்வி வாழ்வாதாரத்தை உயர்த்த உதவியது.

இரண்டாம் முறையாக சோவியத் அமைப்பு வீழ்ந்த பிறகு வெளியேறிய யூதர்கள் இஸ்ரேலுக்கு போனதால் இரு தரப்பிலும் பலன் அடைந்தனர். ஆனால் பிற நாடுகளுக்குச் சென்ற யூதர்கள் கல்வி, சுகாதாரம் என அனைத்து வகைகளிலும் பெரும் இடைவெளி இருப்பதைக் கண்டனர். இஸ்ரேலிலுள்ள யூதர்களுக்கு இஸ்ரேலியர் எனும் தனி நாட்டு அடையாளம் உண்டு. ஆனால் பிற நாடுகளில் வாழும் யூதர்களுக்கு அந்தந்த நாட்டுக் குடிமக்கள் எனும் அடையாளம் கிடைத்துவிடுவதால் யூதர் எனும் தனி அடையாளம் இரண்டாம்பட்சமாகிவிடுகிறது.

யூதர்களின் வளர்ச்சி என்பது 15 - 20ஆம் நூற்றாண்டு வரையில் சமூகப் பொருளாதார ஏற்றத்தாழ்வுகளை உள்ளடக்கியதாகவே இருந்துள்ளது. பொருளாதார ரீதியிலான ஒடுக்குமுறைகள் மட்டுமின்றி, சமூக ரீதியிலும் பல கட்டுப்பாடுகளைச் சந்தித்ததால்தான் ஸ்யோனிஸ்டுகளின் கோரிக்கையான தனித் தேசம் எனும் கருத்து பேரளவில் செல்வாக்குப் பெற்றது. யூதர்களைப் பாதகமாக நினைத்த ஐரோப்பியச் சமூகங்கள் அவர்களுக்கு தனிநாடு கொடுத்து ஒதுக்கிவிடவே எண்ணினர். அதனால்தான் யூத தேசம் பிறந்த போது பெரிய அளவில் ஆதரவு கிடைத்தது.; யூதப் படுகொலைகளால் மட்டுமல்ல. இன்றைக்கு நிலைமை வேறு.

யூதர்களால் இயலாத அறிவியல் மாற்றம் ஏதுமில்லை. தகவல் தொழில் நுட்பம் உலகை ஆட்டிப்படைத்தல், அத்துறையில் சமூக ஊடகங்கள் உட்பட முன்னணி தகவல் தொழில்நுட்பச் சந்தையின் முதல்வர்களாக யூத நிறுவனங்களே கோலோச்சுகின்றன. கூகுளின்

ஒரு நிறுவனர் யூதர். ஃபேஸ்புக் நிறுவனர் ஸுகர்பெர்க் ஒரு யூதர். கடந்த நூற்றாண்டுகளில் கார்ல் மார்க்ஸ், ஐன்ஸ்டீன் எனப் பல மேதைகள் யூதர்கள். உலகம் ஒருபுறம் அவர்களை ஒதுக்கினாலும் தொடர்ந்து இடைவிடாத மானுடப் பங்களிப்பை யூதர்கள் செய்வதால்தான் நிலைத்து நிற்கின்றனர்.

இப்போக்கும், அதன் பின்னாலுள்ள சிந்தனைகள், உணர்வுகளும் 1948ஆம் ஆண்டிலிருந்து இன்றுவரை இஸ்ரேல் எனும் தனித்துவம் கொண்ட தேசத்தைப் பொருளாதாரத் தளத்தில் முன்னிறுத்தியுள்ளது. இஸ்ரேலின் பொருளாதார வளர்ச்சி முன்னாள் காலனியாதிக்க நாடுகளின் வளர்ச்சிப் போக்கிலிருந்து மாறுபட்டிருக்கவில்லை. ஆனாலும், இன்று தனது வளர்ச்சியால் உலகளவில் முக்கிய இடத்தைப் பிடித்துள்ளது. அதை வரும் அத்தியாயங்களில் காண்போம்.

12

பொருளாதார முன்னேற்றமும் சாதனைகளும்

இஸ்ரேலின் தோற்றத்தின்போது அந்நாட்டின் பொருளாதார அமைப்பு எப்படியிருக்கும்? எந்தக் கொள்கையினைப் பின்பற்றும்? சமத்துவம், முதலாளித்துவம் அல்லது சமூக ஜனநாயகவாதம் என்ற வரிசையில் எதனையொட்டி அதன் பொருளாதாரக் கொள்கைகளை வகுத்துக்கொள்வார்கள் எனும் எதிர்பார்ப்பு எழுந்தது. ஆனால் இப்படி எந்தவொரு குறிப்பிட்ட கொள்கைக்குள்ளும் அடங்காமல் இந்தியாவில் எப்படி கலப்புப் பொருளாதாரம் எனும் புதிய வடிவம் ஒன்றை ஏற்படுத்தினார்களோ அதேபோல இஸ்ரேல் அரசும் வகுத்துக்கொண்டது.

தனித் தேசக் கோரிக்கை ஏற்பட்டு பிரிட்டிஷ், பிரெஞ்சுப் பகுதிகளை நிர்வாகம் செய்யும் வகையில் உருவாக்கப்பட்ட யூத நிர்வாகப் பிரிவுகள் புதிய அரசின் துறைகளாக மாற்றப்பட்டன. புதிய தேசத்தின் பொதுமக்கள் பெரும்பான்மையானோர் அகதிகளாக இருந்ததால் நாட்டைக் கட்டியெழுப்பும் பொறுப்பு பெரும் அழுத்தத்தைக் கொடுத்தது. வருடக்கணக்கில் சுமார் 3.2 மில்லியன் (32 லட்சம்) பேர் அகதிகளாகப் புகலிடம் பெற்றுள்ளனர்.

இஸ்ரேல் அமைக்கப்பட்டவுடன் அரசானது மத்திய வங்கி, வணிக வங்கிகள், இஸ்ரேல் பங்குச்சந்தை ஆணையம் மற்றும் நிதி

அமைச்சகம் ஆகிய அமைப்புகளை ஏற்படுத்தியது. பல்வேறு வளர்ச்சி நடவடிக்கைகள் மேற்கொள்ளப்பட்டன. முதலில் கையிருப்பில் இருந்த உணவு தானியங்கள் உட்பட பல அத்தியாவசியத் தேவைகள் குடிமைப் பொருள் வழங்கல் பாணியில் பகிர்மானம் செய்யப்பட்டன. உலகளவில் இப்படி பொதுப் பகிர்மான திட்டம் ஒன்றை இஸ்ரேலே முன்னணியில் நின்று நடைமுறைப்படுத்திய நாடாக விளங்கியது.

பிரிட்டிஷ் அரசானது தனது ஆணைக்குட்பட்ட பகுதிகளில் 1939இல் பொதுப் பகிர்மான முறையை நடைமுறைக்கு கொண்டு வந்தது. உலகப் போர் நேரத்தில் கொண்டு வரப்பட்ட இத்திட்டமானது இஸ்ரேலில் 1959 வரை நடைமுறையில் இருந்துள்ளது. விடுதலை அடைந்து ஏறக்குறைய ஓராண்டு கழித்து தேர்வு செய்யப்பட்ட நாடாளுமன்றத்தில் (க்நெஸட்) அரசு பொதுப் பகிர்மானத்தை அறிவித்ததோடு கருப்புச் சந்தையில் விற்பனை செய்வோர்க்கு கடும் தண்டனைகளையும் இணைத்தே அறிவித்தது.

ஏறக்குறைய 50 நாடுகளில் இருந்து இஸ்ரேல் நோக்கிப் புகலிடம் தேடி வந்த 2,10,000 யூதர்களையும் உள்ளடக்கிய (ஏற்கனவே 6.5 லட்சம் யூதர்கள் அங்கு வாழ்ந்து வந்தனர்) பொதுமக்களை வறுமை, வேலையின்மை, அமைதியின்மை ஆகியவற்றிலிருந்து பாதுகாக்க அரசும். பிரதமர் டேவிட் பென் - குரியனும் உறுதி பூண்டிருந்தனர். மக்களின் வாழ்க்கைத் தரத்தைக் குறைப்பது போன்ற கொள்கைகளை முன் வைக்காமல் கடும் சிக்கனம், பொதுப் பகிர்மானம் போன்ற கொள்கைகளை முன்வைத்துச் செயல்பட்டது இஸ்ரேலிய சமத்துவக் கொள்கை அரசு.

அக்கொள்கைகளில் முதன்மையாக, தனி நபர் ஒருவருக்கு ஒரு நாளைக்கு 2700-800 கலோரிகள் அடங்கிய சத்துணவை அளிக்கும் முயற்சியில் ஈடுபட்டது. இந்த கலோரி அளவானது அன்றைய இங்கிலாந்து போன்ற நாடுகளைவிட அதிகம். ஏனெனில் அரபு நாடுகளுடனான தொடர்ச்சியான மோதல்களால் மக்கள் முழு உடல் தகுதியுடன் இருந்தால்தான் ராணுவத்தின் அழைப்பை ஏற்று போர் செய்யப் போக முடியும். மேலும், வழக்கம் போல பகிர்மானத்தில் மக்களுக்கு 'திருப்தி' இருந்தாலும், மருத்துவர்களிடம் 'நோயாளி' என மருத்துவச் சான்றிதழ் வாங்குவோரும் இருந்தனர். இதனால் அதிக உணவுப் பொருட்களைப் பெற முடியும் அல்லவா?

பகிர்மானத் திட்டப்படி ஒவ்வொரு மாதமும் உணவுச் சீட்டுகளும், பகிர்மான அட்டையும் வழங்கப்பட்டு அதன்படி, நான்கு கிலோ

உருளைக்கிழங்கு, 50 கிராம் பீட்ரூட், சிறுவர்களுக்கு 5 முட்டைகளும் பெரியவர்களுக்கு 2 முட்டைகளும், 100 கிராம் காஃபிக் கொட்டைகளும், 50 கிராம் தேநீர்த்தூளும் 250 கிராம் கோழி இறைச்சியும் இன்னும் பிற உணவுவகைகளும் வழங்கப்பட்டன. இவை போதாது என்றால் மக்கள் வெளிச் சந்தையில் அதிக விலை கொடுத்து வாங்கிக்கொள்ள வேண்டும்.

கடும் நடவடிக்கைகள் இருந்தாலும் கறுப்புச் சந்தை பெருத்தே காணப்பட்டது. இதைத் தடுக்கப் பல நடவடிக்கைகள் எடுக்கப் பட்டன. வெறும் 70 பேர் மட்டுமே சிறைக்கு அனுப்பப்பட்டனர். சுமார் 5000 வழக்குகள் பதிவாகின. விவசாயத் துறை அமைச்சர் பின்னர் வெளி நாடுகளிலிருந்து கடத்துவது, வெளிநாடுகளிலிருந்து திருட்டுத்தனமாகக் கொண்டு வருவது, பகிர்மானத் திட்டத்தின் குறைபாடுகள் இவற்றால் கள்ளச் சந்தை பெருகியது என்று கூறினார். இவற்றை அடுத்து 1952ஆம் ஆண்டு முதல் பகிர்மானக் கொள்கை படிப்படியாகத் தளர்த்தப்பட்டது. இதற்கு முக்கியக் காரணம் வெளிநாடுகளில் உணவு உற்பத்தி அதிகரித்து விலை குறைந்த அல்லது நன்கொடைகளாக உணவு உட்பட பல அத்தியாவசியப் பொருட்கள் இஸ்ரேலுக்குக் கிடைத்ததே.

அன்றைய இஸ்ரேலிய அரசின் கொள்கை முரண்பாடான வகையில் சமத்துவக் கொள்கை அரசியலின் பிரதிபலிப்பாக இருந்தது. இரண்டாம் உலகப் போர் ஏற்படுத்திய அழிவு, புதிய காலனிய அரசுகளின் முன் இருந்த பொருளாதாரச் சிக்கல்கள் ஆகியவற்றால் அக்காலகட்டத்தில் இந்தியா உட்பட பல நாடுகள் சமத்துவக் கொள்கைகளையே முன் வைத்தன.

ஐரோப்பிய நாடுகளில் ஸ்வீடன், நார்வே போன்ற குறைந்த மக்கள் தொகை கொண்ட நாடுகள் சமூக ஜனநாயகக் கட்சிகளால் ஆளப்பட்டிருந்தன. அப்படியான அரசுகளால் ஏற்படுத்தப்பட்ட பொது அமைப்புகளில் கல்வி, மருத்துவம் போன்றவற்றையும், உள்கட்டுமானங்களையும் வளர்த்தன.

இன்று அந்நாடுகளில் காணப்படும் வளர்ச்சிக் குறியீடுகளை இதர முன்னேறிய நாடுகளால் கூட எட்டிப்பிடிக்க இயலவில்லை. மக்கள் தொகை குறைவு அல்ல காரணம்; எவ்விதமானக் கொள்கைகளைப் பின்பற்றுகிறோம் என்பதே முக்கியம். மேற்சொன்ன 'ஸ்காண்டிநேவியன்' நாடுகள் சமூக ஜனநாயகக் கொள்கைகளைப் பின்பற்றி இன்று பல மாற்றங்களை ஏற்படுத்தும் முன்மாதிரி நாடுகளாகியுள்ளன.

புவி வெப்பமயமாதலை எதிர்த்துப்போராட பல மாற்று எரிசக்தி வளங்களில் தொழில்நுட்பப் புரட்சியை இந்நாடுகள் மேற் கொண்டுள்ளன. இதே பாணியில் இஸ்ரேலும் செயல்பட்டது.

ஏறக்குறைய இருபதாண்டு காலத்துக்கு சமத்துவக் கொள்கைகளைப் பின்பற்றியது இஸ்ரேல். தனியார் தொழில்கள் ஊக்குவிக்கப் பட்டாலும் கூட அவை தொழிலாளர் கூட்டுறவு அமைப்புகளால் முன்னெடுக்கப்பட்ட தொழில்களை உள்ளடக்கியிருந்தன. அவை ஹிஸ்டாதுருட் என அழைக்கப்பட்டன. இந்த அமைப்பு தொழிற் சங்கங்களின் கூட்டமைப்பு. துவங்கப்பட்ட சிறிது காலத்திலேயே இஸ்ரேலின் செல்வாக்கு மிகுந்த அமைப்புக்கள் ஆகின. இந்த அமைப்புகள் இஸ்ரேலின் போக்குவரத்திலும், விவசாய உற்பத்தி மற்றும் சந்தைப்படுத்துதலிலும் ஏகபோகத்தைக் கொண்டிருந்தன.

பொதுத்துறை அமைப்புகளை உள்ளூர் அதிகாரிகளும், யூத முகமை (ஜுவிஷ் ஏஜென்சி) போன்ற அரசு சார் அமைப்புகளும் நிர்வகித்தன. யூத முகமை இரு பெரும் வங்கிகளை நடத்தியது. ஹிஸ்டாதுருட் இரு பெரும் காப்பீட்டு நிறுவனங்களை நிர்வகித்தது. ஹிஸ்டாதுருட் தொழிற்சாலைகளை நிர்வகிப்பதிலும் முக்கியப் பங்களிப்பைச் செய்தது.

இவற்றின் வளர்ச்சிக்குப் பின்னணியில் ராணுவமயமாக்கல் இருந்தது. ராணுவத் தளவாடங்களை உற்பத்தி செய்வது இவற்றின் முக்கியச் செயல்பாடாக இருந்தது. இது 1967ஆம் ஆண்டுப் போருக்குப் பிறகு நிகழ்ந்தது. அச்சமயத்தில் பிரெஞ்சு அரசு ராணுவத் தளவாட ஏற்றுமதிக்கு தடை விதித்திருந்தது. இச்சந்தர்ப்பத்தைப் பயன்படுத்தி உள்நாட்டிலேயே தனது ராணுவத் தளவாடங்களை உற்பத்தி செய்ய இஸ்ரேல் முனைந்தது. எனினும் அமெரிக்க ராணுவ உதவி தொடர்ந்து கிடைத்து வந்தது. இவை தவிர, உரங்கள், ரசாயனங்கள், எண்ணெய் சுத்திரிப்பு போன்ற தொழில்களில் அரசு நிறுவனங்களே முதன்மையாக ஈடுபட்டன.

இஸ்ரேலின் வளர்ச்சியானது சீராக ஆண்டுக்கு 10% வரையில் உயர்ந்து காணப்பட்டது. இத்தகைய வளர்ச்சிக்குக் காரணம் இரண்டு போர்களைத் தவிர உள்நாட்டில் பேரளவில் அமைதி நிலவியதே. அது மட்டுமின்றி 1948இல் தோன்றிய புதிய தேசமானது ஏறக்குறைய வெறுங்கையில் முழம் போடுவது போன்று தனது சிக்கன மற்றும் பகிர்மானக் கொள்கைகள், பொதுத் துறை நிறுவனங்களின் பங்களிப்பு, நிலையான அரசுக் கொள்கைகள் போன்றவற்றால் சிறிது சிறிதாக முன்னேறி வந்தது.

பின்னர் 1973இல் யோம் கிப்பூர் போரினால் சற்று பொருளியல் வீழ்ச்சி ஏற்பட்டது. விலைவாசி உயர்வு, பணவீக்கம் அதிகரித்தது. அதனைத் தொடர்ந்து சர்வதேச கச்சா எண்ணெய் விலை உயர்வும் சிறிய தேசமான இஸ்ரேலை கடுமையாகப் பாதித்தது. சுமார் ஒன்பது ஆண்டுகளுக்கு (1973-1982) எண்ணெய்த் தேவைக்காக ஏறக்குறைய அமெரிக்க டாலர் 12 பில்லியன்களை இஸ்ரேல் செலவிட நேர்ந்ததாகக் கணிக்கப்பட்டது. இது இஸ்ரேலின் ஓராண்டு நிகர தேச உற்பத்திக்கு இணையானது.

எண்ணெய் விலை உயர்வின் தாக்கமாக சமூக நலத் திட்டங்களும் பின்தங்கின. அரசு தனது அணுகுமுறையை மாற்றிக்கொள்ளத் தொடங்கியது. பெரும் முதலீடுகளை சமூக உள்கட்டமைப்புத் திட்டங்களில் செய்ய நேர்ந்தது. தொடர்ச்சியாக 1980ஆம் ஆண்டுகளில் நிதி, வங்கிச் சேவைகளில் கடும் சிக்கல்கள் எழுந்தன. இதனால் பொருளாதாரத்தைச் சீர்திருத்த வேண்டிய தேவை எழுந்தது. முதன் முறையாக தாராளமயமாக்கல் கொள்கைகள் பன்னாட்டு செலாவணி நிதியம், அமெரிக்க அரசு ஆகியவற்றின் வழிகாட்டுதலில் மேற்கொள்ளப்பட்டன. இதன் பிறகு வளர்ச்சி அதிகரித்தது.

இஸ்ரேலின் பொருளாதாரத்தை நிலைநிறுத்தும் 1985ஆம் ஆண்டு சீர்திருத்தங்களும், பின்னர் 1992இல் உலகமயமாக்கல் கொள்கைகளைப் பின்பற்றிக் கொண்டு வரப்பட்ட தாராள மயமாக்கலுமே இன்று இஸ்ரேல் உலக வரைபடத்தில் வளர்ந்த தேசத்தின் அம்சங்களைக் கொண்டிருக்கக் காரணமாகின. அது நாள் வரையில் அரசின் கைகளில் பாதுகாப்பாக இருந்த நலத் திட்டங்கள் நீர்த்துப்போய் மிக அவசியமான மக்கள் தொகையினருக்கே கிடைக்கும்படிச் செய்யப்பட்டது.

அரசு செலவினங்கள் குறைந்ததால் மக்கள் நலத் திட்டங்களைவிட கல்வி, மருத்துவம், அறிவியல் வளர்ச்சி, ஆய்வு - மேம்பாட்டுத் திட்டங்கள் என எதிர்காலத்துக்குப் பயனளிக்கும் அம்சங்களில் இஸ்ரேல் அரசு கவனம் செலுத்தியது. இன்று இஸ்ரேலில் பல நாடுகள் முதலீடு செய்வது மட்டுமின்றி பல உயர் தொழில்நுட்ப நிறுவனங்கள், புதிய தொழில்நுட்பங்கள், புத்தொழில்கள் ஆகியவற்றினை வாங்கவும், இணைந்து செயல்படவும் முன் வருகின்றன.

இன்றும் இஸ்ரேலின் முக்கியச் செலவினமாக ராணுவம்தான் இருக்கிறது. ஆனால் அதே ராணுவத் தொழில்நுட்பங்கள்,

தளவாடங்கள் இஸ்ரேலுக்கு அந்நியச் செலாவணியையும் பெற்றுத் தருகின்றன. இந்தியா போலவே தனது பொருளாதார வளர்ச்சியை அதிகரிக்க தனது நாணயத்தை மதிப்புக் குறைப்பு செய்தது. ஒரு இஸ்ரேலிய என்.ஐ.எஸ் (நியூ இஸ்ரேல் ஷெகல்) 1.5 என்றால் அதற்கு இணையாக ஒரு அமெரிக்க டாலர் எனப் பரிமாற்ற மதிப்பு நிர்ணயிக்கப்பட்டது. இதன் மூலம் அமெரிக்க டாலருக்கு இணையான மதிப்பு கொண்ட நாணயமாக இஸ்ரேலிய ஷெகல் கருதப்பட்டதைப் புரிந்து கொள்ளலாம்.

இதே காலகட்டத்தில் இந்திய அமெரிக்க நாணய பரிமாற்ற மதிப்பு ஒரு அமெரிக்க டாலருக்கு இந்திய நாணயம் ரூ. 12.37ஆக இருந்தது. இந்த நாணய மதிப்புக் குறைப்பை அடுத்து எடுக்கப்பட்ட பல நடவடிக்கைகள் காரணமாக விலைவாசி உயர்வும் பணவீக்கமும் கட்டுப்பட்டு 20% என்றளவில் குறைந்தன. இதனால் அரசுக்கு மேற்கொண்டு பொருளாதாரச் சீர்திருத்தங்களையும், வளர்ச்சியையும் ஊக்குவிக்க வழியேற்பட்டது. மேலும் அந்நியச் செலாவணியும் கட்டுக்குள் வந்ததால் அயல் நாட்டு வர்த்தகம், முதலீடுகளில் வேகமான வளர்ச்சி ஏற்பட்டது.

13

பொங்கும் வளம்

இஸ்ரேலின் முன்னேற்றத்திற்கு மிகப் பக்கபலமாக இருந்தது விவசாய வளர்ச்சி. உணவிற்காக யாரிடமும் கையேந்தும் நிலையில் இஸ்ரேல் இருக்கவில்லை என்பது நல்வாய்ப்பாக அமைந்தது. விவசாய வளர்ச்சிக்கு நில அமைப்பும், தொழில்நுட்ப முன்னேற்றமும் அடித்தளமாய் விளங்கின.

இஸ்ரேலில் நல்வாய்ப்பாக வளமான நிலப்பகுதிகள் அதன் கடற்கரையை ஒட்டியப் பகுதிகளில் அமைந்துள்ளன. இஸ்ரேலில் நான்கு வகையான நிலப்பகுதிகள் உள்ளன. மத்தியத் திரைக்கடல் பகுதியை ஒட்டிய கடற்கரைப் பிரதேசம், வடக்கு மற்றும் மத்திய மலைப் பகுதிகள், கிரேட் ரிஃப்ட் பள்ளத்தாக்குப் பகுதிகள், நெகேவ் பாலைவனம் ஆகியவை நிலப்பகுதிகளாக உள்ளன.

இவற்றுடன் சில நீரோடைகள் கொண்ட பகுதிகளும் உள்ளன. மழையை நம்பியே மொத்த இஸ்ரேலும் உள்ளது. வான் பொய்த்தால் விவசாயம் பொய்க்கும் நிலை. ஆனால் விவசாயத்திற்கும் சரி, மக்களுக்கும் சரி அன்றாடம் தேவையான நீரை வழங்கும் நிலைக்கு இஸ்ரேல் வந்துவிட்டது. அதன் தொழில்நுட்ப வளர்ச்சி, குறிப்பாக நீராதாரங்களைப் பயன்படுத்தும் ஆற்றல் பல நாடுகளில், இந்தியா உட்பட, நடைமுறையில் உள்ளது. இஸ்ரேல் தனது தொழில்நுட்ப

முன்னேற்றத்தை வணிக ரீதியிலும் ராஜதந்திர ரீதியிலும் பயன்படுத்துகிறது.

விவசாயம் விரிவடைய தண்ணீர் தேவை. மழையை நம்பியுள்ள பகுதிகளில் எப்படி நீரின்றி நிலைத்த/வளங்குன்றா வளர்ச்சியைப் பெறுவது? மேலும் விவசாயத்தை யார் செய்வது? இன்று விவசாயம் செய்யும் மக்கள் தொகை ஒரு விழுக்காட்டிற்கும் குறைவு. ஆனால் விடுதலை அடைந்தபோது உணவுத் தேவைக்காகவும், பிற தொழில்கள் குறைவாக இருந்ததாலும் கிராமப்புறங்களிலும், தொலைதூரப் பாலைவனப் பகுதிகளிலும் குடியேறிய மக்கள் விவசாயத்தைத்தான் நம்பியிருந்தனர். இவர்களுக்காக நீர்ப்பாசன திட்டங்கள் கொண்டு வரப்பட்டன. தொழில்நுட்பமும் கை கொடுத்தது. இன்று உலகளவில் பயன்படும் சொட்டு நீர்ப்பாசனம் 1950களில் மழையை நம்பியிருந்த பகுதிகளில், நீராதாரம் குறைந்த பகுதிகளில் அறிமுகமாகி புரட்சியை ஏற்படுத்தியது.

இஸ்ரேலுக்கு தொழில்நுட்ப அறிவு புதிதல்ல என்று சொல்கிறார்கள். பண்டைய காலங்களில் இதே பகுதிகளில் விவசாயம் நடந்துள்ளதும், விவசாயிகள் தங்களுக்கேற்ற மரபுத் தொழில்நுட்பத்தைப் பயன்படுத்தியதையும் ஆவணப் படுத்தியுள்ளனர் பென் குரியன் பல்கலைக்கழகத்தினர். இரண்டாயிரம் ஆண்டுகளுக்கு முன்பு பாலைவனப் பகுதிகளில் கூரை அமைத்து ஒவ்வொரு சொட்டு நீரையும் வீணாக்காமல் பயிர் செய்துள்ளனர் அன்றைய நபாடியன் எனும் விவசாயக் குடியினர். சொட்டு நீர்ப்பாசனம் பிறந்தது ஓர் விபத்தாகும். சிம்சா பிளாஸ் என்பவர் தனது நீர்ப்பாசன ஆய்வில் ஒரேயொரு செடி மட்டும் வளர்வதைக் கண்டு அதற்கு மட்டும் எப்படி நீர் செல்கிறது என்று ஆராய்ந்த போதுதான் நீர் சொட்டு சொட்டாக கசிந்து வேருக்கு நேரடியாகச் செல்வது தெரிய வந்தது. பின்னர் நெகிழிக் குழாய்களைப் பயன்படுத்தி சொட்டு நீர்ப்பாசனமாக அறிமுகம் ஆகியது. இஸ்ரேலின் கூட்டுறவு விவசாய சங்கமான கிப்புட்ஸ் ஹாட்செரிமுடன் இணைந்து நெடாஃபிம் எனும் நிறுவனத்தை துவங்கினார் பிளாஸ்.

சொட்டு நீர்ப்பாசனம் வருவதற்கு முன்பாகவே இஸ்ரேல் முழுவதும் பெரிய குழாய்கள் மூலம் நீர் கொண்டு செல்லப்படும் வலைப்பின்னல் முறை ஏற்படுத்தப்பட்டது. இஸ்ரேலின் நீராதார முறைகளே அதன் இருப்பைத் தக்க வைக்க உதவின என்றால் மிகையில்லை. மக்களுக்கான குடிநீர், இதர நீர்த் தேவைகள்,

விவசாயம் போன்றவற்றிற்கான நீர் கடல் நீரை சுத்திகரிப்பது, கழிவு நீர் மறுசுழற்சி போன்றவற்றின் மூலம் நிறைவேற்றப்படுகிறது. ஏறக்குறைய கழிவு நீர் மறுசுழற்சி 100% நடைமுறையில் உள்ள நாடு உலகளவில் இஸ்ரேல் மட்டுமே. அமெரிக்காவில் கூட 90% கழிவு நீர் மட்டுமே மறுசுழற்சி செய்யப்படுகிறது.

முன்னரே குறிப்பிட்டப்படி கிப்புட்சிம் எனும் அமைப்பு உள்ளூர் சாகுபடி தொடர்பான விவகாரங்களைக் கண்டு வந்தது. மோஷேவிம் எனும் அமைப்பு ஏற்றுமதி தொடர்பான விவகாரங்களைக் கையாள்கிறது. இரண்டு அமைப்புகளால் இஸ்ரேலிய விவசாய வளர்ச்சி மிக அதிகமாக வளர்ந்துள்ளது. ஓரேயொரு முறை, எண்பதுகளைத் தவிர விவசாய வளர்ச்சி சோடை போனதேயில்லை. நீராதாரமும், இதர தொழில்நுட்பங்களும் தொடர்ச்சியாக மேம்படுத்தப்பட்டதால் இன்று உலகளவில் இஸ்ரேலிய விவசாயம் எடுத்துக்காட்டு மிக்கதாகவுள்ளது.

இஸ்ரேலில் 50% நிலப்பகுதி பாலைவனம். அங்கு நிரந்தரமாக மாறி வரும் தட்பவெப்பமும் நிலவுகிறது. ஏறக்குறைய 20% நிலப்பகுதிகள் மட்டுமே பயிர் செய்ய ஏற்றவை. எனவே அதற்கேற்றபடி திட்டமிட வேண்டும். இந்தக் கட்டுப்பாடே அதற்கான விடியலாக வாய்த்தது எனலாம். இஸ்ரேல் முதலில் நீராதாரங்களைப் பெருக்கியது; நீராதாரங்களைப் பயன்படுத்தும் தொழில்நுட்பங்களைக் கண்டறிந்தது. சொட்டு நீர்ப்பாசனம், ஸ்பிரிங்களர்ஸ் எனப்படும் நீர்த்தெளிப்பான்கள் போன்றவை அவற்றில் அடங்கும். நம் நாட்டில் இவற்றை பெருமளவில் பயன்படுத்துகிறோம். குறிப்பாக 1992ஆம் ஆண்டு பொருளாதாரச் சீர்திருத்தங்கள், இஸ்ரேலுடன் தூதரகத் தொடர்புகளை ஏற்படுத்தியப் பிறகு வெள்ளம் போல சொட்டுநீர்ப்பாசனம் நாடு முழுவதும் பரவியது. இன்று ஓரளவுக்கேனும் விவசாயத்திற்கு நீராதாரங்கள் கிடைக்கின்றன என்பதற்கு சொட்டு நீர்ப்பாசனமே காரணம் என்றால் மிகையில்லை.

இன்று உலகம் சந்திக்கும் முக்கியப் பிரச்சினை உணவு தானியங்களில் காணப்படும் நச்சுத்தன்மை. இதை எப்படி இஸ்ரேல் எதிர்கொண்டது என்பதும் ஆர்வத்தைக் கொடுக்கும். நச்சுத்தன்மை நிலத்தின் வளத்தையும் பாதிக்கும் என்பதை உணர்ந்த தொழில்நுட்பவியலர் பசுமை உரங்களை முன்னெடுக்கத் துவங்கினர். ஆனாலும் போதுமான அளவில் அவற்றைத் திரட்டுவது சாத்தியமாகவில்லை. எனவே உயிரி-ராசாயன உரங்கள்மீது கவனம்

செலுத்தினர்; அதில் வெற்றியும் பெற்றனர். மேலும் உயிரியல் தொழில்நுட்பம் மூலம் பூச்சிக்கொல்லிகளை உருவாக்கினர். மற்றொரு அறிமுகம் ரோபோடிக்ஸ் ஆகும். இவற்றின்மூலம் பயிர் சாகுபடியில் வளமான அறுவடையை நிகழ்த்த முடிகிறது. குறிப்பாக காய்கறிகள், கனிகள், பூக்கள் போன்றவற்றை பசுமைக் குடில்களிலும், திறந்தவெளிகளிலும் சாகுபடி செய்வதில் ரோபோடிக்குகள் பெரிதளவில் உதவுகின்றன.

விவசாயத்தில் காணப்படும் கடும் தொழிலாளர் பற்றாக்குறையும் இயந்திரங்களைப் பயன்படுத்தக் காரணம். இஸ்ரேல் பெருமளவில் காய், கனி, மலர்கள் ஏற்றுமதியில் ஈடுபட்டுள்ளது. இவற்றின் விலை குறைவாக இருக்க வேண்டுமென்றால் இயந்திரமயமாக்கல் செய்ய வேண்டும். எனவே, ரோபோடிக்குகள் பரவலாக உள்ளன. இயந்திரமயமாக்கலின் கீழ் டிரோன்கள், செயற்கைக்கோள் தொடர்பு, வான் கண்காணிப்பு போன்றவையும் சாகுபடியில் பயன்படுத்தப்படுகின்றன.

இஸ்ரேலின் அராவா பள்ளத்தாக்கு பழங்களின் விளைச்சலுக்குப் பெயர் பெற்றவை. பெரும்பாலும் பழ வகைகள் ஐரோப்பாவிற்கு ஏற்றுமதியாகின்றன. நெகேவ் பாலைவனத்தில் நீராதாரக் கட்டுப்பாடுகள் உள்ளதால் எந்தமாதிரியான பயிர்களை வளர்ப்பது என்பதில் ஐயப்பாடுகள் இருந்தன. விவசாயி ஒருவர் மழைப்பிரதேசத்தில் மட்டும் வளரும் ஆலிவ் மரங்களை கடல் நீரைக்கொண்டு பயிர் செய்துள்ளாராம். நிலத்தடியில் இருக்கும் உப்பு நீர் ஊற்றுகளிலிருந்து கிடைக்கும் நீரைக்கொண்டு இதைச் சாதித்துள்ளாராம். இப்படி ஒவ்வொருவரின் தனிப்பட்ட முயற்சியால்தான் இஸ்ரேலிய விவசாயம் முன்னணியில் உள்ளது. பாலைவன விவசாயத்தை ஊக்கப்படுத்தும் விதத்தில் யூத தேசிய நிதியானது ஆயிரக்கணக்கான ஏக்கர் பாலை நிலங்களைப் பண்படுத்த நிதியுதவி செய்கிறது.

தனது விவசாயப் பரிசோதனைகளை வறுமையில் வாடும் ஏராளமான ஆப்பிரிக்க நாடுகளுக்கும்கூட இஸ்ரேல் கற்றுக் கொடுக்கிறது. எகிப்து போன்ற நாடுகள் ஐரோப்பாவிற்கு ஏற்றுமதி செய்வதில் போட்டியிடும் எனத் தெரிந்தும் அந்நாட்டு விவசாயிகளுக்கு தங்களின் தொழில்நுட்ப வளங்களை இஸ்ரேல் கொடுத்துள்ளது.

விடுதலை அடைந்த சமயத்தில் விவசாயப் பரப்பு 1,65,000 ஏக்கர்கள் ஆகும். இன்று அந்தப் பரப்பு 4,35,000 ஏக்கர்களாக உயர்ந்துள்ளது.

அன்று 400 என்ற எண்ணிக்கையில் இருந்த விவசாய சமூகங்கள் இன்று 900ஆக (இதில் 136 அராபிய கிராமங்களும் அடங்கும்) உயர்ந்துள்ளன. உணவு உற்பத்தி 16 மடங்கு அதிகரித்துள்ளது. இது மக்கள் தொகையின் அதிகரிப்பைவிட மூன்று மடங்கு அதிகமாகும். இஸ்ரேலின் விவசாயப் பன்முகத்தன்மைக்கு அதன் இயற்கை அமைப்பே ஒரு காரணமாகும். அது மட்டுமின்றி சமீப காலங்களில் உலகின் பிற பகுதிகளில் இருந்தும் வறட்சியைத் தாங்கி வளரும் பயிர் வகைகளை இஸ்ரேல் அறிமுகப்படுத்தி வருகிறது.

பாலைவனப் பகுதியில் இவற்றை வளர வைப்பது குறித்து பல ஆராய்ச்சிகளை இஸ்ரேலிய விவசாயத்துறை அமைச்சகம் செய்து வருகிறது. தனது அனுபவங்களை உலகளவில் பகிர்ந்து கொள்வதில் இஸ்ரேல் முயற்சிகளை மேற்கொண்டு வருகிறது. கடந்த 1958ஆம் ஆண்டு முதல் ஆயிரக்கணக்கான விவசாயப் பயிற்சியாளர்களை உலகம் முழுதும் அனுப்பி வைத்துள்ளது. ஒவ்வொரு நாட்டிலும் ஆயிரக்கணக்கானவர்கள் இஸ்ரேலிய நிபுணர்களின் அனுபவங்களை அவரவர் நாடுகளிலேயே பெறுகின்றனர். தங்கள் நாட்டிலும் ஆண்டுதோறும் 80 நாடுகளிலிருந்து 1,400 பங்கேற்பாளர்களை வரவழைத்து பயிற்சியளிக்கிறது.

தங்களை இஸ்ரேல் ஒடுக்குவதாக கூறும் பாலஸ்தீன தன்னாட்சிப் பகுதிகளில் இருந்தும் விவசாயப் பொருட்களை இஸ்ரேல் இறக்குமதி செய்கிறது. விலை மலிவான இப்பொருட்கள் இஸ்ரேல் விவசாயிகளுக்குப் போட்டியாக உள்ளன என்பதில் ஐயமில்லை. பன்னாட்டு வணிக கட்டுப்பாடுகளால் அமெரிக்க, ஐரோப்பிய நாடுகளில் இருந்தும் பதப்படுத்தப்பட்ட உணவுப் பொருட்களை இஸ்ரேல் இறக்குமதி செய்கிறது. இஸ்ரேல் அதிகமாக மீன், மீன் உணவுப் பொருட்களை இறக்குமதி செய்கிறது. இருப்பினும் புதிய தொழில் நுட்பங்களைக் கொண்டு தற்சார்பை நோக்கி மீன் உற்பத்தி செல்கிறது. பால் உற்பத்தி, கோழிப்பண்ணை, டர்கிப் பறவைகள் வளர்ப்பு இறைச்சி ஏற்றுமதியும் முன்னணியிலுள்ள பிற விவசாயப் பிரிவுகள் ஆகும்.

14

ஆய்வும் மேம்பாடுமே உறுதுணை

இஸ்ரேலின் பொருளாதார வளர்ச்சி என்பது விவசாயத்தில் செய்யப்பட்ட ஆய்வுகள், கண்டுபிடிப்புகளோடு நின்றுவிட வில்லை. உற்பத்தித் துறையிலும் இரசாயனம், போக்குவரத்து, மருத்துவம் மற்றும் மின்னணு தொழில் நுட்ப வளர்ச்சி ஆகியவற்றிலும் விரிவடைந்தது. இஸ்ரேலின் உற்பத்தித் துறை சிறியது என்றாலும் வலுவானது. சேவைத்துறையிலேயே அதிக ஆய்வுகளும் மேம்பாடுகளும் நிகழ்கின்றன. குறிப்பாக மின்னணு, டிஜிட்டல் தொழில் நுட்பங்களில் இஸ்ரேலின் முன்னேற்றம் இந்தியா உட்பட பல நாடுகளை ஈர்த்தது என்றால் வியப்பில்லை. இந்தியாவில் அரசியல் பரபரப்பைக் கிளப்பிய பெகாசுஸ் எனும் உளவுச் செயலி இஸ்ரேலில்தான் உருவாக்கப்பட்டது.

விடுதலையடைந்த சில ஆண்டுகளிலேயே தங்களுடைய தொழில்நுட்ப அறிவைப் பெருக்கிக்கொள்ள அதிகளவில் கல்வியிலும், பயிற்சியிலும் இஸ்ரேல் முதலீடு செய்யத் துவங்கியது. அதன் பலனாக பல தொழில்நுட்பப் புரட்சிகளை அதனால் செய்ய முடிந்தது. துவக்க காலத்தில் ரசாயனம், மருந்து, பண்டங்கள் உற்பத்தித் துறை ஆகியவற்றில் மிகுந்த கவனம் செலுத்தினர். கடல் நீரைக் குடிநீராக்கும் திட்டம் வெற்றி பெற்றதும், உற்பத்தித் துறைக்கு பெரும் பக்கபலமானது.

பொருளாதாரச் சீர்திருத்தங்களுக்குப் பின் அறிவியல் அடிப்படையிலான, உயர் வகைத் தொழில்நுட்பங்களைக் கொண்ட மின்னணு, மேம்பட்ட கணினி மற்றும் தகவல் தொடர்பு அமைப்புகள், மென்பொருள் மற்றும் ஆயுதங்கள் ஆகியவை பெருமளவில் உற்பத்தி செய்யப்பட்டன. இவை பெரும்பாலும் ஏற்றுமதிக்காகவே உற்பத்தி செய்யப்பட்டன. இதர முக்கியப் பொருட்களில் ரசாயனம், நெகிழி, உலோகங்கள், உணவு, மருத்துவம் மற்றும் தொழில்சார் பொருட்கள் அடங்கின.

இஸ்ரேல் ஒரு காலத்தில் செயற்கை வைரம் பட்டை தீட்டும் தொழிலில் முதன்மையான இடத்தைப் பெற்றிருந்தது. உலகின் மிகப் பெரிய பட்டை தீட்டும் தொழிற்கூடம் டெல் அவிவ் நகரில் இருந்தது. பெரிய தொழில்கள் தனியாரிடமே இருந்தன. அரசின் கட்டுப்பாட்டில் விமானம் தயாரிக்கும் தொழிற்சாலை இருந்தது. இந்த ஆலையில் பயணிகள் மற்றும் போர் விமானங்கள் தயாரிக்கப்பட்டன. இஸ்ரேலின் ராணுவத் தளவாட உற்பத்தி 'ஆறு நாட்கள் போர்' நடந்த பிறகு பல மடங்கு அதிகரித்தது. பெருமளவில் ஏற்றுமதி வாய்ப்புள்ள தொழிலாக ராணுவத் தளவாட உற்பத்தி இருந்தது குறிப்பிடத்தகுந்தது.

இந்தியாவுக்கு நேரடியாக விமானங்களை இஸ்ரேல் விற்கா விட்டாலும் பிரெஞ்சு நாட்டின் மிராஜ் விமானங்களில் தேவையான மாறுதல்களைச் செய்து அவற்றை நவீனமாக மாற்ற உதவியது. இஸ்ரேலின் ஸ்பைஸ் எனப்படும் நவீன குண்டுகள் பாலகோட் தீவிரவாத முகாம்களின் மீதான தாக்குதலின்போது பயன் படுத்தப்பட்டன என்று இந்திய ராணுவம் கூறியது. முதல் முறையாக அத்தகைய வகைக் குண்டுகளை இந்தியா பயன்படுத்தியது குறிப்பிடத்தக்கது.

பிற்காலத்தில் 'மிராஜ் 5'ஐ இஸ்ரேலுக்கு பிரான்ஸ் வழங்கவில்லை. என்றாலும் அதன் மூல வடிவமைப்பைக் கள்ளத்தனமாகப் பெற்று இஸ்ரேல் புதிய ரக விமானம் ஒன்றை ஏற்படுத்தியது. அதற்கு நெஷெர் என்று பெயர். சிலர் பிரான்ஸ் மறைமுகமாக இஸ்ரேலுக்கு உதவியதாகக் குற்றஞ்சாட்டினர். இப்போது இஸ்ரேல் இந்தியாவுக்கு நடுவானில் எரிபொருள் நிரப்பும் நடவடிக்கைக்கு உதவ ஏற்கனவே பயன்பாட்டில் இருந்த பயணியர் விமானங்களை மாற்றியமைக்கும் நுட்பத்தை அளிக்கவுள்ளது. இஸ்ரேலின் ஏரோஃபேஸ் இண்டஸ்ட்ரீஸ் இதற்காக புரிந்துணர்வு ஒப்பந்தம் ஒன்றை எச்.ஏ.எல் நிறுவனத்துடன் செய்து கொண்டுள்ளது.

ராணுவத்துக்கு அடுத்தப்படியாக மின்னணுப் பொருட்களை உற்பத்தி செய்வது வளர்ந்தது. ஏனெனில் ராணுவத்துகாக உருவாக்கப்படும் தொழில்நுட்பங்களின் நீட்சியே பிற தொழில் நுட்பங்களின் வளர்ச்சிக்கும், மாற்றத்துக்கும் காரணிகளாக உள்ளன என்பதை உலகளவில் நாம் காணலாம். இன்றைய இணைய உலகம் அமெரிக்காவின் ராணுவத் தலைமையகமான பென்டகனில் உருவானது என்பது நாம் அறிந்ததே. அதுபோல முதலில் வறண்ட பாலைவனத்தை விவசாயச் சோலைவனமாக ஆற்றுவதற்கு முன்னுரிமைக் கொடுத்து தனது உணவுத் தற்சார்ப்பைத் தீர்த்துக் கொண்ட இஸ்ரேல் அதன் பின்னர் ராணுவத்தின் மூலம் கண்டறியப் பட்ட தொழில்நுட்பங்களைக் கொண்டு தொழில் வளர்ச்சியை ஊக்குவிக்க ஆரம்பித்ததது. குறிப்பாக மருத்துவக் கருவிகள், மின்னணுப்பொருட்கள், கணினி மென்பொருள் மற்றும் வன்பொருள், தொலைத் தொடர்ப்புக் கருவிகள் ஆகியவற்றின் உற்பத்தியில் கவனம் செலுத்தியது.

இதனிடையே 1980ஆம் ஆண்டுகளில் அமெரிக்காவிலிருந்து இஸ்ரேல் திரும்பிய பல மென்பொருள் வல்லுநர்கள் அமெரிக்க நிறுவனங்களான ஐ.பி.எம், இண்டெல் மற்றும் மைக்ரோசாஃப்ட் நிறுவனங்களின் வெளிநாட்டுக் கிளைகளைத் துவங்கினர். அதாவது பின்னாட்களில் அவுட்சோர்சிங் எனும் முறைமை, பேரளவில் வளர முதல் சுழிப் போட்டனர் எனலாம். 1990களில் ரஷ்யாவிலிருந்து வெளியேறிய யூதர்கள் இஸ்ரேலின் இன்றைய தொழில்நுட்ப அதிவேக வளர்ச்சிக்கு அடிகோலினர். இன்று இஸ்ரேல் மின்னணு, டிஜிட்டல் தொழில்நுட்பங்களை வெளிநாடுகளுக்கு ஏற்றுமதி செய்வதற்கு அச்செயல்பாடுகளே முக்கியக் காரணம்.

இஸ்ரேலில் கனிம வளங்கள் குறைவு. துவக்க காலங்களில் ஒரு சில கனிமங்களை வைத்து ரசாயனப் பொருட்களை உருவாக்கி ஏற்றுமதி செய்தனர். இன்று அதன் வளமான தொழிலாளர் படை பல நவீனப் பொருட்களையும் தொழில்நுட்பங்களையும் ஏற்றுமதி செய்ய பக்கபலமாக உள்ளனர். இவற்றின் பின்னணியில் இருக்கும் தொழில் நுட்பமும் கைத்திறனும் இஸ்ரேலுக்குள்ளேயே கிடைக்கின்றது என்பதுதான் முக்கிய அம்சம். மற்றொன்றையும் நாம் அறிய வேண்டும். இதர நாடுகளில் பொருளாதாரம் வளரும்போது கூடவே தொழில்துறையில் வேலை செய்வோர் எண்ணிக்கை குறையவே செய்யும். ஆனால் இஸ்ரேலில் இன்றும் சுமார் 25% தொழிலாளர்கள் தொழில் துறையில் பணியாற்றுகின்றனர். சேவைத்துறையில் அதிகம் பேர் பணியாற்றுகின்றனர் என்பது உண்மை. அதேநேரம்

விவசாயத்தில் இயந்திரமயம் ஆதிக்கம் செலுத்துகிறது. ஆனால் சேவைத்துறையில் அதிக வாய்ப்பு இருந்தாலும் உற்பத்தித் துறையில் இப்போதும் தொழிலாளர் எண்ணிக்கை குறையாமல் உள்ளது வியப்பூட்டுவதாகும்.

கடந்த இருபதாண்டுகளாக தொழில் சார் உற்பத்தி பல துறைகளில் உலகளவிலான உற்பத்தியுடன் போட்டியிடும் அளவுக்கு முன்னேறியுள்ளது. மருத்துவ மின்னணுவியல், விவசாய தொழில் நுட்பம், தகவல் தொடர்பு, ரசாயனங்கள், கணினி மென்பொருள் - வன்பொருள் அத்துடன் வைரம் வெட்டுதல் மற்றும் பட்டைத் தீட்டுதல் ஆகிய பல தொழில்களில் முன்னேறியுள்ளது. உயர் தொழில்நுட்பத் தொழில்களில் சுமார் 8% வளர்ச்சி சாதிக்கப்பட்ட ஆண்டுகளும் உண்டு. இந்தளவானது முன்னேறிய தொழில்மய (ஓ.இ.சி.டி) நாடுகளில் காணப்படும் அளவுக்கு தேசிய வருமானத்தில் 4.9%ஐ ஆய்வு மற்றும் மேம்பாட்டுக்கு ஒதுக்கியதால் ஏற்பட்ட வளர்ச்சியாகும். ஐ.நாவின் நிபுணர் குழுவொன்று இஸ்ரேலின் இந்த ஆய்வு-மேம்பாட்டுத்திறனை உலகின் முதல் 10 நாடுகள் வரிசையில் வைத்துள்ளதாகத் தெரிவித்தது. இஸ்ரேலின் கல்வி நிலையங்களில் ஆய்வு- மேம்பாட்டுக்குக் கொடுக்கப்படும் முக்கியத்துவமும் தொழில்முனைவோர் நிதியுமே காரணங்கள்.

எதிர்பார்க்க இயலாத மற்றொரு வியப்பு இஸ்ரேல் உலகின் இரண்டாவது சேவைத்துறை ஏற்றுமதியாளர் என்பதாகும். பொதுவாக சேவைத்துறை உள்நாட்டு வேலை வாய்ப்பைப் பெற்றுத்தரும். எனவே மற்ற துறைகள் போல் ஏற்றுமதிக்கு உகந்ததல்ல. ஆனால் கடந்த இருபதாண்டுகளாக இஸ்ரேல் மெதுவாக சேவைத் துறையிலும் சாதித்துள்ளது.

மேலை நாடுகளில் காணப்படும் இப்போக்கு இஸ்ரேலிலும் காணப்படுவது வியப்பு. ஏனெனில் அந்நாடுகளில் உற்பத்தித் துறையும் கடந்து சேவைத் துறை அதிக வேலைவாய்ப்புகளை அளிக்கும் துறையாக பரிணமித்திருக்கும். ஆனால் இஸ்ரேலின் பெரும்பான்மை தொழிலாளர்கள் உற்பத்தி சார்ந்த, ராணுவம் போன்ற துறைகளில் பணியாற்றும் போது சேவைத் துறை இந்தளவு வளர்ந்திருப்பதுதான் வியப்பு. பல்வேறு கட்டுப்பாடுகளையும் தொழிலாளர் நலன் காக்கும் நடவடிக்கைகளாலுமே இச்சாதனை நிகழ்ந்ததாக அந்நாட்டின் அயல் வணிக அமைப்பான எஃப்.ஐ.சி.சி தெரிவிக்கிறது. அந்த அமைப்பு இஸ்ரேலின் தோற்றத்தை மாற்றும் விதத்தில் ஐக்கிய அரபு எமிரேட்ஸ், பஹ்ரைன், சூடான் மற்றும் மொராக்கோவுடன் வர்த்தக ஒப்பந்தங்களை ஏற்படுத்தியுள்ளது.

இது போன்ற நடவடிக்கைகளோடு இணைந்து துறைவாரியாக ஏற்பட்ட வளர்ச்சிகளையும் நாம் காண வேண்டும்.

•

இஸ்ரேலைப் பொறுத்தவரை விடுதலை அடைந்த பிறகு பல பொருட்களை உடனடியாக உற்பத்தி செய்ய இயலாத நிலை. அதற்கான உள்கட்டமைப்புகள் இல்லாததே காரணம். பின்னர் தொழில் உற்பத்தியில் மேம்பட்டாலும் அயல்நாட்டு வர்த்தகம், உள் நாட்டில் நிதி மற்றும் வங்கிச் சேவை, போக்குவரத்து, தொலைத் தொடர்பு ஆகியன மேம்படுத்தப்படத் தேவை இருந்தது. இராணுவ வலைப்பின்னலால் தொலை தொடர்பு வளர்ந்தது. போக்குவரத்து தனியாரிடம் ஒப்படைக்கப்பட்டது. வங்கிச் சேவைகள் பெரும்பாலும் அரசு சார்ந்த நிதியுதவிகளாகவே இருந்தன. அயல் நாட்டு வர்த்தகம் குறிப்பாக இறக்குமதியைக் கட்டுப்படுத்தும் கொள்கைகளே நடைமுறைக்கு தேவைப்பட்டன. ஏனெனில் உள்நாட்டில் நுகரப்படும் பொருட்கள், குறிப்பாக சொகுசுப் பொருட்கள் இறக்குமதி செய்யப்பட்டால் அந்நிய செலாவணி இழப்புக் கூடும் என்பதால் பெருமளவு கட்டுப்பாடுகள் இருந்தன.

ஆரம்ப காலங்களில் இஸ்ரேலுக்கு வர்த்தகம் செய்ய அதிக நாடுகள் இல்லை. தங்களது உற்பத்தியை அமெரிக்கா, ஐரோப்பாவுக்கே அதிகம் ஏற்றுமதி செய்தனர். இதில் அமெரிக்காவுக்கான ஏற்றுமதிக்கு அமெரிக்காவில் இறக்குமதி வரி விதிப்பு இல்லாமல் இருந்தது. ஆனால் அமெரிக்கப் பொருட்கள் இஸ்ரேலுக்குள் வந்தால் ஏராளமான வரிகளையும் அளவுக்கட்டுப்பாடுகளையும் எதிர்கொண்டன. நட்பு நாடுகளுடன் செய்து கொள்ளப்படும் பல ஒப்பந்தங்களை இஸ்ரேல் கொஞ்சம் கொஞ்சமாக பல நாடுகளுடன் செய்து கொண்டது. இதனால் அந்நிய செலாவணி மிச்சமானது.

போக்குவரத்துத் துறையில் மானியத்துடன் இணைந்த கட்டண விகிதங்கள் இருந்தன. தனியாரிடம் உடன்படிக்கை செய்து கொள்ளப்பட்டு விகிதங்கள் நிர்ணயிக்கப்பட்டன. ரயில் போக்குவரத்து நாடு முழுதும் இருக்கிறது. பின்னர் பல நாடுகளில் இருந்து மக்கள் குடியேறியதால் இட நெருக்கடியும் அதிகரித்தது. இஸ்ரேல் பரப்பளவில் சுமார் 470 கி.மீ நீளமும், 135 கி.மீ அகலமும் உடையது. இதில் தனியார் போக்குவரத்தையும் உள்ளடக்க வேண்டும். ஒரு கட்டத்தில் ஒரு கி.மீக்கு நூறு கார்கள் வரையில் இருக்கும்படி அதிகரிப்பு நிகழந்தது. அமெரிக்காவில் கூட ஒரு கி.மீக்கு 40 கார்கள் மட்டுமே இருந்த நிலையில் இஸ்ரேலில் அதை

விட இருமடங்கு (நால்வரில் ஒருவருக்கு ஒரு கார் என்றளவில்) இருந்ததாகப் புள்ளி விவரங்கள் கூறுகின்றன.

விமான சேவைகளும் கூட, விடுதலை அடைந்தவுடன் துவங்கப் பட்டன. அரசு நிறுவனமான எல் அல் இஸ்ரேல் ஏர்லைன்ஸ் முதன் முதலில் தனது பயணத்தைத் துவக்கி இஸ்ரேலின் முதல் அதிபரான சையாம் வீஸ்மேனை ஜெனீவாவிலிருந்து டெல் அவிவ் நகரத்துக்கு அழைத்து வந்தது. பின்னர் தேசிய விமானப் போக்குவரத்து நிறுவனமாக இஸ்ரேல் ஏர்லைன்ஸ் உருவாகியது. உள்நாட்டு விமானப் போக்குவரத்து அர்க்கியா இஸ்ரேல் ஏர்லைன்ஸ் எனும் நிறுவனத்தால் மேற்கொள்ளப்படுகிறது.

துறைமுகங்களைப் பொறுத்தவரை ஹாயிஃபா பெரியது மட்டுமின்றி முக்கியமான துறைமுகமாகும். தெற்குப்புறத்தில் இலாத் மற்றும் அஷ்டோட் என துறைமுகங்களும் உள்ளன. இவை தவிர டெல் அவிவ் (தலைநகராக செயல்படுகிறது) ஹடேரா, அஷ்கேலோன் துறைமுகங்களும் உள்ளன. டெல் அவிவ் தற்போது பொழுது போக்கு மற்றும் அங்காடிகளுக்கான துறைமுகமாக செயல்படுகிறது. கண்டெய்னர் துறைமுகங்கள் ஏற்பட்ட பிறகு டெல் அவிவ் துறைமுகம் தனது பயனை இழந்தது.

ஹாயிஃபா இருப்பதிலேயே பெரியது. ஆண்டு தோறும் ஏறக்குறைய 30 மில்லியன் டன் சரக்குகளையும், 20 லட்சம் பயணிகளையும் கையாள்கிறது. சமீபத்தில் ஹாயிஃபா துறை முகத்தில் இரண்டாம் கட்ட விரிவாக்கத்தை இந்தியாவின் அதானி குழுமம் மேற்கொள்ளவுள்ளது. இந்திய - இஸ்ரேல் உறவில் முக்கியமான அம்சமாக இதைக் கருதுகிறார்கள்.

இரண்டாம் உலகப் போரில் பிரிட்டிஷ் - இந்திய இராணுவம் அங்கு போர் புரிந்துள்ளது. அங்கு இந்திய வீரர்களின் கல்லறைகளும் உள்ளன. இந்தியா தனது கடற்படையை அங்கே கொண்டு நிறுத்தவும், இதன் மூலம் மத்தியத் தரைக்கடல் பகுதியில் இந்தியா வலிமை பெறவும் வழி ஏற்பட்டுள்ளது. ஹாயிஃபா இஸ்ரேலின் தொழில் வளர்ச்சிக்கு மிக அதிகமாகப் பங்களித்துள்ளது. இங்கிருந்து சுற்றுலா கப்பல்கள் மத்தியத் தரைக்கடல் பகுதிக்குள் சென்று உலகம் முழுவதையும் இணைக்கிறது. அஷ்டோட் துறைமுகத்தில் பல்வேறு பொருட்களைக் கையாளும் வகையில் தனித்தனி அமைப்புகள் உள்ளன.

இஸ்ரேலின் ரயில் போக்குவரத்து அரசு நிறுவனத்தால் நடத்தப் படுகிறது. ஏறக்குறைய 1, 200 கி.மீ தூரத்துக்கு ஸ்டாண்டர்ட் காஜ்

எனும் பாதையை அமைத்துள்ளது அந் நிறுவனம். அதிக மக்கள் நெருக்கடி இருக்கும் கடற்கரைப் பகுதிகளில்தான் அதிகம் பாதைகளைப் பெற்றுள்ளது. மொத்தமாக 66 ரயில் நிலையங்கள் இருப்பதாகத் தெரிகிறது. சுற்றுலாப் பயணிகளும் அதிகளவில் ரயில் சேவையைப் பயன்படுத்துவதால் தோராயமாக 7 கோடி பயணிகள் ரயில் சேவையைப் பயன்படுத்தும் வாய்ப்புண்டு.

தொலை தொடர்பு இஸ்ரேல் பகுதிகள் பிரிட்டிஷ் ஆட்சியின் கீழ் இருந்த போதே 1920களில் நிறுவப்பட்டுவிட்டது. விடுதலை அடைந்த பிறகு மெள்ள வளரத் துவங்கிய இத்துறை இன்று பல்வேறு நாடுகளில் இஸ்ரேல் தொலைத்தொடர்பு வசதிகளை ஏற்படுத்தும் அளவுக்கு வளர்ந்துள்ளது. ஒரு காலத்தில் தொலைபேசி இணைப்பு கிடைக்க சுமார் 3 ஆண்டுகள் காத்திருக்க வேண்டிய நிலை, 1980களின் மத்தியில் பெசக் (Bezeq) எனும் அரசு நிறுவனத்தை ஏற்படுத்தும் வரையில் நீடித்தது. அதன் பிறகு இரண்டாவது இணைப்பைப் பெறும்படி மக்களைத் தூண்டும் விளம்பரங்களை வெளியிட வேண்டிய நிலை.

பெசக் 1990களில் இணைப்புக்காகக் காத்திருக்கும் நிலையை மாற்றியதோடு, தொழில்நுட்ப மேம்பாட்டையும் செய்தது. இன்று அடிப்படைத் தொழில்நுட்பமாக மாறியுள்ள கண்ணாடி இழைத் தொழில்நுட்பம் அன்றே இஸ்ரேலில் அறிமுகமாகிவிட்டது. கடலுக்கு அடியில் கண்ணாடி இழைத் தொழில்நுட்பத்தைப் பயன்படுத்தியும், செயற்கைக்கோள் தொடர்புகளைப் பயன்படுத்தியும் உலகம் முழுதும் தொடர்புகொள்ள வசதி ஏற்படுத்தினர். 1980களின் மத்தியிலேயே இஸ்ரேலில் முதல் மொபைல் நிறுவனம் துவங்கியாகிவிட்டது. முதலில் கட்டணம் அதிகம் என்றாலும் அடுத்தடுத்து புதிய நிறுவனங்கள் உள்ளே நுழைய வணிகம் பெருகியது. ஏராளமான புதிய தொழில்நுட்ப வசதிகளை இஸ்ரேலியத் தொலை தொடர்புத் துறை வழங்க முயற்சி செய்தது. இதில் வீடியோ ஆன் டிமாண்ட் போன்றவையும் அடங்கும்.

சாதாரணமாக ஐ.எஸ்.டி என் இணைப்புகளை இஸ்ரேல் குடிமக்கள் பெறும் நிலையும் இருந்தது. இவை சொல்லும் செய்தி ஆண்டிராய்ட் செல்ஃபோன்கள் தரும் வசதிகளை சில ஆண்டுகளுக்கு முன்பே இஸ்ரேலிய நிறுவனங்கள் செய்து வைத்திருந்தன என்பதே. தொலை தொடர்பு வளர்ச்சி இஸ்ரேலின் வளர்ச்சிக்கு உறுதுணையாக மட்டுமல்ல; உலக நாடுகள் பலவற்றில் அத்தொழில்நுட்பம் ஏற்படுத்தும் வளர்ச்சிக்கும் காரணமாகியது என்றால் மிகையில்லை.

15

பொருளாதாரத்தை வளர்த்தல்

இஸ்ரேல் தனது பொருளாதாரத்தை மேம்படுத்த உள்நாட்டு உற்பத்தி, தற்சார்பு, புதிய தொழில்நுட்பங்களைக் கண்டறிதல், வெளிநாட்டு வர்த்தகம் ஆகியற்றை முன்னெடுக்கிறது என்பதைக் கண்டோம். அவ்வாறு செய்யும்போது இரண்டு விவகாரங்களை நாம் கவனமாக கணக்கில் கொள்ளவேண்டும். அரசு செலவழிக்கும் நிதிக்கு ஈடாக வளர்ச்சிப் பலன்கள் உள்ளனவா? மானியம் அளித்தால் உதவி பெற்றவர்கள் லாபம் ஈட்டி அரசின் உதவிக்கு ஈடு செய்கின்றனரா? வெளிநாட்டு வர்த்தகம் இஸ்ரேலுக்கு சாதகமாக இருக்கிறதா? இக்கேள்விகளுக்கு விடை இல்லைதான். இஸ்ரேலின் வெளிநாட்டு வர்த்தகம் அமெரிக்காவின் தாராளத்தாலும், வெளிநாடு வாழ் யூதர்களாலுமே நிலைப்பெற்றிருந்தது. இன்று ஏற்றுமதி பெரிய அளவில் அதிகரித்துள்ளதால் நிலைமை சாதகமாக இருக்கிறது. இஸ்ரேலின் வெளிநாட்டுத் தொடர்புகள் அதிகரிக்கும் போது ஏற்றுமதியும் அதிகரிக்கும்.

இஸ்ரேல் தனது வர்த்தகத்தை உலகம் முழுதும் பரப்பியிருக்கிறது. அனைத்துக் கண்டங்களிலும் அதற்கு வர்த்தகப் பங்காளிகள் உள்ளனர். ஒவ்வொரு காலகட்டத்திலும் வெவ்வேறு பொருட்களை ஏற்றுமதி செய்து தனது செலாவணி நிலை பாதகமாகாமல் கவனித்துக் கொண்டனர். முதலில் 1948 முதல் விவசாயம் முக்கியப்

பங்கு வகித்தது. கடந்த 2020களில் விவசாய ஏற்றுமதி 2% மட்டுமே. ஒரு கட்டத்தில் 10 பெரு நிறுவனங்கள் இஸ்ரேலின் ஏற்றுமதியில் ஏறக்குறைய பாதியைப் பங்களித்திருந்தன. அந்தளவுக்கு மின்னணு, சேவைத் துறைகளின் ஏற்றுமதி அதிகரித்திருந்தது. இன்று தகவல் தொழில் நுட்பம் அந்த இடத்தைப் பிடித்துள்ளது. அருகிலுள்ள அரபு நாடுகள் இன்றுவரை இஸ்ரேலிடம் வர்த்தகம் செய்வதில்லை (தூதரக உறவுள்ள நாடுகள் தவிர). பாலஸ்தீனப்பகுதிகளுக்கு ஏற்றுமதி-இறக்குமதி நடைபெறுகிறது. இந்தியாவிடமும் 3-5% அந்நிய வர்த்தகம் செய்கிறது. சீனா, அமெரிக்கா சில ஐரோப்பிய நாடுகள் என அதன் முக்கிய வர்த்தகப் பங்காளிகள் பரவியுள்ளனர்.

அந்நிய வர்த்தகம் தவிர இஸ்ரேலின் பொருளாதாரத்தைத் தாங்கிப் பிடிப்பதில் முக்கியத்துவம் பெற்றது எரிசக்தி. துவக்கத்தில் இஸ்ரேல் தனது எரிசக்தித் தேவைகளை இறக்குமதி மூலமே நிறைவேற்றிக் கொண்டிருந்தது. இரண்டு போர்களில் அராபியர்களை வென்றதால் 1970களின் மத்தியில் ஏற்பட்ட எண்ணெய்ச் சிக்கலினால் தனது அந்நியச் செலாவணியில் தட்டுப்பாட்டை எதிர்கொண்டது. பின்னர் எகிப்திடம் அமைதி ஒப்பந்தம் செய்துகொண்டு அங்கிருந்து எரிபொருளை வாங்கியது. தனது எரிசக்தித் தேவைகளுக்காக பெரும் செலவு செய்து அகழ்வாய்வுப் பணிகளை நடத்தியது. இதன் விளைவாக ஏராளமான எரிவாயுப் படிமங்களைக் கண்டறிந்தது. அதன் மூலம் மின் உற்பத்தி நடைபெற்று வருகிறது.

ஆரம்பம் முதலே சூரிய மின் ஆற்றலுக்கு முக்கியத்துவம் அளித்து வந்ததால் வீடுகளில் மின் பயன்பாட்டுக்குப் போதுமான மின் ஆற்றல் கிடைக்கிறது. தற்போது 8% அளவில் சூரிய ஆற்றலைப் பயன்படுத்தும் இஸ்ரேல், வரும் ஆண்டுகளில் 30% வரையில் உயர்த்தத் திட்டமிட்டுள்ளது. தனது மின் தேவைக்காக நிலக்கரியை அதிகம் நம்பியிருக்கும் இஸ்ரேல் 2025இல் சூழல் மாசினைக் கட்டுப்படுத்தும் விதமாக அனல்மின் நிலையங்களை மூடப் போகிறது. அதன் பிறகு எரிவாயுவும் சூரிய மின்சாரமுமே முக்கிய எரிசக்தி ஆற்றல்களாக நிலைபெறும். சூரிய மின் ஆற்றலை உருவாக்கும் திறனை அதிகரிப்பதோடு எங்கெல்லாம் சாதனங்களை நிறுவ முடியுமோ அங்கெல்லாம் நிறுவுவதும் நோக்கமாக உள்ளது. ஐரோப்பாவுடனும், எகிப்து மற்றும் ஜோர்டனுடனும் எரிசக்தியைத் தடங்கள் வழியாக பரிமாறிக்கொள்ளும் யோசனையும் உண்டு என்கின்றனர் நிபுணர்கள். இஸ்ரேல்மட்டுமின்றி சவூதி அரேபியாவும் சூரிய மின் ஆற்றலை மேம்படுத்துவதில் பேரார்வம் கொண்டுள்ளது.

இஸ்ரேலில் அணுமின் நிலையங்களும் உண்டு. ஆனால் அவை ஆய்வுப் பணிகள் என்ற வகைப்பாட்டின் கீழ் இயங்குவதால் அவற்றை மின் தேவைகளுக்காகப் பயன்படுத்துவதில்லை. அதற்கான சர்வதேச அணுசக்தி கழகத்தின் அனுமதியும் இல்லை. இஸ்ரேலின் அணுசக்தி நிலையங்கள் சர்ச்சைக்குரியவையே. பல காலம் அமெரிக்காவுக்கே தெரியாமல் அணு மின் நிலையங்களை அமைத்துவந்தனர். இதற்கு ஃபிரான்ஸ் உதவி வந்தது. எரிசக்தி வளங்கள் கூடுதலாகத் தேவை எனும் போது அணுமின் நிலையங்களை இயக்க முடியவில்லை.

சாலைப்போக்குவரத்தும் இஸ்ரேலில் சிறப்பாகவுள்ளது. மொத்த முள்ள 18,000 கி.மீ பரப்பில் 449 கி.மீ கட்டுப்பாடற்றச் சாலைகள். சைக்கிள் பாதைகள் எனத் தனியாக நாடு முழுதும் இணைக்கும் பாதைகள் உள்ளன. தனித்து வேகமாகச் செல்ல பேருந்துப் பாதை களும் உள்ளன. தனியாரின் 'டாக்ஸி' சேவைகளும் உண்டு. இவை நாடு முழுவதையும் இணைக்கின்றன. நம்மூரில் இருப்பது போன்று டெல் அவிவ்வில் மெட்ரோ சேவைகளும் உண்டு. அவற்றை லைட் டிரெயின் என்று அழைக்கிறார்கள். இவை பெரும்பாலும் சுரங்கப் பாதைகளில் இயங்குகின்றன. ஏற்கெனவே சொன்னது போல இஸ்ரேலில் 47 விமான நிலையங்கள் உண்டு. பென் குரியன் சர்வதேச விமான நிலையமே உலகத்தை இணைக்கிறது.

இஸ்ரேலின் வளர்ச்சி உள்நாட்டு உற்பத்தியுடன் இறக்குமதி, சுற்றுலா போன்ற அயல் தொழில்களின் வளர்ச்சியிலும் அடங்கியுள்ளது. இஸ்ரேலில் பல புராதன, வரலாற்று முக்கியத்துவம் வாய்ந்த இடங்கள் மட்டுமின்றி புதிய தொழில் கேந்திரங்கள், துறைமுகங்கள் ஆகியனவும் ஈர்க்கும் இடங்களாக உள்ளன. இறந்த கடல், சீசரியா போன்ற இடங்களும் சுற்றுலாப் பயணிகளை கவரக்கூடியவை.

இஸ்ரேல் கைப்பற்றி வைத்துள்ள பகுதிகளுக்கும் கூட சுற்றுலாச் சேவைகள் உண்டு! இஸ்ரேலியர்கள் உலகம் சுற்றி வரக்கூடியவர்கள். உள்நாட்டில் ஈட்டப்படும் சுற்றுலா வருவாயைவிட வெளிநாட்டில் இஸ்ரேலியர்கள் செலவழிப்பது அதிகம். ஏறக்குறைய 8 மில்லியன் பேர் வெளிநாடுகளுக்கு சென்றாண்டு சென்றதாகக் கூறப்படுகிறது. ஏறக்குறைய 3 மில்லியன் பேர் இஸ்ரேலுக்குள் வந்துள்ளனர். கொரோனா பொது முடக்கத்துக்குப் பின் இன்னும் பழைய நிலை திரும்பவில்லை என்றே அதிகாரிகள் கூறுகின்றனர்.

16

வறுமை, வாழ்க்கைத் தரம், சமூக முன்னேற்றம்

இஸ்ரேலின் வளர்ச்சியில் முக்கிய அம்சங்களாகப் பார்க்கப்பட வேண்டியவை வறுமைக் குறைப்பு, வாழ்க்கைத் தரம் மற்றும் சமூக முன்னேற்றம் ஆகியவையே. விடுதலை பெற்ற 1948-லிருந்து 1960கள் வரையில் பல கட்டுப்பாடுகள் இருந்ததைப் பார்த்தோம். ஜெர்மனியின் படுகொலை இழப்பீடுகள், அந்நிய மண்ணில் வாழ்ந்த யூதர்கள் (பெரும்பாலும் அமெரிக்கா) அனுப்பி வைத்த நிதி என இரு முக்கிய வழிகளில் வருவாய் கிடைத்ததால் பொருளாதாரம் வேகமெடுத்திருந்தது. ஆனால், யோம் கிப்பூர் போர் அதை அடுத்த எரிபொருள் விலையேற்றம் ஆகியவற்றாலும், 1980களில் ஏற்பட்ட பொருளாதாரத் தேக்கத்தாலும் வீழ்ந்தது. பின்னர் 1990களில் ரஷ்யாவிலிருந்து இஸ்ரேல் வந்த யூதக்குடியேற்றங்களால் ஏற்பட்ட வளர்ச்சி இன்று வரை தொடர்கிறது.

ஆயினும் சமீபத்தில் வெளியிடப்பட்ட ஆய்வு ஒன்று வேறு கதையையும் சொல்கிறது. இரண்டாண்டுகளுக்கு முன்பு இஸ்ரேலிய தேசியக் காப்பீடு நிறுவனம் வெளியிட்ட ஆய்வறிக்கையில் இஸ்ரேலில் 5 பேரில் ஒருவர் வறுமையில் வாழ்வதாகத் தெரிவித்தது. பொது முடக்கம், ஏற்கனவே அரசியல்

நிலைப்பின்மையால் பாதிக்கப்பட்டிருந்த வறுமையையும் வாழ்க்கைத்தரத்தையும் மேலும் வீழ்த்தியது. பொது முடக்கத்தால் அடித்தட்டு மக்களே அதிகம் பாதிக்கப்பட்டதாக அரசு கூறுகிறது. பாதிக்கப்பட்டவர்களுக்கு அரசு உதவித்தொகை வழங்கியதால் ஓரளவே நிலைமையை மேம்படுத்த முடிந்தது.

இஸ்ரேலில் பழமைவாத யூதர்களின் மத்தியில் காணப்படும் வறுமையே அதிகம் என்கிறது ஆய்வு. அராபியர்கள் மத்தியிலும் கணிசமான வறுமை உள்ளது. ஏறக்குறைய எட்டு லட்சம் அராபியர்கள் வறுமையில் உள்ளனர். இதர இஸ்ரேல் மக்களில் ஏறக்குறைய 20 லட்சம் பேர் வறுமையில் உள்ளனர். யூதர்களில் சுமார் 18% பேர் வறுமையில் இருப்பதாகக் கூறுகிறது அறிக்கை. இஸ்ரேலின் மக்கள் தொகை ஒரு கோடியை எட்டும் நிலையிலுள்ளது. இதன் காரணமாக வளர்ந்த நாடுகளில் வறுமை அதிகமுள்ள நாடுகளின் கீழ் இரண்டாம் இடத்தை இஸ்ரேல் பெற்றுள்ளது. இதைவிட மூன்றில் ஒரு பங்கு ஆண்களும் பெண்களும் தங்களை வறுமையில் வாழ்பவர்களாக கருதுகின்றனராம்.

அரசு மக்களிடையே காணப்படும் வறுமையை மறுக்கவில்லை. அவற்றைத் தீர்க்க வழிமுறைகளை ஆராய்வதாகக் கூறியுள்ளது. பொதுவாக மக்களுக்கு வழங்கப்படும் உதவித் தொகைகளை உயர்த்திக் கொடுப்பதோடு அவர்களுக்கு கல்வியும் பயிற்சியும் அளித்தால் அது வறுமைக்குறைப்புக்கு வழிவிடும் என்று கருதப் படுகிறது. இதற்கு வழிவிடும் வகையில் சட்டத் திருத்தங்களும் தேவை என்றும் சுட்டப்படுகிறது.

எடுத்துக்காட்டாக, ஏறக்குறைய இஸ்ரேலிய நாணயத்தில் 2,200 ஹிட்லரின் வதை முகாம்களில் இருந்தவர்களுக்கும் (சுமார் 2,00,000 பேரில் 25% வறுமையால் பாதிக்கப்பட்டுள்ளனர்) மாற்றுத் திறனாளி களுக்கு 2,342 ஷெகல்களும் மாதாந்திர உதவித் தொகையாக வழங்கப்படுகின்றன. இவை எவ்விதத்திலும் போது மானவையல்ல. அரசு மலிவு விலை வீடு உட்பட பல நடவடிக்கைகளை எடுத்தும் வருகிறது.

வறுமையைப் புரிந்துகொள்ள மற்ற விவரங்களையும் காண வேண்டும். உணவுப் பொருட்களை வீணடித்தல் என்பது இஸ்ரேலில் அதிகம் என்று இஸ்ரேலின் வறுமைக்கு எதிராகப் போராடும் தன்னார்வ சங்கமான லேகட் சொல்கிறது. வீணடிக்கப் படும் உணவுப் பொருட்களின் அளவு இஸ்ரேலின் 37% உணவு

உற்பத்தி ஈடாகும் என்று லேகட் அறிக்கை குறிப்பிடுகிறது. இந்த 2.6 மில்லியன் டன் உணவுப் பொருட்களில் பாதியளவு இருந்தாலே உணவுத் தட்டுப்பாட்டை (வறுமையின் அளவை) நீக்க முடியும் என்கிறது லேகட்.

உணவு வீணடிப்பு தொடர்பாக சட்டங்களை ஏற்படுத்துவதில் இஸ்ரேல் மோசமாக நடந்துகொள்கிறது என்று குற்றம் சாட்டுகின்றனர். இப்போது வீணாகும் 20% உணவுப் பொருட்களை முறையாகப் பகிர்ந்தால் இஸ்ரேலின் உணவுப் பாதுகாப்பை உறுதி செய்யலாம் என்கின்றனர் வல்லுநர்கள். இதற்கு இஸ்ரேல் நாணயத்தில் 1.1 பில்லியன்கள் மட்டுமே செலவாகும் என்றும் சுட்டுகின்றனர். இஸ்ரேலின் 6,33,000 குடும்பங்கள் ஊட்டச் சத்தின்மையால் பாதிக்கப்படுகின்றனர் என்றும் கூறப்படுகிறது. தற்போதைய அரசு இது குறித்து நடவடிக்கை எடுக்க வேண்டும் என்றும் வலியுறுத்துகின்றனர், சமூக ஆர்வலர்கள்.

இஸ்ரேலின் முதல் 25 ஆண்டுகாலத்தில் மக்களின் வாழ்க்கைத் தரம் நன்கு உயர்ந்து வந்துள்ளது. நவீன வாழ்க்கைத் தர அடையாளச் சின்னங்களான வீட்டுப் பயன்பாட்டு மின் கருவிகள், கார்கள் போன்றவற்றை வைத்துள்ள குடும்பங்களின் விழுக்காடு ஒற்றை இலக்கத்திலிருந்து இரட்டை இலக்கங்களுக்கு உயர்ந்துள்ளது. புத்தாயிரத்தில் இஸ்ரேலிய வாழ்க்கைத் தரம் முன்னேறிய நாடுகளின் வாழ்க்கைத் தரத்துடன் ஒப்பிடத்தக்கவகையில் இருந்தது. ஏறக்குறைய பத்தாண்டுகளுக்கு முன்னால் மக்களின் கடும் எதிர்ப்பினால் வாழ்க்கைத் தரத்தை உயர்த்தும் நடவடிக்கைகளை இஸ்ரேலிய அரசு மேற்கொள்ளத் துவங்கியது. உயர் வாழ்க்கைத் தரத்துக்குத் தடையாக இருப்பது வாழ்க்கைச் செலவுகளே எனன்று சொன்னது; ஏகபோகமாக நடைபெற்ற பல்வேறு தொழில் நிறுவனங்களைப் பிரித்தும், இறக்குமதி தடைகளை அகற்றியும் இஸ்ரேலிய அரசு மாற்றங்களைக் கொண்டு வந்தது.

உடல் நலம், மருத்துவம் ஆகியவற்றில் இஸ்ரேல் மிகவும் மேம்பட்டுள்ளது என்று உலக சுகாதார மையம் கூறியுள்ளது. உலகின் நான்காவது உடல் நலச் சேவையை அளிக்கிறது இஸ்ரேல் என்று அது கூறியுள்ளது. மிகச் சிறந்த உள்கட்டமைப்பை இஸ்ரேல் பெற்றுள்ளதாக உலகளவில் குறிப்பிடுகிறார்கள். ஓர் இஸ்ரேலிய மருத்துவர் சராசரியாக ஒரு மாதத்தில் 5000-6000 அமெரிக்க டாலர்களை ஈட்டுகிறார் எனவும் கூறப்படுகிறது. உலகில் அதிக ஆயுள் கொண்ட தனி நபர்களின் விழுக்காடும் இஸ்ரேலில்தான்

அதிகமாம். ஒருவருடைய சராசரி ஆயுட்காலம் ஏறக்குறைய 83 என்கின்றனர்.

ஏற்கனவே கூறியதுபோல கல்விக்கு அதிகம் செலவழிக்கும் நாடு இஸ்ரேல். அதிகமாக மானியம் அளிக்கப்பட்டு உயர்க்கல்வி வரை தடையின்றிக் கற்கும் வசதி இஸ்ரேலிலுள்ளது. கல்வியே பொருளாதார முன்னேற்றத்தின் ஊக்கி என்பதை இஸ்ரேலியர்கள் உணர்ந்துள்ளனர். இஸ்ரேலில் அரசு, தனியார் மற்றும் அராபிய கல்வி நிறுவனங்கள் எனப் பிரிவுகள் உள்ளன. மாற்றுத்திறனாளிகள் எளிதாகக் கற்கும் வகையில் கல்விக்கூடங்கள் அமைக்கப் பட்டுள்ளன. பல கல்வி நிறுவனங்கள் ஆசியாவின் முதல் தர கல்வி நிறுவனங்களாகப் பட்டியல் இடப்பட்டுள்ளன. கல்வி கற்றவுடன் ராணுவச் சேவைக்கும் தயாராக வேண்டும்.

17

சமூக முன்னேற்றம்

இஸ்ரேல் உருவாக்கப்பட்டபோது எம்மாதிரியான சமூக அமைப்பு அங்கு அமையும் என்பது குறித்தெல்லாம் பெரிய கவலைகள் எவருக்கும் இருப்பதற்கு வாய்ப்பு இருந்திருக்காது. முதல் இருபத்தி ஐந்து ஆண்டுகள் போர்ச்சூழலில் கழிந்தது. அக்காலத்தில் சமூக மாற்றம், முன்னேற்றம் என்பது மேம்போக்காகவே இருந்தது. சிறிதளவே மேற்கத்திய அல்லது நவீன பாணியிலான வாழ்க்கை முறை புழக்கத்தில் இருந்தது. ஏனெனில் யூத மத வழியேதான் நாட்டுப்பற்றும், இனப்படுகொலைகளுக்குப் பிறகு தங்களை காத்துக்கொள்வதற்கும் வாய்ப்பிருந்தது.

யூத நாடு - யூத இனம் எனும் இருமுகங்கள் இருந்தாலும் பல ஐரோப்பிய நாடுகளைப்போல ஓரினம், ஓர் மதம் எனும் அடிப்படையிலேயே இஸ்ரேலும் அமைந்திருந்தது. சமூகம், பண்பாடு ஆகியன பல்வேறு உலகப் பகுதிகளிலிருந்து வந்து சேர்ந்த யூதர்களால் மாறுபட்டிருந்தாலும் யூத அடையாளத்தை மேம்படுத்தும் வடிவங்களே முன்னுரிமை பெற்றன. இது அழிவின் விளிம்புக்குள் சென்ற எந்தவொரு சமூக/இனக் கூட்டத்துக்கும் பொருந்தும். பழமைவாத யூதம் செல்வாக்கு பெற்றிருந்ததால் ஆட்சியாளர்களுக்குத் தங்களது கொள்கைகளை வடிவமைத்துக் கொள்ள ஏதுவாக இருந்தது. பழமைவாத யூதமே அரசியலின் அடையாளமாக இன்றைக்கும் உள்ளது.

யோம் கிப்பூர் போருக்குப் பிறகு பெரிய போர் எதையும் இஸ்ரேல் சந்திக்கவில்லை. அமைதியும் தொடர் வளர்ச்சியும் சமூகத்தின் போக்கைச் சற்று மாற்றியமைத்தது. மக்கள்தொகைப் பெருக்கம், ரஷ்யாவிலிருந்து வந்த புதிய யூதக் குடியேற்றங்கள், பொருளாதார சீர்திருத்தம், உலகமயமாக்கல் ஆகியன சமூகத்தில் தாக்கத்தை ஏற்படுத்தின. யூத சமூகமானது இன்று பலவகையான சமூகக் குழுக்களை உள்ளடக்கியதாக மாறியுள்ளது.

சமூகப் பொருளியல் மாற்றங்களைப் பிரதிபலிக்கும் வகையில் அரசியல் கட்சிகள் உருவாகும். இது இயல்பு. சமூகப் பண்பாட்டு மாற்றங்களைப் பிரதிபலிக்கும் கட்சிகளும் இஸ்ரேலில் உருவாகியுள்ளன என்பது எவ்வாறு சமூக வேறுபாடுகள் உருவாகி யுள்ளன என்பதைக் காட்டுகிறது. மகளிர் மேம்பாடு, ஓர் பாலினச் சமூகம் ஆகியன வெளிப்படையாகத் தங்களது இருப்பையும் உரிமைகளையும் வலியுறுத்தி இயக்கம் காண்கின்றனர்.

உலகமயமாக்கல் வேறு சில பிரச்னைகளை இஸ்ரேல் முன் நிறுத்தியது. குறிப்பாக அது நாள் வரை தற்சார்பு பொருளாதாரமாக இருந்த இஸ்ரேல் வெளிநாடுகளில் இருந்து பொருட்களை இறக்குமதி செய்யத் துவங்கியது. மேலும் தனது பொருட்களை ஏற்றுமதி செய்யும் பொருட்டு புதிய நிறுவனங்களையும் அமைக்கத் துவங்கியது. இந்நிறுவனங்களில் பணியாற்ற ஏற்கெனவே இருந்தத் தொழிலாளர்களின் திறன் போதாததால் வெளி நாடுகளில் இருந்து பணியாளர்களை அழைத்து வரத் துவங்கியது. பிலிப்பைன்ஸ், தாய்லாந்து, இத்தாலி மற்றும் நைஜீரியாவிலிருந்து பணியாளர்கள் இஸ்ரேலுக்குள் வந்தனர். பாலஸ்தீனர்களை இப்பணிகளில் பயன் படுத்துவதில் ஆபத்து இருந்ததால் அவர்கள் தவிர்க்கப்பட்டனர்.

உள்ளூர் யூதர்கள் மத்தியில் திறன் பற்றாக்குறையோடு பலர் தொழில் முனைவர்களாக இருந்ததால் உற்பத்தியிலோ இன்ன பிற பிரிவு களிலோ ஈடுபட இயலாதிருந்தது. தற்சார்புப் பொருளாதாரமாக இருந்த காலத்தில் இருந்த இறுக்கமான சமூகக் கட்டமைப்பு தாராளவாதக் காலங்களில் மாறிப்போனது. மேலும் சமூக ஜனநாயகமயமாக்கல் கட்டாயமானது. இம்மாற்றங்கள் இஸ்ரேலைப் பிற நாடுகளுக்கு இணையான நவீன சமூகப் பண்பாட்டுக் கட்டமைப்புகளைக் கொண்ட நாடாக மாற்றிக்காட்டியது.

தனி நபர்களின் பழக்கவழக்கங்களிலும் மாறுதல்களைக் கொண்டு வந்தது காலம். குடிப்பது யூதர்களின் மத்தியில் அதிகம் அறியப்படாதது. மதுப்பழக்கம் இப்போது பரவலாகிவிட்டது.

குடியினால் ஏற்படும் விபத்துகளும் அதிகமாகிவிட்டன. உலகமயமாக்கலில் தங்களுடைய பங்கு என்ன என்பது குறித்து இஸ்ரேலிய சமூகத்தின் முன் கேள்வி ஏதும் எழும்பவில்லை. வெளிநாடுகளுக்குச் சுற்றுலா போவது அங்குள்ள நிறை , குறைகளைத் தங்களது அமைப்புடன் ஒப்புநோக்கவும் கூடப் பயன்படும் என்பதை இஸ்ரேலியர்கள் உணர்ந்தாலும் வெளிநாடு களுக்குப் பயணம் செய்வோர் உயர் நடுத்தர, அதற்கு மேலுமுள்ள வசதி படைத்தோரே. இவர்கள் படித்த, வசதி படைத்த யூதப் பிரிவினராக இருக்கிறார்கள்.

மற்றொரு யூதப் பிரிவினர் திறன் குறைந்த வேலைகளைச் செய்யும், அதிகமாக மரபு வழி மதிப்பீடுகளைக் கொண்டுள்ள குறைந்த வருவாய்ப் பிரிவினர். இந்த இரண்டு வகைகளில் அதிகமாகப் பழமைவாதம் பேசும் இஸ்ரேலியக் கட்சிகளுக்கு வாக்களிப்பவர்கள் குறைந்த வருவாய்ப் பிரிவினரே. ஏழ்மை நிலையில் அதிகம் இருப்போர் மத நூல்களைப் படிப்பதை மட்டுமே செய்து வரும் கடும் போக்கு யூதர்கள். மற்றொரு ஏழைப் பிரிவினர் அராபிய இஸ்லாமியர்கள். இப்படி இருக்கும் நிலையில் சமூக மாற்றம் என்பது உடனடியாக ஏற்படும் வாய்ப்பு கிடைக்காது.

வெளிநாட்டுப் பயணிகளை அதிகம் தங்களுடன் ஒப்பு நோக்கும் போக்கு ஏழை, எளிய யூதர்களிடையே இருக்கிறதா எனத் தெரிய வில்லை. வெளியுலகை ஏற்காத போக்கும் அதிக நாள் நீடிக்க முடியாது. அரசின் உதவித் தொகை எப்போதும் கிடைக்காது. மீண்டும் அராபியர்களுடனோ ஈரானுடனோ போர் செய்யும் சூழல் வந்தால் அதன் தாக்கம் இஸ்ரேல் சமூகத்தில் அழுத்தமாக அமையும். ஏனெனில் ராணுவத்தில் இணைய மாட்டோம் என்றும், உழைக்காமல் மதக் கல்வியை மட்டுமே சார்ந்திருப்போர் எண்ணிக்கையும், தங்களை அராபியர்களாகவே எண்ணிக்கொள்ளும் சிறுபான்மை இஸ்லாமியரும் பொருந்தாத மக்கள் கூட்டமாக இருப்பது இவையெல்லம் இஸ்ரேலின் இருப்பைக் கேள்விக் குள்ளாக்கும். இவர்கள் இஸ்ரேல் மக்கள் தொகையில் ஏறக்குறைய 20% விழுக்காட்டினர். வறுமை, வேலையின்மை, சமூக முன்னேற்றமின்மை எனப் பலத் தளங்களில் பின் தங்கியிருப்போரின் இவ்வளவு பெரிய எண்ணிக்கை, வெறும் ஒரு கோடிப் பேருள்ள நாட்டுக்குப் பெரும் இடைஞ்சல்.

பெண்கள் நிலை

இஸ்ரேல் பெண்களுக்கு சம உரிமை அளிக்கும் நாடாகவுள்ளது. இஸ்ரேல் மக்கள் தொகையில் ஏறக்குறைய பாதியைக்

கொண்டுள்ளனர் பெண்கள். அரசியல் பங்கேற்பு முதல் அனைத்துத் துறைகளிலும் பெண்கள் பங்களிக்கிறார்கள். ஸியோனிசக் காலத்தில் பெண்கள் தங்களுக்கென்று தனிக்கட்சி ஒன்றைத் தொடங்கி புதிய நாட்டின் அரசமைப்புச் சட்டத்தில் அனைத்துவிதமான உரிமைகளுக்கும் வழி செய்து கொண்டனர்.

ஏறக்குறைய ஒரு நூற்றாண்டுக்கு முன்பு (1919) உலகிலேயே பெண்களுக்கு என்று ஏற்பட்ட முதல் அரசியல் கட்சியும் அதுதான். விடுதலை அடைந்து 75 ஆண்டுகள் ஆகிவிட்டாலும் சமூகத்தில் பெண்களின் நிலை முழுமையாக விடுதலை கொண்டதாக இல்லை என்கின்றனர் பெண்ணியச் சிந்தனையாளர்கள். நீங்கள் யாராக இருந்தாலும் ஆண்கள் ஒப்புக்கொண்டால்தான் மணவிலக்கு பெற முடியும் என்பது பெண்களுக்கு எதிரானது என்கின்றனர்.

அமெரிக்காவில் கருக்கலைப்பு சட்டப்படி தவறு என்கிற தீர்ப்பால் கடும் அதிர்ச்சிக்குள்ளானவர்கள் இஸ்ரேலியப் பெண்கள். இஸ்ரேலில் தேவையற்ற கருவைக் கலைக்க சட்டப்படி வழியுண்டு. இருப்பினும் தகுந்த காரணம் சொல்லப்பட வேண்டும். ஆனாலும் பழமைவாத யூத அமைப்பின் பெண்கள் பலர் யூதமதத்தைப் புரிந்து கொண்டவர்களுக்கு கருக்கலைப்பு பல நேரங்களில் இன்றியமையாதது என்பதை அறிவார்கள் என்கின்றனர்.

இஸ்ரேலுக்கு அருகிலுள்ள அரபு நாடுகளுடன் ஒப்பிடும் போது இஸ்ரேலிய பெண்கள் அதிகளவில் உரிமைகளுடன் உள்ளனர் என்பதில் ஐயமில்லை. பெண்களுக்கு எதிரான பாரபட்சம் சட்டப்படி தவறு. குடும்ப வன்முறைக்கு எதிரான தேசிய திட்டமும் செயல்பாட்டிலுள்ளது.

பெண்களைப் போலவே தனிச் சமூகமாக தங்களை அழைத்துக் கொள்ளும் ஓர்ப்பால் இனத்தவரின் இருப்பு இஸ்ரேலில் ஏற்றுக்கொள்ளப்பட்டாலும் பழமைவாத இஸ்ரேலிய மக்களின் தாக்குதலுக்கு அவர்கள் ஆளாகின்றனர். பன்னாட்டு அளவில் தனது பன்முக சமூக அமைப்பையும், சட்டப்படியான உரிமைகளையும் பாதுகாக்கும் நாடாக இஸ்ரேல் இருப்பதை பிரதமர் முதல் அனைவரும் சுட்டிக்காட்டுகின்றனர். ஒவ்வொரு ஆண்டும் டெல் அவிவ் நகரில் ஓரினச் சேர்க்கையாளர் மாநாட்டைக் கூட்டுகிறது இஸ்ரேல். உலகம் முழுவதும் உள்ள ஓரினச் சேர்க்கையாளர் இங்கு கூடுகின்றனர். இருப்பினும் சமூகப் பன்முகத்தன்மை என்பது முன்னேற்றம் காண வேண்டும் என்பதை ஒப்புக்கொள்வோரும் உள்ளனர்.

18

அரசியல் கட்சிகள், அரசியல் அமைப்பு

இஸ்ரேலில் எத்தனை அரசியல் கட்சிகள் இருக்கும் என நினைக்கிறீர்கள்? ஏறக்குறைய 5-6 முன்னணிக் கட்சிகளை நீங்கள் குறிப்பிடலாம். ஆனால் ஏறக்குறைய 40 அரசியல் கட்சிகள் உள்ளன எனக் கூறப்படுகிறது. அவை தங்களின் கொள்கைகளின் அடிப்படையில் வகைப்படுத்தப்பட்டுள்ளன. விடுதலைக்குப் பின்னர் பல காலம் மாபாய் கட்சியே அரசமைத்து வந்தது. தொழிலாளர் கட்சியாக அது பரிணமிக்கும் வரையில் இக்கட்சியே ஆதிக்கம் செலுத்தி வந்தது. இஸ்ரேலின் முதல் பிரதமராக இருந்து வந்த பென் குரியன் இக்கட்சியை வழி நடத்தி வந்தார்.

ஆரம்ப காலங்களில் ஒன்றிணைந்து செயல்பட வேண்டிய கட்டாயம் இருந்ததை நாம் முன்னர் கண்டோம். எனவே கூட்டணி அரசியல் நடைபெற்றது. ஆனால் 1960களின் இறுதியிலும், 1970களின் ஆரம்பத்திலும் அரசியலில் மாற்றங்கள் நிகழ்ந்தன. தொழிலாளர் கட்சியும், லிக்குட் கட்சியும் தனித்தனியே பலம் பெற்று மோதிக் கொண்டன. யோம் கிப்பூர் போரினை அடுத்து லிக்குட் கட்சி ஆட்சியில் அமர்ந்தது. அன்று முதல் லிக்குட் கட்சியின் வலது சாரி அரசியலே இஸ்ரேலில் முதன்மைப் பெற்று வருகிறது.

இஸ்ரேலின் அரசியல் கட்சிகளை மூன்று பெரிய வகைப் பாட்டுக்குள் இடுகிறார்கள். ஒன்று தொழிலாளர் கட்சி,

மிதவாத-சீர்திருத்தம் கடைசியாக மத அடிப்படையிலான கட்சி. இந்த மூன்று வகைகளைத் தவிர்த்து பெண்ணியக் கட்சிகள், பசுமைக் கட்சி போன்ற கோட்பாட்டு ரீதியிலான கட்சிகளும் இருக்கின்றன. பொதுவுடமைக் கட்சிகள் இப்போதும் இருக்கின்றன. வலது சாரி கட்சிகள் மேலும் பரிணாமம் பெற்று தீவிர வலது சாரிகள் எனும் நிலைப்பாட்டுக்குள் வந்துவிட்டன. இன்றைய அரசை வலது சாரி அரசுகளிலேயே அதிகபட்ச வலதுசாரி அரசாக அரசியல் பார்வையாளர்கள் கருதுகின்றனர்.

இஸ்ரேலின் நாடாளுமன்றம் நேரடியாக மக்களால் தேர்வு செய்யப்படும் 120 இடங்களைக் கொண்டுள்ளது. அரசியல் கட்சிகள் தாங்கள் பெறுகின்ற வாக்கு விகிதங்களின் அடிப்படையில் பிரதிநிதிகளைப் பெறுகின்றனர். ஆம், இஸ்ரேலில் விகிதாச்சார பிரதிநிதித்துவம் உள்ளது. நம் நாட்டில் உள்ளது போல் இல்லாமல் அரசியல் கட்சிகள் பெறும் வாக்குகளின் அடிப்படையில் இடங்கள் பகிர்ந்தளிக்கப்படுகின்றன. இதனால் கூட்டணி அரசு என்பது தவிர்க்க இயலாத ஒன்றாகவுள்ளது. எந்தவொரு கட்சி 30 இடங்களுக்கு மேல் பெறுகின்றதோ அக்கட்சியே ஆட்சியமைக்கும் வாய்ப்பு இருக்கிறது. முரண்பட்ட கொள்கைகள் கொண்ட கட்சிகள் கூட சில நேரங்களில் கூட்டணி அமைக்கின்றன. ஆனால் அக்கூட்டணி நீடிக்காது. எனவே தேர்தல் என்பது ஒவ்வொரு ஆண்டும் கூட நிகழும் ஒன்றாகிவிட்டது.

கடந்த இருபத்தி மூன்று ஆண்டுகளில் (1999 முதல்) 11க்கும் மேற்பட்ட நாடாளுமன்றத் தேர்தல்கள் நடைபெற்றுள்ளன. ஒருமுறை முன்னாள் பிரதமர் கோல்டா மேயர் இஸ்ரேலில் 3 மில்லியன் பிரதமர்கள் உள்ளனர் என்றார். இந்த நிலையற்றத் தன்மையைக் கூட மக்களாட்சியின் முக்கிய அம்சமாக மக்கள் நினைக்கின்றனர். ஆனால் மத்திய கிழக்கில் மக்களாட்சி கொண்ட ஒரே நாடு எனும் பெருமையை இஸ்ரேல் மட்டுமே பெற்றுள்ளது. அதாவது முழுமையான மக்களாட்சி. ஈரானில் நாடாளுமன்றம் அதிபர் என அனைத்தையும் இஸ்லாமிய உயர் மட்டக்குழுவே தீர்மானிக்கும். விடுதலை அடைந்த 1948ஆம் ஆண்டிலிருந்து 36 அரசுகள் இதுவரை ஆட்சி செய்துள்ளன. இதுவரை அதிக காலம் பிரதமராக இருந்த சாதனைக்கு உரியவர் இப்போதைய பிரதமரான பெஞ்சமின் நேதன்யாஹு. அவர் 12 ஆண்டுகள்பிரதமராக பதவி வகித்துவிட்டார்.

இஸ்ரேல் அரசியலில் விலைவாசி உயர்வு போன்ற பிரச்னைகளை விட அரபு உறவு, மதவாதம், அரசில் மதத்தின் பங்கு போன்றவையே

அதிகம் இடம் பெறுகின்றன. இஸ்ரேலில் வாழும் அராபியர்களுக்கும் கட்சிகள் உண்டு. அவையும் நாடாளுமன்றத்தில் இடம் பெறுகின்றன. பல அரசியல் கட்சிகள் மிதவாதம் பேசி, பாலஸ்தீனத்தைப் பிரித்துக் கொடுக்கலாம் என்கின்றன. குறிப்பாக நடுத்தர நிலைப்பாடுகளை எடுக்கும் மிதவாதக் கட்சிகளும், இடதுசாரி கட்சிகளும் இத்தகைய போக்குகளுடன் உள்ளன. பொருளாதாரம், சமூக விஷயங்களைப் பேசும் வலதுசாரி கட்சிகளும் உள்ளன.

இஸ்ரேலின் 67 லட்சம் வாக்காளர்கள் சேர்ந்து ஒரே தொகுதியாக தேசம் முழுமைக்கும் வாக்களிக்கின்றனர். இதில் 3.75% விழுக்காடு பெறும் அரசியல் கட்சிக்கும் நாடாளுமன்றத்தில் இடம் கிடைக்கும். ஒவ்வொரு அரசியல் கட்சிக்கும் இத்தனை வாக்காளர்கள் உள்ளனர் என்பதை அக்கட்சி வாக்களார்களைப் பதிவு செய்து வைத்துள்ளப் பட்டியலில் இருந்து தெரிய வருகிறது. எனவே ஒவ்வொரு கட்சிக்குமோ அல்லது அதன் பங்காளி கட்சிக்குமோ எவ்வளவு வாக்குகள் உள்ளன என்பது தேர்தலுக்கு முன்பாகவே கணிக்க முடிகிறது. எனினும் எக்கட்சியின் பட்டியலிலும் இடம் பெறாத வாக்காளர்கள் எப்படி வாக்களிப்பார்கள் என்பது தெரியாது. இதனால்தான் தேர்தல்கள் விறுவிறுப்பாக நிகழ்கின்றன.

கட்சிக்கே வாக்கு என்றாலும் யார் யார் வெற்றி பெற்றவர்கள் என்பதை எப்படி தெரிந்து கொள்வது? தேர்தலுக்கு முன்னரே வேட்பாளர்கள் எவர் என்பதை ஒவ்வொரு கட்சியும் அறிவித்து விடும். இதை தேர்தலை நடத்தும் குழுவும் ஏற்றுக்கொண்டு பட்டியல் வெளியிடும். ஒவ்வொரு கட்சியும் தனது முக்கிய வேட்பாளர்களை தர வரிசைப்படுத்தி பட்டியலை வெளியிடும். கட்சி பெறும் இடங்களைப் பொறுத்து வேட்பாளர்கள் தேர்வு செய்யப்படுவார்கள். ஒரு கட்சி ஆறு இடங்களைப் பெற்றால் பட்டியலில் உள்ள முதல் ஆறு பேர் தேர்வு செய்யப்பட்ட நாடாளுமன்ற உறுப்பினர்களாக அறிவிக்கப்படுவர்.

முதலில் தேர்தலில் உறுப்பினர்களைப் பெற 1% வாக்குகள் பெற்றால் போதும் என்ற நிலை இருந்தது. இதனால் சிறிய கட்சிகள் கூட வெற்றி பெற்றன. பெரும்பான்மையை எந்தவொரு கட்சியும் பெற முடியாத சூழல் நிலவியதோடு தொடர்ச்சியாக கூட்டணி அரசே அமையவும் காரணமானது. எனவே குறைந்தபட்ச வாக்குகள் பெறும் விகிதத்தை 1.5% அதிகரிக்க முடிவு செய்யப்பட்டது. அப்போதிலிருந்து சிறிய கட்சிகளின் ஆதிக்கம் குறைந்துள்ளது.

ஆனாலும் நாற்பது கட்சிகளில் 15 கட்சிகளாவது வெற்றி பெறுகின்றன.

முன்பு ஒருமுறை பிரதமரை மக்களே தேர்வு செய்வது எனும் நடைமுறையும் கொண்டு வரப்பட்டது. இதனால் பிரதமர் வேறு கட்சியாகவும் நாடாளுமன்றத்தின் பெரிய கட்சி மற்றொரு கட்சியாகவும் அமையும் வாய்ப்பு இருந்தது. பின்னர் இந்த முறை மீண்டும் மாற்றப்பட்டு நாடாளுமன்றத்தின் பெரும்பான்மைக் கட்சியின் பிரதிநிதியே பிரதமராக தேர்வு செய்யப்படும் முறை நடைமுறைக்கு வந்தது.

தேர்தல் முறைகளிலும் நிறைய மாற்றங்கள் வந்து விட்டதால் பரப்புரையிலும் அதன் தாக்கம் தெரிகிறது. பெரிய கட்சிகள் தொலைக்காட்சி, டிஜிட்டல் மீடியாக்களில் அதிகம் ஆதிக்கம் செலுத்துகிறார்கள். சில கட்சிகள் உள்ளூர் மேயர் தேர்தல் போன்றவற்றில் பின்பற்றப்படும் வழிகளில் பரப்புரைச் செய்கிறார்கள். தேர்தல் செலவு ஒரு பிரச்னையாக மாறியுள்ளதையும் குறிப்பிட வேண்டும்.

•

இஸ்ரேலின் தேர்தல்கள் செலவு பிடித்தவை எனப்படுகிறது. ஒரு வாக்காளருக்கு செலவழிக்கப்படும் தொகை உலகிலேயே அதிகமாக இருப்பது இஸ்ரேலில்தான் என்று பரவலாகக் கருதப்படுகிறது. இஸ்ரேலின் வாக்காளர்களின் எண்ணிக்கைக் குறைவு என்றாலும் ஒவ்வொரு வாக்கும் முக்கியம் என அரசியல் கட்சிகள் கருதுவதால் தேர்தலில் செலவிடப்படும் தொகையும் இயல்பாகவே அதிகம் இருக்கும். தேர்தல் நடைபெறாத காலங்களில் அரசியல் கட்சிகளுக்கு செலவு என்பது அலுவலகப் பராமரிப்பு, ஊழியர்களுக்கான சம்பளம் போன்ற நிர்வாகச் செலவுகள் மட்டுமே. தேர்தல் நடைபெறும் போது வாக்காளர்களை அழைத்து வருதல், ஊழியர்களுக்கான உணவு மற்றும் பணிக்கால ஊதியம் ஆகியன முக்கியமானவை. பரப்புரைச் செலவுகளில் 25 முதல் 33 விழுக்காடு உள்ளதாகத் தெரிகிறது.

கட்சி உறுப்பினர்களே செலவுகளுக்கு அதிகம் நிதியளிப்பவர்களாக உள்ளனர் என்பது பொதுவான கருத்து. ஒரு காலகட்டம் வரையில் அரசியல் சார்பு என்பது பொறுப்பேற்கும் ஒன்றாக இருந்தது. ஏறக்குறைய 20% வரையிலான வாக்காளர்கள் கட்சிச் சார்புடன் இருந்தனர் என்று கூறப்படுகிறது. பின்னர் வந்த காலங்களில் மக்களுக்கு நேரடி அரசியலில் ஆர்வம் குறைந்தது. இதனால் நிதியும்

குறைந்தது. அரசியல் கட்சிகள் வெளிநாட்டு நிதியைப் பெறுவது தடை செய்யப்பட்ட ஒன்று. ஆனால் உள்கட்சித் தேர்தல்களுக்காக வெளிநாட்டு நிதியைத் தனிப்பட்ட வேட்பாளர்கள் பெறுவது அனுமதிக்கப்பட்டுள்ளது.

அதேபோல, அரசியல் கட்சிகளுக்கு 18+ வயதுடைய இஸ்ரேலிய குடிமக்கள் எவ்விதமான சர்ச்சைகளுக்கும் இடமின்றி வெளிப் படையாக இஸ்ரேலிய நாணயத்தில் 50,000 வரை வழங்கலாம். அரசியல் கட்சிகளுக்குப் பொது நிதியளிக்கும் வசதியும் உண்டு. இந்த வசதி 1969ஆம் ஆண்டு முதல் செயல்பட்டு வருகிறது. இதன் முக்கியத்துவம் ஆண்டு தோறும் அதிகரித்து வருகிறது. இப்படி இருந்தாலும் நிதிக் கட்டுப்பாடுகளும் தடைகளும் உண்டு. இவை அரசியல் கட்சிகளுக்கே அதிகம் பொருந்துகின்றன. பாலஸ்தீன குடியேற்றப் பகுதிகளில் இஸ்ரேலிய குடியுரிமை பெற்றவர்களும் வாக்களிக்கலாம். எனவே சிறிது சிறிதாக இஸ்ரேலியப் பரப்பு அரசியல்ரீதியிலும் விரிவடைகிறது.

விடுதலை அடைந்த நாளிலிருந்து இஸ்ரேலின் அரசியல் களம் பலவிதமான அரசியல் நிலைப்பாடுகளைக் கொண்டதாகவே இருந்துள்ளது. ஏற்கனவே குறிப்பிட்டது போன்று நான்கு முக்கியப் பிரச்னைகளை ஒட்டியே அரசியல் நிலைப்பாடுகள் அமைகின்றன.

1. பாலஸ்தீனம்
2. மதம் மற்றும் மதத்தின் முக்கியத்துவம்
3. அரசில் மதம் எந்தளவு செல்வாக்குடன் இருக்கலாம்
4. சமூகப் பொருளியல் பிரச்சினைகள்

இஸ்ரேலில் ஏறக்குறைய நூற்றுக்கும் மேற்பட்டக் கட்சிகள் தோன்றி மறைந்துள்ளன. பெரும்பாலானக் கட்சிகள் மேற்கூறிய நான்கு வகையான பிரச்னைகளினால் உருவாகி பின்னர் மறைந்தவை. அவ்வப்போது நிகழும் சம்பவங்களின் விளைவாக அவை உருவாகி பின்னர் தேர்தல் வரைச் சென்று ஏதேனும் ஒரு பெரிய கட்சியின் நிலைப்பாட்டினால் பின்னடைவைச் சந்தித்து மறைகின்றன. எடுத்துக்காட்டாக, பாலஸ்தீனப் பிரச்னையில் அமைதிப் பேச்சுவார்த்தைகளின் வெற்றி/தோல்விகளைப் பொறுத்து ஒரு கருத்து வேறுபாடு எழுந்து கட்சிகள் பிரிகின்றன எனக் கொள்வோம். தேர்தலில் ஒரு பிரிவுக்கு வெற்றி கிடைத்தால் மற்றொரு பிரிவு தனது இருப்பையே இழக்கிறது. இஸ்ரேலில் தொடர்ச்சியாக அரசியல் கட்சிகளின் பிரிவு/இணைப்பு இவ்வாறான திசையில் தடம் மாறாமல் செல்கிறது. வலது, இடது,

தொழிலாளர், மதவாத, மிதவாதக் கட்சிகள் என அனைத்துக் கட்சிகளும் இவ்வாறு பிரிவுகளையும் இணைப்புகளையும் கண்டுள்ளன.

தொழிலாளர் கட்சி: விடுதலைக்கு முன்பிருந்து யூதர்களின் மத்தியில் செயல்பட்டுக்கொண்டிருந்த பல இயக்கங்களின் தொகுப்பாக மாபாய் கட்சி உருவெடுத்தது. மாபாய் கட்சியே அதிகளவில் பிரதமர்களை இஸ்ரேலுக்கு வழங்கியது. இஸ்ரேல் மதச்சார்ப்பற்ற சமத்துவ நாடாக நடத்தப்படுவதற்கு மாபாயே காரணம். இருபதாம் நூற்றாண்டின் முதல் 30 வருடங்களுக்குள் தொழிலாளர் அமைப்புகளை யூத மக்கள் அதிகமுள்ள பகுதிகளில் நிறுவினர். யூதர்களைப் பாதுகாக்கும் இரு இராணுவ அமைப்புகளான ஹாஷோமர் மற்றும் ஹகன்னா உருவாக்கப்பட்டன.

பின்னர் 1930களில் டேவிட் பென் குரியன் அதன் அறிவிக்கப்படாத தலைவரானார். மாபாய் உலக சமத்துவ மற்றும் தொழிலாளர் அமைப்பிலும் உறுப்பினராக இருந்தது. பல அரசியல் கட்சிகள் உலக யூத மக்களின் முன்னால் இருந்தாலும் விடுதலையை பெற்றுக்கொடுத்தக் கட்சி என்ற பெயர் மாபாய் கட்சிக்கே கிடைத்தது. முதல் தேர்தலில் ஏறக்குறைய 36% வாக்குகளைப் பெற்று ஆட்சி அமைத்தது. பென் குரியனுக்குப் பின்னர் தலைமைப் பொறுப்பை மோஷே ஷரேட், லெவி எஷ்கோல் ஆகியோர் ஏற்றனர். மாபாய்யின் முதல் ஆட்சிக் காலத்தில்தான் கட்டாயக் கல்விச் சட்டம் கொண்டு வரப்பட்டது. பல்வேறு சமூக நலத் திட்டங்களும் நிறைவேற்றப்பட்டன. பென் குரியன் பல்வேறு கட்சிகளின் ஆதரவுடனே ஆட்சியமைத்தார். அதில் அரேபிய இஸ்லாமியர்களின் கட்சிகளும் அடங்கும். ஏனெனில் அறுதிப் பெரும் பான்மைக்குத் தேவையான 61 இடங்களை மாபாய்யினால் பெற இயலவில்லை. பின்னர் 1968இல் தொழிலாளர் கட்சி என்றொரு புதிய அரசியல் கட்சியில் மாபாய்யும் இணைந்தது.

லிக்குட் கட்சி

இஸ்ரேலின் வலதுசாரி அடையாளமும் தற்போதைய ஆளும்கட்சியுமான லிக்குட்டின் தோற்றமே இஸ்ரேலிய அரசியலில் பெரும் மாற்றத்தை உருவாக்கியது. யோம் கிப்பூர் போருக்குப் பிறகு இஸ்ரேல் தன்னை முற்றிலுமாக மாற்றிக்கொள்ளவேண்டும்; மேலும் வலிமையுடனும், பன்னாட்டு அளவில் ஆழமான நட்புறவையும், வர்த்தக உறவுகளையும் கைக்கொள்ள வேண்டும்; வெறும் இராணுவ ரீதியிலான பரிமாற்றங்களை மட்டும்

மேற்கொண்டால் போதாது என்றே அவர்கள் நினைத்தனர். மினேசம் பெகின் மற்றும் முன்னாள் இராணுவத் தளபதி ஏரியல் ஷரோன் ஆகியோரால் 1973இல் துவங்கப்பட்டு எதிர்பாராத விதமாக 1977 ஆண்டுத் தேர்தலில் ஆட்சியைப் பிடித்தது.

பெகினின் வரலாறு யூத பாதுகாப்பு இராணுவமான இர்குன்னை தோற்றுவித்ததில் துவங்குகிறது. அந்த இராணுவம் பிரிட்டிஷ் நிலைகள் மீது தாக்குதல் நடத்தியதால் பிரிட்டிஷ் அரசால் தீவிரவாதி என அறிவிக்கப்பட்டார் பெகின். விடுதலைக்குப் பிறகு ஹெரூட் எனும் அரசியல் கட்சியைத் தோற்றுவித்த பெகின் முதல் தேர்தலில் துவங்கி அடுத்து வந்த எட்டுத் தேர்தல்களில் நாடாளுமன்றத்துக்குத் தேர்வு செய்யப்பட்டார். பின்னர் 1977இல் பிரதமரான அவர் மீண்டும் எதிர்பாராத வகையில் எகிப்துடன் அமைதி உடன்படிக்கை செய்து கொண்டார். இச்செயலைப் பாராட்ட எகிப்து அதிபர் அன்வர் சதாத்துக்கும் பெகினுக்கும் அமைதிக்கான நோபல் பரிசு வழங்கப் பட்டது. அவருடைய காலத்தில் லெபனான் படை எடுப்பு, ஈராக்கின் அணு மின் நிலையத்தின் மீதான தாக்குதல் என வேறுவிதமான போர்முனைகள் துவங்கப்பட்டன.

லெபனான் கிறிஸ்துவ வலதுசாரி தீவிரவாதக் குழுவொன்று லெபனான் இஸ்லாமியர்கள் மற்றும் பாலஸ்தீனர்களைக் கொன்றது. இதனால் இஸ்ரேல் கொஞ்சம் கொஞ்சமாகத் தனிமைக்கு உள்ளானது. லிக்குட்டின் தாராளவாதக் கொள்கைகளால் விலைவாசி கட்டுக்குள் அடங்காமல் போனது. இப்படி பல்வேறு பிரச்னைகளால் பெகின் பதவியைத் துறந்தார். தனது சகாவான யிட்ஷாக் ஷமிரிடம் ஆட்சிப் பொறுப்பை ஒப்படைத்தார்.

பெகினின் பதவிக்காலம் முதல் தற்போதுவரை அவ்வப்போதான இடைவெளிகள் தவிர்த்து லிக்குட் கட்சியே இஸ்ரேலை ஆட்சி செய்து வருகிறது. ஷரோன், நேதன்யாஹூ மற்றும் ஷமீர் ஆகியோர் லிக்குட் சார்பில் பிரதமராக இருந்துள்ளனர். ஷரோன் கட்சியுடனான கருத்து வேறுபாட்டால் கதிமா எனும் புதிய கட்சியைத் தோற்றுவித்து அதன் சார்பாகவும் பிரதமராக இருந்தார். இஸ்ரேலின் அதிவேக வளர்ச்சிக்கு லிக்குட்டின் பங்களிப்பு மிக முக்கியமானது. போர், அமைதி என இருபுறமும் செயல்பாடுகளை வகுத்தும், தாராளவாதக் கொள்கைகளினால் முதலில் தவித்தாலும் பின்னர் தவறுகளைக் களைந்து வெற்றி கண்டனர், லிக்குட் கட்சியினர்.

•

இஸ்ரேலியக் கட்சிகளில் பல கோட்பாடுகளின் அடிப்படையில் செயல்பட்டாலும், யூத மதத்தின் செல்வாக்கை மறுத்தோ அதன் சியோனிய அடிப்படையை மாற்றி அமைக்கவோ பெரும்பாலும் விரும்புவதில்லை. ஆனால் அப்படிப்பட்ட கட்சிகள் இல்லாமல் இல்லை. பொதுவுடமைக் கட்சிகளும், மதச்சார்பற்ற கட்சிகளும் உண்டு. எனினும், அவையும் பிற சிறிய கட்சிகள் போல குறிப்பிட்டளவு செல்வாக்குடனேயே செயல்பட்டு வருகின்றன. ஆகையால், வலதுசாரித் தன்மை என்பது சிறிதளவே வேறுபட்ட தாகவுள்ளது. இப்படியான போக்கை உணர்த்தும் கட்சிகள் அவ்வப்போது ஆட்சியமைக்கும் பெரிய கட்சியைத் தனது ஆதரவு எனும் ஆயுதத்தால் அழுத்தம் கொடுத்து தங்களுடைய குறிக்கோள்களை நிறைவேற்றிக்கொள்கின்றன. சிறிய கட்சிகள் எனக் கருதப்படுகின்ற கட்சிகளில் சில ஆளுங்கட்சியாகவும் சமீப காலங்களில் ஆட்சி செய்துள்ளன.

கடந்த 2021 ஜூன் முதல் 2022 வரை யாமீனா மற்றும் யேஷ் அடிட் எனும் இரு கட்சிகளின் சார்பாக முறையே நஃப்தாலி பென்னட் மற்றும் யேர் லபிட் எனும் இரு பிரதமர்கள் ஆட்சி செய்தனர். தொழிலாளர் கட்சியோ லிக்குட்டோ இல்லாத கூட்டணி ஆட்சிகளாக அந்த ஆட்சி இருந்தது. கதிமா கட்சியைத் தவிர்த்து வேறு கட்சிகளின் சார்பில் பிரதமர்களாகி இருந்தது அப்போது மட்டுமே. ஆனாலும் மீண்டும் தேர்தல் நடந்து லிக்குட்டின் நேதன்யாஹூ மீண்டும் பிரதமராகியுள்ளார்.

சிறிய கட்சிகளில் குறிப்பிடத்தக்க கட்சிகளாகக் கருதப்படுபவை யேஷ் அடிட், ஷாஸ், யாமினா, ப்ளூ அண்ட் ஒயிட் (இஸ்ரேலின் கொடி நிறங்களைக் குறிக்கிறது), யுனைடெட் டோரா ஜூடாயிசம், இஸ்ரேல் பெய்டென்யூ, மெரெட்ஸ், ராஹ்ம் (அராபிய கட்சி), ஜாயிண்ட் லிஸ்ட், நியூ ஹோப் மற்றும் ரிலிஜியஸ் சியோனிஸ்ட் ஆகியன.

யேஷ் அடிட்: முன்னாள் பிரதமரான யேர் லெபிட்டினால் 2012இல் நிறுவப்பட்ட இக்கட்சி நடுவாந்திர-மதச்சார்ப்பற்ற கொள்கைகளை முன் வைத்தது. லெபிட் முன்னாள் தொலைக்காட்சி இதழியலர். இக்கட்சி பழமைவாத இஸ்ரேலியர்களான ஹரேடி யூதர்களும் மதம் குறித்துக் கற்பதால் கட்டாய ராணுவச் சேவையிலிருந்து விலக்கப்பட்டிருப்பதை மாற்றியமைக்க வலியுறுத்தியது. அதேபோல கல்வி, வீட்டு வசதி ஆகியவற்றிலும் மேம்பாட்டுக்குக் குரல் கொடுத்தது. ராணுவச் சேவை விவகாரத்தில்

பரந்துபட்ட கருத்தொற்றுமை சமூகத்தில் இருந்ததால் இக்கட்சிக்குச் செல்வாக்கு கிடைத்தது. இஸ்ரேலில் யூதர்கள் மத்தியில் பலப் பிரிவுகள் இருக்கும் நிலையில் ஒவ்வொரு பிரிவுக்குமான கோரிக்கைகள் தனித்தனியாக வெளிப்பட்டு அரசியல் கட்சிகளின் செல்வாக்காக வெளிப்படுகிறது.

ஷாஸ்: ஏற்கனவே சொன்னதுபோல இஸ்ரேலிய அரசியலில் செல்வாக்கு மிக்க அஷ்கேநாசி பிரிவினரின் ஆதிக்கத்தைக் குறைக்க ஸெபார்டிக் மற்றும் மிஸ்ராகி பிரிவினரின் ஆதரவு பெற்ற கட்சி. இஸ்ரேலிய மத அடிப்படையிலான கட்சிகளில் பெரியது எனவும் கூறப்படுகிறது. தற்போதைய ஆளும் கூட்டணியிலும் இடம் பெற்றுள்ளது. தொழிலாளர், லிக்குட் கட்சியின் கூட்டணி ஆட்சிகளில் பலமுறை இடம் பெற்றுள்ள கட்சி. இக்கட்சியை யூத மதகுருவான (ராபி) ஓவாடியா யோசஃப் என்பவர் 1984இல் நிறுவினார். இஸ்ரேலிய - பாலஸ்தீனப் பிரச்னையில் நெகிழ்வான நிலைப்பாடுகளைக் கொண்டிருந்தது. இருப்பினும் பொதுவாக யோசஃப் இஸ்ரேல் - பாலஸ்தீனப் பிரச்னை தீர்க்கப்பட வேண்டியது என்பதைத் தொடர்ந்து வலியுறுத்தி வந்தார்.

யாமினா: முன்னாள் இஸ்ரேலிய நாப்ஃதாலி பென்னட்டின் கட்சி, மத அடிப்படையிலான பல கட்சிகள் மற்றும் வலதுசாரிக் கட்சிகளின் கூட்டணி. இக்கட்சி பாலஸ்தீனத்தை எதிர்க்கிறது. இஸ்ரேலின் இறையாண்மை மேற்குக் கரை வரையில் நீடித்திருப்பதை வலியுறுத்துகிறது. எனவே இதைத் தீவிரமான தேசியவாதக் கட்சி எனக் கருதுகி?றார்கள்.

ப்ளூ அண்ட் ஒயிட்: முன்னாள் ராணுவத் தளபதி பென்னி காண்ட்ஸ்சினால் துவங்கப்பட்ட நடுவாந்திர நிலைப்பாட்டைக் கொண்ட கட்சி. கடந்த 2019இல் தேர்தல் நேரத்தில் உருவாக்கப்பட்டு லிக்குட் கூட்டணியில் இடம்பெற்ற இக்கட்சிக்கு 35 இடங்கள் கிடைத்தன. அடுத்த இரு தேர்தல்களிலும் நன்கு செயல்பட்ட இக்கட்சி பின்னர் பிளவைச் சந்தித்தது. தற்போது வெறும் 8 உறுப்பினர்களே இக்கட்சிக்கு உள்ளனர். பல்வேறு அரசியல் நிலைப்பாடுகளுக்குப் பின் இக்கட்சி இன்று எதிர்க் கட்சியாகவுள்ளது.

யுனைடெட் டோரா ஜூடாயிசம்: இஸ்ரேலிய மத குருமார்களின் ஒன்றிணைவு என இக்கட்சியைக் கூறலாம். அஷ்கேனாசி மற்றும் ஹரேடி பிரிவு யூத குருமார்கள் தங்களின் மரபான நிலைப் பாடுகளைத் தொடர்ந்து பேண ஏற்படுத்திக் கொண்ட கூட்டணி.

அவர்களைப் பொறுத்தவரை கட்டாய ராணுவச் சேவையிலிருந்து விலக்கு, யூத மத குருமார்களின் மத ஆதிக்கம் ஆகியன தொடர்ந்து நிலைத்திருக்க வேண்டும் என்பதே. இக்கட்சியின் முக்கிய அம்சம் இது ஒரு சியோனிச கூட்டணி அல்ல என்பதுதான். இக்கட்சி 1992இல் துவங்கப்பட்டது. சில காலம் பிளவுபட்டிருந்து பின்னர் 2019இல் மீண்டும் ஒன்றிணைந்தது.

இஸ்ரேலி பெய்டென்யூ: ரஷ்யாவிலிருந்து புலம் பெயர்ந்த யூதர்களின் நலன்களைக் காக்கத் துவங்கப்பட்டது. பொதுவாக மதச்சார்பற்ற தன்மையுடன் இருக்கும் இக்கட்சி பாலஸ்தீன விஷயத்தில் வலதுசாரிகளின் நிலைப்பாட்டை ஆதரிக்கிறது. தனது ஆதரவுத் தளத்தை விரிவுபடுத்தவே இவ்வாறு செய்கிறது. இக்கட்சி பாலஸ்தீனர்களுடன் நிலப்பரிமாற்றம் செய்து கொள்வதை முன்வைக்கிறது. இதனால் இஸ்ரேலில் வாழும் பாலஸ்தீன மக்கள் தங்களது நிலத்தை இழந்து பாலஸ்தீனத்துக்குச் செல்ல வேண்டிய நிலை ஏற்படும்.

இவற்றைத் தவிர குறிப்பிடத்தக்க அரசியல் கட்சிகளாக ரிலிஜியஸ் சியோனிஸ்ட், ஜாயிண்ட் லிஸ்ட், நியூ ஹோப், மெரெட்ஸ் மற்றும் ராஹ்ம் ஆகியன உள்ளன.

ரிலிஜியஸ் சியோனிஸ்ட் ஆகப்பெரும் பழமைவாதக் கட்சியாகும். பாலஸ்தீனர்களுக்கு நிலத்தை விட்டுக்கொடுப்பதை எதிர்ப்பதோடு, அதன் தலைவர் ஸ்மோட்ரிச் ஓர்ப்பால் ஈர்ப்பாளர்களுக்கு எதிராகவும், இஸ்ரேலில் வாழும் பாலஸ்தீனர்களின் குடியுரிமையைப் பறிக்கவும் வலியுறுத்துகிறார்.

ஜாயிண்ட் லிஸ்ட் கட்சி பாலஸ்தீனர்களுடன் அமைதி உடன்படிக்கை செய்வதை ஆதரிக்கிறது. இஸ்ரேலில் வாழும் பாலஸ்தீனர்களுக்கு சம உரிமை அளிப்பதை வலியுறுத்துகிறது. பாலஸ்தீன நாடு அமைவதை ஆதரிக்கிறது. இக்கட்சி பல பாலஸ்தீன அராபிய கட்சிகளின் இணைவு ஆகும்.

நியூ ஹோப் கட்சி நெதன்யாஹூ எதிர்ப்பாளர்களால் உருவாக்கப் பட்டது. இதைத்தவிர இது மற்றொரு லிக்குட் கட்சிதான்.

மெரட்ஸ் என்பது பல்வேறு இடதுசாரி கட்சிகளின் சங்கமம். அவர்கள் ஐநாவின் இரு நாடுகள் ஏற்பாட்டை ஆதரிக்கின்றனர். பாலஸ்தீனத்திலிருந்து இஸ்ரேல் படைகள் வெளியேறித் தனி நாட்டை உருவாக்க வழிவகுக்க வேண்டும் என்கின்றனர்.

ராஹ்ம் எனும் கட்சி அராபிய இணைவான ஜாயிண்ட் லிஸ்டிலிருந்து விலகி உருவானது. விடுதலைப் பெற்ற பாலஸ்தீனத்தை ஆதரித்தாலும் இஸ்ரேலில் வாழும் பாலஸ்தீனர்களின் அன்றாடப் பிரச்னைகளுக்குக் குரல் கொடுக்கும் கட்சியாக இக்கட்சி விளங்குகிறது.

இதுவரையில் காணப்பட்ட அரசியல் கட்சிகளின் நிலைப்பாடானது இன்னமும் இஸ்ரேல் தனது முழுமையான நோக்கமான யூதர் களுக்கான தனித் தேசம் எனும் இலக்கை அடையவில்லை எனக் காட்டுகிறது. பழைய பைபிளில் இடம் பெற்ற முழுமையான இஸ்ரேலானது தற்போதைய கோலன்ஹைட்ஸ், மேற்குக் கரை மற்றும் காசா உள்ளிட்ட நிலப்பரப்பையும் உள்ளடக்கியதே. மேலும் இஸ்ரேல் முன்னேறிய நாடாகக் காணப்பட்டாலும் சமூக அளவில் மத அடிப்படையிலான பண்பாட்டை அழுத்தமாகப் பின்பற்றும் சமூகமாக இறுகியிருப்பதையும் எடுத்துக்காட்டுகிறது.

பாலஸ்தீனப் பிரச்னை சுமூகமாகத் தீர்க்கப்பட்டாலும் இஸ்ரேல் எந்தளவுக்கு முற்போக்கான, நவீன சமூகமாக உருவாகும் என்பதை உறுதியாகக் கூறமுடியாத நிலையுள்ளது. அரசியல் கட்சிகளும் இப்போக்கைப் பிரதிபலிக்கும் படியாகவே நடந்து கொள்கின்றன. ஒன்றுபட்ட பைபிள் நிலப்பரப்பைக் கொண்ட இஸ்ரேல் கிடைத்தாலும் பாலஸ்தீனர்களுக்கு தனி நாட்டை எங்கே ஏற்படுத்திக் கொடுப்பது எனும் கேள்வியும் எழும். அதற்கு இஸ்ரேலிய அரசியல் கட்சிகளிடம் பதில் இருக்காது. அராபிய நாடுகளிடமும் பதில் இருக்காது. ஆகையால் எதிர்கால அரசியலில் எத்தகைய நிலைப்பாட்டை எடுப்பது என்பதும் கொள்கையை எப்படி வகுப்பது என்பதும் இப்போதைக்குக் கற்பனைக்கு அப்பாலான விஷயமாகவே இருக்கிறது.

19

அடிப்படைச் சட்டங்கள்

இஸ்ரேலுக்கு என்று தனித்த அரசமைப்புச் சட்டமே இல்லை. ஆம்; இது உங்களுக்கு அதிர்ச்சியாக இருக்கலாம். ஆனால் அதுதான் உண்மை. விடுதலை கிடைக்கும் ஆண்டிலிருந்து இன்று வரை அரசமைப்புச் சட்டத்தை வடிவமைக்கும் பணியினை பல அரசுகள் செய்து வருகின்றன. ஏன் இதுவரை அரசமைப்புச் சட்டம் வரையப்படவில்லை? இதற்குப் பல காரணங்கள் இருப்பினும், முதலில் ஒன்றை நினைவுக் கூர வேண்டும். தனது இருத்தலே நிச்சயமற்றத் தன்மையில் இருக்கும் போது எப்படி அரசமைப்புச் சட்டம் குறித்து சிந்திக்க முடியும்?

ஓரளவு அமைதி திரும்பிய காலமான 1950களின் துவக்கத்தில் அன்றைய பிரதமர் பென் குரியன் நாடாளுமன்றமான நெஸ்ஸட்டையே அரசமைப்புச் சட்டம் ஒன்றை ஏற்படுத்தும்படிக் கேட்டுக்கொண்டார். ஆனால் காலம்தான் கழிந்ததே தவிர அரசமைப்புச் சட்டம் வரவில்லை. பலர் இப்படியொரு நிலை ஏற்பட பென் குரியனே காரணம் என்றனர். ஏனெனில் அரசமைப்புச் சட்டம் உருவானால் உச்ச நீதிமன்றம் இஸ்ரேலின் பல சமத்துவச் சட்டங்களை நிராகரிக்கலாம் என்ற அச்சம்; பல அரசியல் கட்சிகள் தங்களின் வசதிக்கேற்ப அரசமைப்புச் சட்டத்தை அல்லது அதன் பிரிவுகளைத் தேர்வு செய்ய வலியுறுத்துவார்கள் என்ற சிந்தனை

இவற்றினால் பென் குரியன் அரசமைப்புச் சட்டமே வேண்டாம் என்று இருந்துவிட்டார் என்கின்றனர். மேலும் இங்கிலாந்து போன்ற ஒரு சில நாடுகளில் அரசமைப்புச் சட்டமே இல்லை என்பதால் அதனையே பின்பற்றிக்கொள்ளலாம் என்று முடிவை நாடாளுமன்ற உறுப்பினர்கள் எடுத்தனர்.

ஆனாலும் 13 அடிப்படைச் சட்டங்களைக் கொண்டு ஏறக்குறைய அரசமைப்புச் சட்டங்களின் பிரிவுகளைப்போல வகுத்துக் கொண்டு செயல்படும் நிலையில் உள்ளது, இஸ்ரேல். இந்த அடிப்படைச் சட்டங்கள் பல்வேறு ஆண்டுகளில் இயற்றப்பட்டவை. அப்படி இயற்றப்பட்ட இரு சட்டங்கள் 1992இல் நாடாளுமன்றத்தால் நிறைவேற்றப்பட்டது. அச்சட்டங்கள் அடிப்படை மனித உரிமைகள், தொழில்செய்யும் உரிமை ஆகியவற்றை வகுத்துக் கொடுத்தது. இச் சட்டங்கள் புரட்சிகரமானவை என வர்ணிக்கப் பட்டன.

தற்போது அரசமைப்புச் சட்டத்தின் தேவை முன்னெப்போதும் இல்லாத வகையில் தீவிரமான பிரச்னையாக முன்னெடுக்கப் படுகிறது. காரணம் இப்போதைய நேதன்யாஹு அரசு செய்துள்ள இரண்டு அடிப்படைச் சட்டத் திருத்தங்கள். லட்சக்கணக்கான மக்கள் தெருக்களில் இறங்கித் தங்களுக்கு இதுவரை அளிக்கப்பட்ட அடிப்படை உரிமைகளில் எதையும் விட்டுக்கொடுக்கத் தயாரில்லை என முழக்கங்களை எழுப்புகின்றனர்.

என்ன நடந்தது?

புதிய இஸ்ரேலிய அரசு பதவி ஏற்றதுடன் உச்ச நீதிமன்றத்தின் அதிகார வரம்புகளை வரையறுக்க முடிவு செய்தது. ஏனெனில் நாடாளுமன்றத்தினால் கொண்டு வரப்படும் சட்டங்களை உச்ச நீதிமன்றம் பரிசீலித்து, ஏற்கவோ நிராகரிக்கவோ கூடாது என்று அரசு கருதியது. ஏற்கனவே சொன்னதுபோல் 1992இல் இரு அடிப்படைச் சட்டங்கள் நீதிமன்றத்துக்குச் சட்டங்களைத் திருத்தும் அதிகாரங் களைக் கொடுத்தது. அத்துடன் நீதிபதிகளை நியமிப்பதில் நீதித்துறை மட்டுமே முடிவெடுக்கிறது. இது நீதித்துறை எவ்விதமான தலையீடுகளும் இன்றி சுதந்திரமாகச் செயல்பட வழிவகுக்கிறது. இப்போதைய முயற்சி இதற்கு ஊறுவிளைவிப்பதாக இருக்கும் என்பதால்தான் மக்கள் தெருவில் இறங்கி போராடுகின்றனர்.

எதிர்க்கட்சிகள் நீதித்துறையை முடக்கும் எந்தவொரு முயற்சியையும் அனுமதிக்கமாட்டோம் என்கின்றனர். மக்கள்

போராட்டங்களைக் கண்ட குடியரசுத் தலைவரும் (இப்பதவி அலங்காரப் பதவி மட்டுமே என்றாலும்கூட) குடிமக்களின் உணர்வுகளுக்கு மதிப்பளிக்க வேண்டும் என்றார். கூடவே சமரச திட்டங்களையும் அறிவித்தார். நாட்டில் ரத்த ஆறு ஓடக்கூடாது என்றும் உள்நாட்டுப் போர் ஏற்படும் சூழல் இருப்பதாகவும் சுட்டிக்காட்டினார். பிரதமர் நேதன்யாஹூ சமரசத் திட்டத்தை நிராகரித்தார். இப்போதைக்கு அரசு பின்வாங்கியுள்ளது போலத் தெரிகிறது. ஆனால் மீண்டும் எப்போது முயற்சி செய்யும் என்பது தெரியாது.

இஸ்ரேலை வழிநடத்திச் செல்லும் 13 அடிப்படைச் சட்டங்களின் தொகுப்பைப் பார்த்தால் நிபுணர்கள் சொல்வது போல இவற்றையும், இன்னும் பிற தேவையான பிரிவுகளையும் உருவாக்கி இணைத்தால் அரசமைப்புச் சட்டம் அமையப்பெறும். எனவே நேதன்யாஹூவின் சீர்திருத்தங்கள் நாடாளுமன்றத்தின் அதிகாரங்களை உயர்த்தி நீதிமன்றம், நிர்வாகப் பிரிவுகளை அதன் கீழ் இயங்கும்படிச் செய்ய இயலாது.

அடிப்படைச் சட்டம் - நெஸ்ஸட் (1958): நாடாளுமன்றத்தின் அதிகாரங்களை விவரிக்கும், அதன் உரிமைகளைக் காக்கும் அடிப்படைச் சட்டம் இது. தேர்தல் அமைப்பு முதல் நாடாளுமன்ற உறுப்பினர்களுக்கான வழக்குகளிலிருந்தான விலக்கு, நாடாளு மன்றக் குழுக்கள் மற்றும் நாடாளுமன்றத்தின் பணிகளுக்கான விலக்கு வரையிலான அம்சங்களை இச்சட்டம் வழங்குகிறது. இச்சட்டம் நாடாளுமன்றத்தின் அதிகாரிகள் யாவர் என்பதை விளக்கவில்லை. நாடாளுமன்றம் தேர்வு செய்யப்படும் விதத்தை மாற்றிக்கொள்ள அனுமதிக்க 61 உறுப்பினர்களின் ஆதரவு தேவை. அதேபோல, நாடாளுமன்றத்தின் வயதை நீட்டிக்கவோ, நெருக்கடிக் காலக் கட்டுப்பாடுகளை நடைமுறைபடுத்தவோ 81 உறுப்பினர் களின் ஆதரவு தேவை. அடுத்த தேர்தலுக்கான தேதியையும் நிர்ணயிக்கிறது.

இஸ்ரேலிய நிலம் (1960): அரசு, மேம்பாட்டு ஆணையம் அல்லது யூத நிதியத்தின் நிலவுடமையை மாற்றுவதைத் தடுக்கிறது. சட்டத்தில் குறிப்பிட்டுள்ள அம்சங்களைத் தவிர வேறொரு செயலுக்கு நிலத்தை உரிமை மாற்றம் செய்ய முடியாது.

நாட்டின் குடியரசுத் தலைவர் (1964): நாட்டின் தலைவராக குடியரசுத் தலைவர் இருப்பதை உறுதிப்படுத்தும் சட்டம். ஜெருசலேம் குடியரசுத் தலைவரின் இருப்பிடம். நாடாளுமன்றத்தால் தேர்வு

செய்யப்படும் குடியரசுத் தலைவர் ஏழாண்டுகள் பதவியில் இருப்பார். ஒருமுறை மட்டுமே ஒருவரை தேர்வு செய்ய முடியும்; அதாவது இரண்டாவது பதவிக்காலம் கிடையாது. குடியரசுத் தலைவராகும் தகுதி, அதிகாரங்கள் மற்றும் பணிகள் எல்லாம் வரையறுக்கப்பட்டுள்ளன.

இஸ்ரேல் அரசு (2001): இச்சட்டத்தின்படி பிரதமர் நேரடியாகத் தேர்வு செய்யப்படுவார். ஆனால் இச்சட்டம் பின்னர் நீக்கப்பட்டது. அரசின் இருப்பிடம் ஜெருசலேம் ஆகும். நாடாளுமன்றத்தின் நம்பிக்கையைப் பெற்றே அரசு அமைக்கப்படுகிறது. அரசு அமைக்கப்படும் விதம், அதிகாரங்கள் மற்றும் பணிகள் இச்சட்டத்தில் விவரிக்கப்பட்டுள்ளன. இச்சட்டத்தை நாடாளு மன்றத்தின் பெரும்பான்மையால் மட்டுமே மாற்ற இயலும்.

நாட்டின் பொருளாதாரம் (1975): வரிகளையும், கட்டணங்களையும் இடும் வழிமுறைகளை இச்சட்டம் தீர்மானிக்கிறது. அரசு சொத்தினை பரிமாற்றும் விதிகளையும் அமைக்கிறது. நிதிநிலை அறிக்கைக்கான வழிகாட்டுதல்களையும், கூடுதல் நிதிநிலை சட்டங்களுக்கான வழிகாட்டுதல்களையும், ரூபாய் நோட்டுக்களை அச்சிடவும், நாணயங்களைப் பொறிக்கவும் வழிகாட்டுதல்களைத் தீர்மானிக்கிறது.

ராணுவம் (1976): ராணுவத்துக்கான அடிப்படைச் சட்டம் இயற்றப்படும் வரை 1948-ன் ராணுவச் சட்டமே அரசமைப்பு மற்றும் சட்ட வரையறைகளாக ராணுவத்தை வழி நடத்தியது. இஸ்ரேலிய பாதுகாப்புப்படையே அதிகாரபூர்வ ராணுவம். வேறு எந்த ஏற்பாடும் சட்ட விரோதமானது. கட்டாய ராணுவச் சேவையையும் இச்சட்டமே வரையறுக்கிறது. ராணுவ அமைச்சர்/அமைச்சகம் மூலம் அரசே ராணுவத்தை நிர்வகிக்கிறது. ராணுவத் தளபதியின் நியமனத்தையும் இச்சட்டமே தீர்மானிக்கிறது.

ஜெருசலேம், இஸ்ரேல் தலைநகரம்(1980): இச்சட்டத்தின் நோக்கம் ஜெருசலேத்தை தலைநகராக நிறுவுவதும், அதன் ஒற்றுமையையும் வலுவையும் ஏற்படுத்திக் கொள்வதும் ஆகும். ஜெருசலேம் அரசின் தலைமையகமாகவும், குடியரசுத் தலைவர், நாடாளுமன்றம் மற்றும் உச்சநீதிமன்றத்தின் தலைமையகமாகவும் இருக்கும். இச்சட்டத்தில் ஜெருசலேத்தின் புனிதத் தலங்களின் நிலையையும், அனைத்து மதத்தவரின் உரிமைகளைக் காப்பதும் இடம் பெற்றுள்ளது. அத்துடன் ஜெருசலேத்தின் வளர்ச்சிக்கு முன்னுரிமை கொடுத்துச் செயல்பட அதிகாரிகளுக்கு அறிவுறுத்துகிறது.

நீதித்துறை (1984): இச்சட்டத்தின்படி நீதிமன்றங்கள் குற்றவியல் மற்றும் ஒழுங்குபடுத்தும் நடவடிக்கைகளை மேற்கொள்ளும் அதிகாரம் படைத்துள்ளதாகக் கூறப்பட்டுள்ளது. அத்துடன் நீதித்துறையின் சுதந்திரமும் நீதிமன்ற நடவடிக்கைகளில் வெளிப்படைத்தன்மையும் நிறுவப்படுகிறது. நீதிபதிகளை நியமிக்கும் வழிமுறைகளையும் தீர்மானிக்கிறது. இச்சட்டத்தில், நெருக்கடி நிலையின்போது கொண்டுவரப்படும் கட்டுப் பாடுகளினால் உருவாகும் மாற்றங்களில் இருந்து பாதுகாத்துக் கொள்வதும், அதன் நிலைத்ததன்மைக் குறித்தும் அறிவுறுத்தல் களைக் உள்ளடக்கியுள்ளது.

நாட்டின் கணக்காயர் (1988): உச்சபட்ச நடுவராக விளங்கும் வகையில் நாட்டின் கணக்காயரை அவருடையை அதிகாரங்கள், செயல்பாடுகள் மற்றும் கடமைகளை விவரிக்கிறது. முன்பு பல்வேறு சட்டங்களில் சிதறிக்கிடந்த அம்சங்களைத் தொகுத்து அறிவுறுத்தல்களாகக் கொடுத்துள்ளது இச்சட்டம். நாட்டின் கணக்காயரைத் தேர்வு செய்யும் முறையையும் தீர்மானிக்கிறது. மேலும் கணக்காயர் நாடாளுமன்றத்துக்கு, பதில் அளிக்கக் கடமைப்பட்டவர் என்றும் தெரிவிக்கிறது.

தொழில் செய்யும் உரிமை (1994): இச்சட்டத்தின் முதல் வடிவத்தை 1992இல் நாடாளுமன்றம் ஏற்றது. சட்டத்தின் இரண்டாவது வடிவம் 1994இல் நிறைவேற்றப்பட்டது. இச்சட்டம் தனிநபர்களது தொழில் மற்றும் வேலை உரிமைகளை உறுதிப்படுத்துகிறது. இச்சட்டத்தை 61 நாடாளுமன்ற உறுப்பினர்களின் பெரும் பான்மையே மாற்ற இயலும். நெருக்கடியான காலகட்டத்தில் இச்சட்டத்தில் கொண்டு வரப்படும் மாற்றங்கள் நான்கு ஆண்டுகளுக்கோ அல்லது குறிப்பிட்டுள்ள தேதியிலோ முடிவுக்கு வரும்.

மனித கண்ணியம் மற்றும் சுதந்திரம் (1992): இச்சட்டம் மனிதர்களின் கண்ணியத்தையும் சுதந்திரத்தையும் பாதுகாக்கிறது. நாட்டை விட்டு வெளியேற, உட்புக, தனிப்பட்டத் விஷயங்களின் பாதுகாப்பு, தனி நபர் சொத்துக்களிலும், உடல் மற்றும் சொந்தமான பொருட்களிலும் சோதனையிடுவதிலிருந்து விலக்கு, ஒருவரின் பேச்சு சுதந்திரம், எழுத்து உரிமைகளைத் தடுப்பதிலிருந்து பாதுகாப்பது என்பனவற்றை உள்ளடக்கியுள்ளது. தனிநபரின் கண்ணியத்தைக் காப்பதிலும், மனித உரிமைகளைக் காப்பதிலும் விலக்குகளைக் கைக்கொள்வதை இச்சட்டத்தின்படியே செய்ய இயலும்.

பொது வாக்கெடுப்பு (2014): இச்சட்டப்படி இஸ்ரேலிய அரசு செய்து கொள்ளும் ஒப்பந்தங்கள், அவற்றின் கட்டுப்பாடுகள் ஆகியவற்றை நாடாளுமன்றம் ஏற்றாலும் பொது வாக்கெடுப்பு ஒன்றை நிகழ்த்த வேண்டும். இல்லையென்றால் அதனை 80 நாடாளுமன்ற உறுப்பினர்கள் ஆதரிக்க வேண்டும்.

இஸ்ரேல்- யூத மக்களின் தேச அரசு: இஸ்ரேல் யூத மக்களின் வரலாற்று ரீதியிலான தாய்நாடு அல்லது தாய்மண் ஆகும். எனவே இஸ்ரேல் அம்மக்களின் தேச அரசாகும். அந்த தேச அரசானது அதன் பண்பாட்டை, இயற்கையை, மத மற்றும் வரலாற்று சுய-நிர்ணய உரிமையை அளிக்கிறது. இச்சட்டமானது அலுவல் மொழி, அரசு சின்னங்கள் ஜெருசலேத்தின் தகுதி மற்றும் வெளிநாட்டில் வாழும் யூத மக்களுடனான தொடர்பு ஆகியவற்றையும் உள்ளடக்கியுள்ளது.

இவ்வாறான அடிப்படைச் சட்டங்கள் இஸ்ரேல் அதிகாரபூர்வமாக அரசமைப்புச் சட்டம் ஒன்றை இயற்றும் வரை நடைமுறையில் இருக்கும் என்பதே அரசின் நிலைப்பாடாகவுள்ளது.

20

அரசும் அதன் பிரிவுகளும்

இஸ்ரேல் அரசு பிற நாடுகளைப்போல மூன்று முக்கியப் பிரிவுகளை உள்ளடக்கியுள்ளது. நிர்வாகம், நாடாளுமன்றம் மற்றும் நீதித்துறை என அதிகாரபூர்வ அமைப்புகள் தங்களது பணியைச் செய்து வருகின்றன. அரசு நிர்வாகத்தின் கீழ் உள்ளாட்சி, ராணுவம் மற்றும் உள்நாட்டுப் பாதுகாப்பு (உளவு நிறுவனங்கள்) ஆகியன உள்ளன. பாதுகாப்புக் கொள்கை மூலம் இஸ்ரேலின் உள்நாட்டு, வெளிநாட்டுப் பாதுகாப்புகள் மேற்கொள்ளப்படுகின்றன.

இஸ்ரேல் தனது உள்நாட்டுப் பாதுகாப்பில் மிகுந்த அக்கறை கொண்டுள்ளது என்பதைக் கடந்தகாலப் படிப்பினைகளிலிருந்து அறியலாம். தேசம் உருவாக்கப்பட்ட உடனேயே போரினைச் சந்தித்ததும் இன்றுவரை பல அராபிய நாடுகள் அங்கீகரிக்காமல் இருப்பதால் பாதுகாப்பின்மையையும் உணர்ந்துள்ளது. உலக இஸ்லாமிய அமைப்புகள் பலவும் இஸ்ரேலை எதிரி சக்தியாகவே கருதுகின்றன. இப்படி ஒவ்வொன்றின் நிலைப்பாட்டையும் ஒட்டியே தனது பாதுகாப்பு கொள்கையை வடிவமைத்துக் கொண்டுள்ளது இஸ்ரேல்.

பாதுகாப்பு என்பது ராணுவ ரீதியிலானது மட்டுமல்ல; உள்நாட்டில் அரசியல் குழப்பங்கள், அரசு நிர்வாகத்தின் திறமையின்மை,

அதிகாரப் பிரிவினைகளின் தெளிவின்மை எனப் பல விஷயங்களும் இஸ்ரேலின் வளர்ச்சியையும், நிலைத்து நிற்கும் தன்மையையும் வரையறுக்கின்றன. அந்த வகையில் இஸ்ரேலின் அரசு நிர்வாகம் எவ்வாறு செயல்படுகிறது என்பதையும் அறிய வேண்டியுள்ளது.

இந்தியாவில் உள்ளது போலவே இஸ்ரேல் நாடாளுமன்றமும் தேர்தலுக்குப் பிறகு கூடி அவைத் தலைவரைத் தேர்வு செய்கிறது. நாடாளுமன்றம் பொதுவாகக் கூடி சட்ட முன் வரைவுகள், நம்பிக்கையில்லாத் தீர்மானம் போன்ற நடவடிக்கைகளை மேற்கொள்ளும். பொதுவாக சட்ட முன் வரைவுகளைத் தனி உறுப்பினர்களோ, கூட்டாக இணைந்தோ, குறிப்பிட்ட அமைச்சரோ அல்லது அரசோ தாக்கல் செய்யலாம். அதற்கு முன்னர் அந்த சட்ட முன் வரைவானது சட்ட அமைச்சகம், நிதி அமைச்சகம் இன்னும் பிற அமைச்சர்கள், பிறகு அமைச்சரவைகளின் பரிசீலனைக்குப் பிறகு நாடாளுமன்றத்தில் தாக்கல் செய்யப்படும். இதனை முதல் தாக்கல் என்கின்றனர்.

நாடாளுமன்றத்தில் விவாதித்த பின்னர் நாடாளுமன்றக் குழுவுக்கு அனுப்பப்பட்டு பரிசீலனைக்கு உட்படுகிறது. இரண்டாம் முறை நாடாளுமன்றம் கூடி சட்ட முன் வரைவில் நாடாளுமன்றக் குழு ஏற்படுத்திய மாற்றங்களை விவாதிக்கிறது. அதன் பின்னரும் மேற்கொண்டு ஐயங்கள், திருத்தங்களுக்காக நாடாளுமன்றக் குழுவிடம் சமர்ப்பிக்கப்படுகிறது.

மூன்றாம் முறையாக விவாதம் நடந்த பின்னர் சட்ட முன் வரைவு நாடாளுமன்றத்தால் ஏற்கப்படுகிறது. அதன் பின்னர் நாடாளுமன்ற அவைத் தலைவர் கையெழுத்திடுவார். பின்னர் அரசிதழில் வெளியிடப்படும். அரசிதழில் குடியரசுத் தலைவர், பிரதமர், தொடர்புடைய அமைச்சர் ஆகியோர் கையெழுத்திட்டிருப்பர். கடைசியாக சட்ட அமைச்சர் தனது முத்திரையை சட்டத்தில் பதிப்பார்.

தனி உறுப்பினர் கொண்டு வரும் சட்ட முன் வரைவுகள் மூன்று முறை நாடாளுமன்றத்தால் விவாதிக்கப்பட்டு நிறைவேற்றப் படலாம். தனி உறுப்பினர் சட்ட முன் வரைவுகளுக்கு அரசு அனுமதி தேவையில்லை.

நாடாளுமன்றத்தில் மொத்தம் 12 நிரந்தரக் குழுக்கள் இடம் பெற்றுள்ளன. சிறப்புக் குழுக்கள் மூன்றும், நாடாளுமன்ற விசாரணைக்குழு, அறநெறிக்குழு, விளக்கம் - வரையறைகள் குழு, பொதுக்குழுக்களும் உண்டு.

உள்ளாட்சி அமைப்புகள்

இஸ்ரேலில் மூன்று விதமான உள்ளாட்சி அமைப்புகள் உள்ளன. அவை நகராட்சிகள், மண்டலக் குழுக்கள் மற்றும் உள்ளூர் குழுக்கள் ஆகியனவாகும். நகராட்சிகள் பொதுவாக 20,000க்கும் மேற்பட்ட மக்கள் தொகை கொண்ட பகுதிகளாகும். பெரிய நகரங்களாக ஜெருசலேம், டெல் அவிவ் மற்றும் ஹாயிஃபா ஆகியன உள்ளன. சிறிய நகரங்களும், கிராமப்புற குடியேற்றங்களும் உள்ளூர் குழுவால் நிர்வகிக்கப்படுகின்றன. இவை நகராட்சிக்கு இணையான அதிகாரங்கள் படைத்தவை.

தங்களது சேவைப் பகுதிகளில் உள்ளாட்சி அமைப்புகள் குடியிருப்புப் பகுதிகள், வணிக நிறுவனங்கள் மற்றும் இன்ன பிற அமைப்புகளுக்கு பல்வேறுவிதமான சேவைகளை வழங்குகின்றன. உள்கட்டமைப்பு, சாலை அமைப்பு, குடிநீர் வழங்கல், திட மற்றும் திரவக் கழிவு மேலாண்மை மற்றும் பூங்காக்களை ஏற்படுத்தி அவற்றைப் பராமரிக்கிறது. சுற்றுச்சூழல், கல்வி, கலாச்சாரம் மற்றும் விளையாட்டு ஆகியவற்றை வழங்குகின்றது.

பொதுவாகப் பள்ளிகளை உள்ளாட்சி அமைப்புகளே ஏற்படுத்திப் பராமரிக்கின்றன. இப்பள்ளிகளில் பல தன்னார்வ சங்கங்களால் நடத்தப்பட்டாலும் உள்ளாட்சி நிறுவனங்களின் ஆதரவைப் பெற்றுள்ளன. விளையாட்டு, கலை மற்றும் கலாச்சார நிகழ்வுகள், அரங்கங்கள் போன்றவற்றின் செயல்பாடுகளுக்கும் நிதியுதவி செய்கின்றன. உள்ளாட்சி அமைப்புகளின் பிற சேவைகளில் சமூக நலச் செயல்பாடுகளும் உண்டு. சமூக நல ஊழியர்கள் உதவித் தேவைப்படும் குடும்பங்களுக்கு உதவியையும், வயோதிகர், மன நலம் குன்றிய சிறுவர்கள், போதை மறுவாழ்வு உட்பட பல செயல்பாடுகளையும் மேற்கொள்கின்றனர்.

நகரமைப்புத் திட்டங்களிலும் உள்ளாட்சி நிறுவனங்கள் முக்கியப் பங்கு வகிக்கின்றன. சட்டப்படி உள்ளாட்சி நிறுவனங்களுக்கு கணிசமான சுதந்திரம் கொடுக்கப்பட்டுள்ளது. அவை நகரத் திட்டமிடுதலில் மண்டல மற்றும் கிராமப்புற பரிமாணங்களையும் உள்ளடக்கியுள்ளன. உள்ளூர் குழு உறுப்பினர்களே நகரத் திட்டமிடல் அமைப்பிலும் உறுப்பினர்களாக உள்ளனர். உள்ளூர் திட்டக் குழுவானது அன்றாட நிர்வாகத்தையும், விதிகளைப் பின்பற்றி செயலாற்றுவதையும் வழக்கமாக்கிக் கொண்டுள்ளது.

உள்ளாட்சி நிறுவனங்களுக்கான நிதி வளங்களாக, உள்ளூரில் திரட்டப்படும் நிதி, அரசின் நிதியுதவி மற்றும் கடன்கள் மூலம்

திரட்டப்படும் நிதி ஆகியன உள்ளன. அரசின் நிதியுதவிகளில் பொது நிதியுதவி, இலக்கு நிதி ஆகிய இரு வகைகள் உள்ளன. இலக்கு நிதியுதவிகளை அமைச்சகங்கள் வழங்குகின்றன.

ஐந்தாண்டுகளுக்கு ஒரு முறை அரசியல் கட்சிகளால் நியமிக்கப்படும் உறுப்பினர்களால் உள்ளாட்சிகள் அமைகின்றன. தேர்தலில் விகிதாச்சார பிரதிநிதித்துவ முறை பின்பற்றப்படுகிறது. மக்கள் தொகையைப் பொறுத்து உள்ளாட்சியின் மொத்த இடங்கள் அமைகின்றன. நகராட்சிகளுக்கு 9 முதல் 31 வரையிலும், உள்ளூர் குழுக்களுக்கு 5 முதல் 21 வரையிலும் இடங்கள் அமைகின்றன. எந்தவொரு கட்சிக்கும் பெரும்பான்மை கிடைக்காவிட்டால் கூட்டணி அமைக்கப்பட்டு அதிகாரங்கள் பகிர்ந்துகொள்ளப் படுகின்றன.

நீதிமன்றங்கள்

வழக்கம் போல சட்டப்படி உரிமையியல், குற்றவியல் நீதிமன்றங்களோடு, ஒவ்வொரு மதத்தினருக்கும் தனித்தனியே தனி நபர் சட்டப்படியான நீதிமன்றங்கள் உள்ளன. இவை தவிர ராணுவ நீதிமன்றம் மற்றும் தொழிலாளர் நீதிமன்றங்களும் உள்ளன.

கணக்காயரும், அரசின் கட்டுப்பாடுகளும்

கணக்காயரின் ஆண்டறிக்கை நாடாளுமன்றத்தில் தாக்கல் செய்யப்பட்டு, விவாதிக்கப்படுகிறது. இந்த அறிக்கையில் குறிப்பிட்ட ஆண்டின் அனைத்து அரசு சார்ந்த நடவடிக்கைகளும் இடம் பெறுகின்றன. நாடாளுமன்றக்குழுவின் பரிந்துரையின் அடிப்படையில் கணக்காயரை குடியரசுத் தலைவர் நியமிக்கிறார். பின்னர் நாடாளுமன்றமும் தேர்ந்தெடுக்கும் கணக்காயரின் பதவிக்காலம் ஐந்தாண்டுகளாகும். கணக்காயர் பொது நலத் தீர்ப்பாயராகவும் இருக்கிறார். தனி நபர் ஒருவர் கணக்காயரிடம் ஏதேனும் அரசு ஊழியர், சேவைகள் குறைபாடு முறையீடு செய்யலாம். கணக்காயரின் ஆண்டறிக்கை போலவே பொது நல தீர்ப்பாயரின் ஆண்டறிக்கையும் வெளியாகிறது.

பாதுகாப்பு

இஸ்ரேல் தோன்றிய நாளிலிருந்து அதன் இருத்தல் கேள்விக்கு உள்ளாகி வந்தது என்பதை நாம் அறிவோம். மூன்று போர்களில் வென்றிருந்தாலும் உள்நாட்டில் அராபியர்களுடனான மோதல் களால் தொடர்ச்சியாக அமைதியின்மை நீடித்து வந்தது.

ஒருவழியாக 1978 மற்றும் 1995 ஆண்டுகளில் ஏற்பட்ட அமைதி ஒப்பந்தங்களால் சற்று நிம்மதி கிடைத்தாலும் அது நீடிக்கவில்லை. காசா மற்றும் லெபனானிலிருந்து ராக்கெட் தாக்குதல்கள், மனித வெடிகுண்டு தாக்குதல்களை அன்றாடம் எதிர்கொள்ளத் துவங்கியிருந்தது இஸ்ரேல். ஏற்கனவே இருந்த பகைமை மேலும் அதிகரிக்கவே ராக்கெட் தாக்குதல்கள் உதவின. இன்றுவரையில் இஸ்ரேலை ஒரு நாடாக அங்கீகரிக்க பல மத்திய கிழக்கு நாடுகள் முன்வராத சூழ்நிலையில் அதன் உள்நாட்டுப் பாதுகாப்பு அச்சுறுத்தலிலேயே உள்ளது.

இஸ்ரேலின் பாதுகாப்பு மூன்று முகமைகளின் கைகளில் உள்ளது. 'ஷின் பெட்' எனும் உள்நாட்டுப் பாதுகாப்பு; 'அமான்' எனும் ராணுவ உளவு அமைப்பு; 'மொசாத்' எனும் வெளிநாட்டு உளவுப் பாதுகாப்பு. இவற்றில் மொசாத் எனும் பெயர் உலகளவில் பிரபலம். உலகில் நிகழ்ந்த பல அரசியல் சம்பவங்களில் மொசாத்தின் பங்கு குறித்து விவாதிக்கப்பட்டுள்ளது.

மொசாத்தின் வீச்சும், அதன் செயல்பாடுகளும் வெகு நுட்ப மானவை; உலகின் கூர்மையான கண்களில் மொசாத்தின் கண்களும் அடங்கும் என்று உளவுத் துறை நிபுணர்கள் கூறுவார்கள். தங்கள் இனத்தை வேட்டையாடிய நாஜிக்கள் பலரைக் கண்டுபிடித்து நீதியின் முன் நிறுத்திய அமைப்புதான் மொசாத். அதே போல ம்யூனிக் ஒலிம்பிக்ஸில் தங்கள் விளையாட்டு வீரர்கள் 11 பேரைக் கொன்ற அராபியத் தீவிரவாதிகளைப் பழி வாங்கிய சாகசச் செயல்களுக்கும் பேர் வாங்கியது மொசாத். உகாண்டாவின் எண்டபே விமான நிலையத்தில் எதிர்பாராத தாக்குதல் நடத்தி பிணைக்கைதிகளாக இருந்த இஸ்ரேல், பிரெஞ்சு நாட்டவரை மீட்டு உலகை வியக்க வைத்த செயலில் மொசாத்துக்கும் பங்குண்டு. ஈராக்கின் அணுமின் நிலையத்தைத் தகர்த்தும் தனது செயலாற்றலை நிலைநிறுத்தியது மொசாத். இதனால் அமெரிக்காவின் எரிச்சலுக்கும் ஆளானது. அத்துடன் ஏராளமான தியாகக் கதைகளும் உண்டு. இஸ்ரேல் 1967ஆம் ஆண்டுப் போரில் வெல்வதற்கு இலியாஹூ கோஹன் என்ற மொசாத் அதிகாரியின் உயிர் தியாகம் முக்கியக் காரணம்.

ஒருபுறம் மொசாத் வெளிநாட்டுப் பாதுகாப்பை உத்தி வகுத்துச் செயல்படுத்தி வந்தாலும் உள்நாட்டுப் பாதுகாப்பின் முக்கியத்துவமும் அதிகரித்தே வந்தது. அராபியர்களுடன் அமைதி ஒப்பந்தம் செய்து கொண்டதால் யிட்ஷாக் ரபின் எனும் பிரதமரும் கொல்லப்பட்டார். இதனால் உள்நாட்டுப் பாதுகாப்பும் அதிகக் கவனம் பெறத் துவங்கியது. ரபினின் பாதுகாப்பில் ஏற்பட்ட கோளாறுகளுக்குப்

பொறுப்பேற்று துறையின் தலைவர் கார்மி கில்லான் பதவியைத் துறந்தார். பின்னர் ஒரு முறை பாலஸ்தீன தீவிரவாதிகள் பேருந்து ஒன்றைக் கடத்தியபோது அதனை முழுமையாக மீட்டனர் உள்நாட்டுப் பாதுகாப்புத் துறையினர்.

ஷின் பெட் முதன்முதலில் இஸ்ரேல் ராணுவத்தின் ஒரு பிரிவாகவே இருந்து வந்தது. பின்னர் பிரதமரின் அலுவலகத்தின் அதிகாரத்தின் கீழ் கொண்டு வரப்பட்டது. இஸ்ரேலிய உளவுத் துறையின் தந்தை எனக் கருதப்பட்ட இஸ்ஸர் ஹரேல் முதலில் இதன் தலைவராக இருந்தார். பின்னர் மொசாத்துக்குத் தலைமையேற்றார்.

இந்த அமைப்பின் துவக்க கால சாதனைகளில் ஒன்று, தங்களது இரட்டை உளவாளியான கமால்/பிட்டன் மூலம் எகிப்து ராணுவ அதிகாரிகளிடம் இஸ்ரேல் தரைவழியாகவே முதலில் தாக்குதல் நடத்தும் என்று கூறியது. அதை நம்பி எகிப்து தங்களின் விமானப் படையை படைத் தளத்திலேயே நிறுத்திவிட்டனர். இது இஸ்ரேலுக்கு சாதகமானது. போர் துவங்கிய முதல் மூன்று நேரத்திலேயே எகிப்தின் விமானப்படை முற்றிலும் சிதைந்தது. ஷின் பெட்டின் சாகசங்களுக்கு மற்றொரு எடுத்துக்காட்டாகக் கூறப்படுவது ரபினின் படுகொலைக்குப் பிறகு ஹமாஸின் வெடிகுண்டுப் பிரிவின் தலைவர் என அறியப்பட்ட யாஹ்யா ஆயாஷ் மொபைலில் வைக்கப்பட்டிருந்த குண்டினால் கொல்லப்பட்டார்.

ஷின் பெட் தனது அதிகார வரம்பை மீறிச் செயல்படுகிறதா என்பதை நாடாளுமன்றக் குழுவொன்று கண்காணித்து வந்துள்ளது. அதன் விசாரணை முறைகளில் சித்ரவதையும் முக்கிய அம்சமாக இருந்துள்ளதை உச்ச நீதிமன்றம் சுட்டிக்காட்டிய பிறகு அதற்கும் கடிவாளம் போடப்பட்டது. குறிப்பாக பாலஸ்தீனக் கைதிகளிடம் சித்ரவதை என்பது தவிர்க்க முடியாத அம்சமாக இருந்துள்ளதும் தெரிய வந்தது. இருப்பினும் இப்போதும் சுமார் 1000க்கும் மேற்பட்ட சித்ரவதைக் குறித்த முறையீடுகளுக்கு விசாரணையே இல்லை என்கின்றனர். அம்னஸ்டி இண்டெர்நேஷனல் குறிப்பாக இப்பிரச்னை குறித்துத் தொடர்ந்து பேசி வருகிறது.

டிரோன் தொழில்நுட்பத்தைப் பயன்படுத்தி பாலஸ்தீனப் போராளி களைக் கொல்லவும் ஷின் பெட் ராணுவத்துடன் இணைந்து செயல் படுகிறது. குறிப்பிட்ட இடத்தில் குறிப்பிட்ட நபர்களை அடையாளம் காட்ட ஷின் பெட் உளவாளிகள் ராணுவ அதிகாரிகளுடன் அமர்ந்து கண்காணித்து வருவர். கொல்லப்பட வேண்டிய நபர்களின் அடையாளம் உறுதியானப் பிறகு டிரோன்கள் மூலம் தாக்குதல் நடக்கும்.

இம்முறையை அமெரிக்கா மற்றும் பிற மேலை நாடுகள் ஆப்கானிஸ்தான், ஈராக் போன்ற நாடுகளில் பயன்படுத்தியதை நாம் பல திரைப்படங்களில் கண்டிருப்போம். இது தவிர எல்லைத் தாண்டிய கைதுகள், பத்திரிகையாளர்கள், மருத்துவர்கள், சமூக ஆர்வலர்கள் எனப் பலரையும் பல்வேறு இடங்களில் ஷின் பெட் கைது செய்துள்ளது. இத்தகைய கைதுகளை சட்டவிரோதமானவை என பலரும் கண்டித்து வருகின்றனர்.

தற்கொலைப்படைத் தாக்குதல்கள் அதிகம் நிகழ்ந்த கால கட்டத்திலேயே பல்வேறு அத்துமீறல்களும் நிகழ்ந்துள்ளன. அமைதிப் பேச்சுவார்த்தைகளை ஒட்டிய 1993-95ஆம் ஆண்டு காலகட்டத்தில் மட்டும் 14 தற்கொலைப்படைத் தாக்குதல்களும், அவற்றில் 86 நபர்களும் மரணமடைந்தனர். முதலில் 1989ஆம் ஆண்டு துவங்கிய தற்கொலைப்படைத் தாக்குதல்கள் 2000ஆம் ஆண்டு முதல் 2008 வரையில் மிக முக்கியப் பாதுகாப்புப் பிரச்னையாக உருவெடுத்தது. சுமார் 150 தாக்குதல்கள் வரையில் நிகழ்ந்துள்ளது. தொடர்ச்சியாக 2015 மற்றும் 2016ஆம் ஆண்டுகளில் கூட முறையே ஒரு தாக்குதல் நடந்துள்ளது. சுமார் 800 பேர் இறந்தனர்; 1000 பேர் காயமடைந்தனர்.

இஸ்ரேல் போன்ற சிறிய நாட்டில் தொடர்ச்சியான தற்கொலைப் படைத் தாக்குதல்கள் ஏற்படுத்தும் தாக்கத்தை உலகம் அதிகம் உணரவில்லை. ஏனெனில் நீடிக்கும் பாலஸ்தீனப் பிரச்னையால் தாக்குதல்கள் நிகழ்கின்றன. எனவே அப்பிரச்னை உடனடியாகத் தீர்க்கப்பட வேண்டியுள்ளது என்பதைப் பலரும் வலியுறுத்தினர். அதே காலகட்டத்தில் உலகின் பிற பகுதிகளில், குறிப்பாக இந்தியாவில் நிகழ்ந்த மும்பை தாக்குதல்களுக்குப் பிறகே இப்பிரச்னைக் குறித்து அதிகக் கவனம் செலுத்தப்பட்டது.

மேலும் 2001ஆம் ஆண்டு இந்திய நாடாளுமன்றத்தின் மீதும் தற்கொலைப்படைத் தாக்குதல் நிகழ்ந்தது. எனவே இஸ்ரேல் மட்டுமின்றி பிற நாடுகளிலும் தற்கொலைப் படைத் தாக்குதல்கள் நிகழ்ந்ததால் அதனை மனித இனத்துக்கு எதிரான குற்றமாகக் கருதும் ஏற்பாட்டை 2002ஆம் ஆண்டில் ஆம்நெஸ்டி இண்டெர்நேஷனலும் ஹியூமன் ரைட்ஸ் வாட்ச் அமைப்பும் செய்தன.

21

மொசாத்தின் வலைவீச்சு

இஸ்ரேல் தன்னை நிலைநிறுத்திக்கொள்ளும் முயற்சிகளில் உள்நாட்டுப் பாதுகாப்போடு வெளிநாட்டிலும் தனது உளவு நடவடிக்கைகள் மூலம் செல்வாக்குப் பெற விரும்பியது. அதற்காகவே உருவாக்கப்பட்ட அமைப்புதான் மொசாத்.

டிசம்பர் 1949இல் மொசாத் ஆரம்பிக்கப்பட்டது. யூத ராணுவமான ஹகன்னாவின் உளவுப் பிரிவாக இருந்தப் பின்னர் இன்ஸ்டியூட் ஃபார் கோ ஆர்டினேஷன் எனும் நிறுவனமாக உருவாக்கப்பட்டது, மொசாத். இரண்டாவது தலைவராகப் பதவியேற்ற இஸ்ஸர் ஹரேல் இயக்கத்தினை உருவாக்கிப் பொலிவடையச் செய்தார். பத்தாண்டுகளுக்கு மேலாகத் தலைமைப் பொறுப்பில் இருந்த ஹரேல் மொசாத்தை, தொழில்முறைச்சார்ந்த, வலுவான உளவு அமைப்பாக மாற்றினார்.

ஆரம்பகாலத்தில் யூதர்களின் படுகொலைக்கு காரணமான உயர் நாஜி அதிகாரிகளைத் தேடிக் கண்டறிந்து சட்டத்தின் முன் நிறுத்துவதை முக்கியப் பணியாகச் செய்தது. 1960இல் அர்ஜெண்டினாவில் மறைந்திருந்த அடால்ஃப் ஈஷ்மேனை கைது செய்து இஸ்ரேலுக்கு அழைத்து வந்து போர்க்காலக் குற்றங்களுக்காக விசாரிக்க வைத்தது முக்கிய சாதனையாகப் பார்க்கப்படுகிறது.

பின்னர் எலி கோஹனை தொழில் அதிபராக சிரியாவில் உளவு பார்க்க அனுப்பியது. ம்யூனிக் ஒலிம்பிக்ஸில் கொல்லப்பட்ட 11 இஸ்ரேலிய வீரர்களுக்கு அஞ்சலி செலுத்தும்விதமாக அவர்களது கொலைக்கு காரணமாக இருந்த தீவிரவாதிகளைத் தேடிக் கொன்றது; எண்டபே விமான நிலையத்திலிருந்து கடத்தப்பட்ட பயணிகளை மீட்டு வந்ததும், ஈராக்கின் அணுமின் நிலையத்தைத் தகர்த்ததும் முக்கிய சாதனைகளாகக் கருதப்படுகின்றன.

இன்று சுமார் 3 பில்லியன் டாலர் பட்ஜெட்டுடனும், ஏறக்குறைய 7,000 பணியாளர்களுடனும் செயல்படும் மொசாத் அமெரிக்காவின் சி.ஐ.ஏவுக்கு அடுத்தப்படியான உலக முக்கியத்துவம் வாய்ந்த உளவு நிறுவனமாக மதிக்கப்படுகிறது.

இஸ்ரேலின் பாதுகாப்பை உறுதி செய்வதற்கு பல்வேறு நாட்டு உளவு நிறுவனங்களுடன் இணைந்து செயல்படுவது இன்றியமையாதது. பாகிஸ்தான், அரபு நாடுகளுடன் இணைந்து போரிட்டது என்பதால் அதன் நடவடிக்கைகளின் மீது இஸ்ரேலுக்கு ஒரு கண் இருந்து கொண்டிருந்தது. ஆனால் அண்டை நாடான இந்தியாவுடன் தூதரக உறவு இல்லாதது ஒரு தடையாக இருந்து வந்த நிலையில் பிரதமராக ராஜீவ் காந்தி பதவியேற்றார். இஸ்ரேலுடன் இணைந்து இஸ்லாமிய பயங்கரவாதத்தை முறியடிக்க விரும்பினார் ராஜீவ். பாகிஸ்தானில் உளவு பார்க்கும் நடவடிக்கைகள் உட்பட பல்வேறு செயல்பாடுகளுக்கு அனுமதியளித்தார் என்று பின்னர் கூறப்பட்டது.

இந்தியாவின் அயல்நாட்டு உளவுத்துறையான ரிசர்ச் அண்ட் அனலைசிங் ஏஜென்சி ('ரா') மொசாத்துடன் இணைந்து செயல் பட்டது. ராஜீவ்வுக்கு முன்பாக இந்திரா காந்தியே மொசாத்துடன் இணைந்து செயல்பட அனுமதி அளித்ததாகவும் கூறப்படுகிறது. பாகிஸ்தான், சீனா மற்றும் வட கொரியா ஆகியவற்றின் கூட்டணி ராணுவ ரீதியாக இருந்ததால் இந்திரா மொசாத்துடன் இணைந்து எதிர் நடவடிக்கைகளை மேற்கொள்ள அனுமதித்துள்ளார். ராஜீவ் ஐ.நா. சபைக் கூட்டம் ஒன்றில் அன்றைய இஸ்ரேலிய பிரதமர் ஷிமோன் பெரேஸ்சைச் சந்தித்துப் பேசியிருக்கிறார். அதன்படிப் பார்க்கையில் இந்தியா தனது புவிசார் நலன்களை முன்னெடுக்க இஸ்ரேலுடன் இணைய விரும்பியது புரியும்.

மொசாத் இப்படி பல உலகத் தலைவர்களை இஸ்ரேல் நோக்கி இழுக்கும் வேலைகளைத் திறம்பட நடத்தியது அதன் வீச்சைக் காட்டுகிறது. இது தவிர ஜம்மு - காஷ்மீரில் தீவிரவாதிகளால்

கடத்திச் செல்லப்பட்ட இஸ்ரேல் நாட்டவரை விடுவிக்க அமெரிக்க இஸ்லாமியர்கள் அமெரிக்க அரசை நிர்ப்பந்தித்ததும் அதன் செல்வாக்கைக் காட்டுகிறது. பாகிஸ்தான், காஷ்மீருக்கு வருகை தந்த இஸ்ரேலியர்கள் சிலரை மொசாத் உளவாளிகள் எனக் கருதி ஒருவரைக் கொன்று, மற்றொருவரைக் கடத்த தீவிரவாதிகளைத் தூண்டியது. அந்நபர் விடுவிக்கப்பட்டார். ஆனாலும் இந்திய உளவு நிறுவனம் மொசாத்துடன் இணைந்து செயல்பட்டு வந்தது.

தலைவர்கள் மட்டுமின்றி அவர்களுக்கு நெருக்கமான உறவினர்கள், அதிகாரிகள் ஆகியோரையும் தன் வசம் இழுத்தது. இதில் நம்ப முடியாத ஒரு நிகழ்வு எகிப்து அதிபரின் நெருங்கிய வட்டத்துக்குள்ளும் மொசாத் நுழைந்தது. அஷ்ரஃப் மார்வான் அதிபர் நாசரின் இரண்டாவது மகளான மோனாவைக் காதலித்து மணந்தார். பின்னர் அதிபரின் அலுவலகத்தில் ஒரு முக்கிய அதிகாரியானார். நாசர் அவரை பல்வேறு நேரங்களில் பயன்படுத்திக் கொண்டார். நாசருக்குப் பிறகு பதவிக்கு வந்த சதாத்தும் மார்வானைப் பயன்படுத்திக் கொண்டார். இன்னும் சொல்லப் போனால் 1973, யோம் கிப்பூர் போருக்கு வலுசேர்க்கும் அனைத்துப் பணிகளையும் மார்வான் செய்ததாக சொல்லப்படுகிறது.

அதே நேரத்தில் மொசாத்திடம் தொடர்பில் இருந்த மார்வான் போர் குறித்து பல செய்திகளை இஸ்ரேலுக்கு வழங்கியதாகக் கூறப்படுகிறது. பின்னாட்களில் மார்வான் ஓர் இரட்டை உளவாளி என்றும் சதாத்தின் யோசனைப்படியே இஸ்ரேலுக்குத் தவறான தகவல்களை அளித்தார் என்றும் கூறப்பட்டது. மார்வான் 2007 வரை லண்டனில் வாழ்ந்தார். அவரது மரணமும் அவரின் சாகசங்களைப் போல மர்மமான முறையில் நிகழ்ந்தது. இஸ்ரேலின் கோஹன் எலி சிரியாவில் உளவு பார்த்ததும், மார்வான் தவறாகவே இருந்தாலும் போர் குறித்து இஸ்ரேலுக்கு தெரிவித்ததும் மொசாத்தின் வீச்சை அறிந்து கொள்ள உதவுகிறது.

மொசாத் உலகளவில் இஸ்லாமிய நாடுகளிலும் கூடத் திறம்படத் தனது நடவடிக்கைகளை மேற்கொண்டுள்ளது. இதற்கு எகிப்தில் நிகழ்ந்த பல அழிவு வேலைகளே சாட்சி. எகிப்துக்கும் பிற அரபு நாடுகளுக்கும் ஏவுகணைகளை உற்பத்தி செய்ய ஜெர்மன் அறிவியலர்கள் வேலை செய்து வந்தனர். இத்திட்டத்தை வெற்றிகரமாக மொசாத் தடுத்து நிறுத்தியது. ஏவுகணையை கிழக்கு ஜெர்மனி (சோவியத் கூட்டாளி) செய்து கொடுத்த நிலையில் அமெரிக்கச் சார்பு மேற்கு ஜெர்மனியின் லோட்ஸ் என்பவர்

மொசாத்துக்கு உதவி செய்தார். பின்னர் இவர் கைது செய்யப் பட்டார்.

ரஷ்யாவிலிருந்தும், மொராக்கோ போன்ற நாடுகளில் இருந்தும் யூதர்களை இஸ்ரேலுக்கு அழைத்து வரும் பணிகளையும் மொசாத் செய்துள்ளது. அனைத்துக்கும் மேல் 1990ஆம் ஆண்டுகளில் லெபனானின் ஹிஸ்புல்லா தீவிரவாதி ஒருவரை கைது செய்ய அமெரிக்க உளவு நிறுவனங்களுக்கு மொசாத் உதவியது.

இது தவிர செப்டெம்பர் 11, 2001ஆம் ஆண்டுத் தாக்குதல் குறித்தும் மொசாத் அமெரிக்க உளவு நிறுவனங்களுக்கு தகவல் அளித்துள்ளது. ஏராளமான தீவிரவாதிகள் அமெரிக்காவுக்குள் நுழைந்துள்ளனர் என்ற தகவலில் உண்மைத் தன்மை, துல்லியம் ஆகியவை போதாது என நினைத்தனரோ என்னவோ ஒரு மாதம் கழித்து இரட்டைக் கோபுரத் தாக்குதல் நிறைவேறியது.

ஈரானின் அணு ஆயுத சோதனைகள் குறித்து சவூதி அரேபியாவின் உளவு நிறுவனம் மொசாத்துடன் ஒத்துழைத்து வந்தது 2014இல் இஸ்ரேலிய இராணுவத் தளத்தில் வெளியிடப்பட்டது. சவூதி அரேபியா மட்டுமின்றி ஐக்கிய அரபு எமிரகம், ஆப்கானிஸ்தான், அசைர்பைஜான் குடியரசு மற்றும் பஹ்ரைன் ஆகியவையும் மொசாத்துடன் தொடர்பில் இருந்துள்ளன. பஹ்ரைன், ஈரானிய, பாலஸ்தீன இஸ்லாமிய இயக்கங்கள் குறித்து தகவல்கள் அளித்துள்ள தாகத் தெரிகிறது. ஈரானைக் குறிவைத்து பல நடவடிக்கைகளை மொசாத் செய்துள்ளது. குறிப்பாக அணு அறிவியலர் பலரை மொசாத் கொன்றுள்ளதாகக் குற்றஞ்சாட்டப்படுகிறது.

மொசாத்தின் ஈரான் அணு அறிவியலர் கொலைகளை அதன் முன்னாள் தலைவரான மீயர் டாகன் பேட்டி ஒன்றில் புகழ்ந்துரைத்துள்ளார். இவ்வாறான கொலைகள் அணு அறிவியலர் பலரை அச்சப்படுத்தி அணு மின் உற்பத்திப் பிரிவுக்கு விரட்டி விட்டதாகவும் அவர் சுட்டிக்காட்டியுள்ளார். மொசாத் துணிகரமாக ஈரான் தலைநகர் டெஹ்ரானிலுள்ள ரகசிய அணு ஆவணக் காப்பகத்துக்குள் நுழைந்து 1,00,000 மேற்பட்ட தகவல்களைக் கடத்திச் சென்று தனது அமெரிக்க, ஐரோப்பிய கூட்டாளிகளிடம் காட்டி ஈரானின் அணு ஆயுத திட்டங்களை விவரித்துள்ளது. இது நாள் வரை ஈரானின் அணு ஆயுத திட்டங்கள் தடைப்பட்டு வருகின்றன. தனது ஏவுகணைகளை வெற்றிகரமாக உருவாக்கும் ஈரானால் அணு ஆயுதம் தன்னிடம் இருப்பதாக வெளியில் சொல்ல முடியவில்லை.

ஈராக்கின் அணு ஆயுத திட்டத்தை பிரான்ஸில் அதன் அறிவியலர் ஒருவரின் வாயிலாகவே அறிந்து கொண்டது மொசாத். பின்னர் அந்த அணு ஆயுத நிலையத்தைத் தகர்க்கவும் செய்தது. சதாம் ஹுசைன் குவைத்தைக் கைப்பற்றியதுடன் இஸ்ரேல் மீது ஸ்கட் ஏவுகணை களையும் வீசச் செய்தார். ஈராக் ஸ்கட் ஏவுகணைகளை சோவியத் ஒன்றியத்திடமிருந்து பெற்றிருந்தது. அணு ஆயுதமும் இருந்திருந்தால் இஸ்ரேல் உலக வரைபடத்தில் இன்று இருந்திருக்குமா என்பது ஐயமே.

இப்படிப் பல சாகசங்களையும், துல்லியமான உளவு நடவடிக்கை களையும் தன் இருத்தலைக் காத்துக்கொள்ள மொசாத் மூலம் இஸ்ரேல் செய்து வருகிறது. இதனால் பல நேரங்களில் அமெரிக்கா முதல் நியூசிலாந்து வரை அனைத்துப் பகுதிகளிலும் தூதரகக் கண்டனங்களையும் இஸ்ரேல் பெற்றுள்ளது.

மொசாத் எப்படி இயங்குகிறது

மொசாத்திடம் நான்கு பிரிவுகள் உள்ளன. முதலாவது பிரிவு வெளிநாடுகளில் நிகழும் செயல்பாடுகளுக்குப் பொறுப்பு. ஒவ்வொரு செயல்பாட்டுப் பிரிவிலும், அது ஏதொவொரு நாடாகவோ நகரமாகவோ இருக்கலாம், அங்குத் தலைமைத் தாங்கும் நபர் ஒருவர் தனது களச் செயல்பாட்டு முகவர்களைக் கொண்டு என்ன செய்ய வேண்டும் என்பதைத் தீர்மானிப்பார். இதை கலெக்?ஷன் டிபார்ட்மெண்ட் என்கின்றனர்.

அடுத்தது தனது சொந்த நடவடிக்கைகளுக்கு அப்பால் ஒவ்வொரு பிரதேசத்திலும் அந்தந்த நாட்டின் உளவுத் துறையோ வேறு அரசு முகமைகளோ உதவ வேண்டிய சூழல் இருக்கலாம். அப்படி இருக்கும்பட்சத்தில் அங்கு செயல்பட அமைக்கப்பட்டதுதான் பொலிடிகல் ஆக்?ஷன் டிபார்ட்மெண்ட். இத்துறை இஸ்ரேலுக்கு தூதரக உறவு அல்லாத நாடுகளில் கூடச் செயல்பட வழிவகுக்கிறது.

உலகில் பல சம்பவங்கள் ஏன் நிகழ்கின்றன, அதன் தாக்கம் என்ன என்பதையெல்லாம் நாம் அதிகம் கவனிப்பதில்லை. சில விஷயங்கள் நம் கண் முன்னே நிகழ்ந்தாலும் அதன் காரணங்களை அலசும் வசதி நமக்கு இருப்பதில்லை.

உதாரணமாக, அடுத்த தேர்தலில் நரேந்திர மோடி வெற்றி பெற மாட்டார் என்று ஒரு கருத்துக் கணிப்பு சொல்கிறது என்றால் அதன் நோக்கம் என்ன? ஏன் மற்றவர்கள் எல்லாம் வெற்றி பெறுவார் எனும் போது இந்த நிறுவனம் ஏன் மாற்றிச் சொல்ல வேண்டும் என்று

நீங்கள் நினைக்கலாம். ஆனால் அதன் பின்னால் வெளிநாட்டு உளவு நிறுவனம் ஒன்று செயல்படலாம் என்பதை இன்று மக்கள் ஊகித்தாலும் உறுதியாகக் கூற முடியாது.

ஒருவேளை அவர்கள் கணிப்பு சரியோ? அவர்கள் ஆய்வு செய்தப் பகுதிகளில் அதுதான் நிலவரமோ என்று நீங்கள் இதைக் கடந்து போகலாம். ஆனால் வெளிநாட்டு உளவு நிறுவனத்தின் பணி உங்களைச் குழம்பச் செய்வதுதான்; அதில் அவர்கள் வெற்றி பெற்றுவிட்டனர். இப்படி உளவு நிறுவனங்கள் செயல்பட தனிப் பிரிவு உண்டு. அப்படியொரு பிரிவு மொசாத்திடமும் உண்டு. அதற்குப் பெயர் லாப் டிபார்ட்மெண்ட். இப்படி உளவியல் போரையும், பிரச்சாரப் போரையும் நிகழ்த்துகிறது இத்துறை.

கடைசியாக வருவது சிறப்பு நடவடிக்கைகள் பிரிவு. இது அதிகச் சிறப்புகளைக் கொண்ட பிரிவு. இது மொசாத்தின் ராணுவப் பிரிவாகச் செயல்படுகிறது. பிற நாடுகளில் நாச வேலைகளில் ஈடுபடுதல் மற்றும் சில தேர்ந்தெடுக்கப்பட்ட இலக்குகளைக் குறிவைத்து தாக்குவது என செயல்பாடுகளைக் கொண்டுள்ளது. இதற்கு மெட்ஸடா எனும் மற்றொரு பெயரும் உண்டு. பின்னர் கோமேமெய்டு எனப் பெயர் மாற்றம் செய்யப்பட்டது. இப்பிரிவின் கீழ் கிடோன் எனும் சிறப்பு அணி ஒன்றுமுள்ளது. அதனிடம் ‘சூப்பர்கில்லர் ஏஜெண்டுகள்’ இருப்பார்கள். களச் செயல்பாடுகளில் அதிகச் சுதந்தரம் கொண்ட அணி. இந்த அணி மூலம் கடந்த காலங்களில் பல தேசியப் பாதுகாப்பு தொடர்பான நடவடிக்கை களில் வெற்றி கிடைத்துள்ளது என்கின்றது இஸ்ரேல் அரசு.

பனிப்போர் காலங்களில் ஏராளமான முகவர்களுடனும், துல்லியமான தாக்குதல் நடத்தும் திறன் வாய்ந்தப் படையினரையும் அதிகளவில் வைத்திருந்த இஸ்ரேல் மாறிவிட்ட உலகச் சூழலுக்கு ஏற்ப தனது பாணியையும் மாற்றிக் கொண்டுள்ளது. இப்போது களச் செயல்பாடுகளை மட்டும் நம்பியிராமல் களத்தில் துல்லியமாகச் செயல்பட திட்டம் வகுப்பதையே விரும்புகிறது.

இன்றுள்ள உலகமயமாக்கல் சூழலில் தரவு என்பதே எதையும் நிர்ணயிக்கும் ஆற்றல் உடையதாகவுள்ளது. இதை நன்கறிந்துள்ளது மொசாத். எனவே தனது புதிய முகவர்களில் சமூகத்தின் பல பிரிவுகளைச் சேர்ந்தவர்களையும் இணைக்கிறது. கல்வியாளர், தொழில் அதிபர், சமூக சேவகர்கள் என்பதோடு அரசியல்வாதிகள்/ கட்சிகள் எனவும் விரிகிறது அதன் வட்டம். குறிப்பாக அரசு

எதிர்ப்பாளர்களிடம் இணைந்து செயல்பட்டு இஸ்ரேலுக்கு எதிரான நாடுகளில் மொசாத் பல செயல்பாடுகளில் ஈடுபடுகிறது.

குறிப்பாக இன்றைக்கு இஸ்ரேலுக்கு அச்சுறுத்தலாக உள்ள ஈரானில் இத்தகைய நடவடிக்கைகளை மேற்கொள்கிறது. அணு அறிவியலர்களை மொசாத் கொன்றதை இலகுவாக்கியதாக சில ஈரானிய புரட்சிப்படை வீரர்கள், அதிகாரிகள் மீது குற்றச்சாட்டுகள் வைக்கப்பட்டுள்ளன. தனது புரட்சிப் படைகளிடையே மொசாத் பெருமளவில் ஊடுருவியுள்ளதை ஏறக்குறைய ஈரான் ஒப்புக் கொண்டுள்ளது. ஈரான் அரசு மீதான அதிருப்தியே மொசாத்தின் வேலையை எளிதாக்கியுள்ளது எனக் கூறப்படுகிறது.

மொசாத் தனது முகவர்களைத் தேர்வு செய்வதில் கடுமை காட்டுகிறது என்பதைப் பல முன்னாள் அதிகாரிகள் தெரிவித்துள்ளனர். ஒருவரை பல மாதங்கள் வரை கடுமையாகப் பரிசோதிக்கின்றனர். அத்துடன் நில்லாமல் பயிற்சியிலும் ஈடுபடுத்துகின்றனர். இப்படிக் கடுமை காட்டுவதால் நூற்றில் ஐந்து பேர் அளவிலேயே பயிற்சியின் முடிவில் பணிக்குத் தேர்வாகின்றனர். இவ்வாறு பணிக்குத் தேர்வானவர்கள் தங்களுக்கு கீழ் உளவாளிகளை உருவாக்குகின்றனர். இப்படி உளவு சொல்பவர்களுக்கு பணமே வெகுமதியாக அளிக்கப்படுவதாக கூறப்படுகிறது.

இவ்வாறு உளவுத் தகவல்களில் ஏராளமான தரவுகளையே உளவாளிகள் திரட்டித் தருகின்றனர். இதை களத்தில் செயல்படாத பிரிவான லகாம் வகை பிரித்து அலசி ஆராய்ந்து அவ்வப்போது அரசுக்கு அறிக்கைகளை அளிக்கின்றது. மற்றொரு தனிப்பிரிவின் வேலை அணு ஆயுதங்களை எந்தெந்த நாடுகள் பெருக்கி வருகின்றன என்பதை ஆராய்வது.

மொசாத்தின் நடவடிக்கைகளால் பல நேரங்களில் பலருக்கு தர்மசங்கடங்கள் நேர்கின்றன. சாதாரண மக்களில் சிலர் மொசாத் உளவாளி என அடையாளம் காட்டப்படும் சந்தர்ப்பங்களும் நிகழ்ந்துள்ளன. சில நேரங்களில் வெளிநாடுகளில் பிடிபடும் உளவாளிகள் உள்நாட்டில் குடிமக்களின் கடவுச் சீட்டை பிரதியெடுத்து வெளிநாட்டுக்கு பயணம் செய்துள்ளது தெரிய வந்துள்ளது. இறந்து போனவர்களின் கடவுச் சீட்டு பிரதி எடுக்கப்பட்டால் பெரிய பாதிப்பு நிகழாது. உயிருடன் இருப்பவர்களுக்கு ஏற்படும் பாதிப்பு கடுமையானதாக அமையலாம். குறிப்பாக குடும்பத்தினர், நண்பர்கள் மத்தியில் தனி

நபர் பற்றிய சந்தேகப் பார்வைகள் அவரது மன நிம்மதியைக் குலைக்கலாமே? அது தவிர அவருக்கு உண்மையிலேயே வெளிநாடு செல்ல வேண்டிய தேவை எழுந்தால் வெளிநாடுகளில் விசா கிடைப்பதிலும் சிக்கல் வரலாம்.

இவ்வாறு பல விதமான சிக்கலகளைக் கடந்து உலகின் இரண்டாவது பெரிய உளவு நிறுவனமாக விளங்கும் மொசாத் தனது வருங்காலத்தை எப்படிக் கணிக்கிறது என்பது தெரியவில்லை. உலக அரசியலில் மாற்றங்கள் எப்போதும் நிரந்தரமாக நிகழ்கின்றன. தனது பாதுகாப்புக்காக என உருவாக்கியுள்ள முகமையை இஸ்ரேல் மேலும் பலப்படுத்தும் தேவை எழுமா என்பது இன்னும் சில ஆண்டுகளில் தெரிந்து விடும். அரபு நாடுகளுடன் அமைதி ஏற்பட்டாலும் தனது வளர்ச்சிப்பாதையில் இராணுவம், தொழில்நுட்பம் ஆகியவற்றை பெரிதும் நம்பியுள்ள இஸ்ரேல் எவ்வாறு எதிர்காலத்தைச் சந்திக்கும் என்பது ஆராய வேண்டிய ஒன்றே.

22

தொழில்நுட்பம் எனும் முன்னேற்ற உத்தி

இஸ்ரேலின் சிறப்பு எதில் இருக்கிறது என்றால் அதன் ராணுவ வெற்றிகளிலோ அதன் நாட்டுப்பற்றிலோ அதன் புவியமைப்பு முக்கியத்துவத்திலோ அல்லது புவி சார் அரசியலில் செய்து வரும் பங்களிப்பிலோ இல்லை. மாறாக அவர்களின் தொழில்நுட்பம் அளித்த முன்னேற்றம் அத்தொழில்நுட்பங்களை உலகளவில் முதல் ஸ்டார்ட் அப் நாடாக மாற்றிய விதம், உலகம் முழுவதும் அத்தொழில்நுட்பங்கள் பரவி கோடிக்கணக்கான மக்கள் பலன் அடையச்செய்வது ஆகியவற்றில் அடங்கியுள்ளது.

பலரும் அறியாத ஒரு விஷயம் இஸ்ரேல் எனும் நாடு தோன்றும் முன்பே ஜெருசலேம் நகரில் ஹீப்ரூ பலகலைக்கழகம் அமைக்கப் பட்டுவிட்டது! அப்பல்கலைக்கழகம் 1918இல் அமைக்கப்பட்டது; ஆனால் இஸ்ரேலோ அதற்கு 30 ஆண்டுகளுக்குப் பிறகுதான் தோற்றுவிக்கப்பட்டது. கல்விக்கு, குறிப்பாக உயர்க் கல்விக்கும், ஆய்வுக்கும் முக்கியத்துவம் அளிக்கும் நாடு, இஸ்ரேல். உலகளவில் கல்லூரிகளில் சேரும் மாணவர்களின் எண்ணிக்கை அதிகமுள்ள நாடுகளில் இரண்டாம் இடம் இஸ்ரேலுக்குத்தான் கிடைத்துள்ளது. முதல் இடம் கனடாவிடம் உள்ளது.

இஸ்ரேலின் மக்கள்தொகை ஏறக்குறைய ஒரு கோடி என்பதால் இதனை ஒரு சாதனையாகக் கருதமுடியுமா என்று கேட்கலாம்.

ஆனால், இஸ்ரேலின் சாதனைகளுக்குப் பின்னால் இருப்பது கல்வியே. இதற்கு எடுத்துக்காட்டாகக் குறிப்பிடவேண்டியது பல்கலைக்கழகக் கல்வி. ஆம். உயர்நிலைக் கல்வியில் இஸ்ரேல் எப்போதுமே ஆர்வம் காட்டி வந்துள்ளது. சொட்டு நீர்ப்பாசனம், ராணுவத் தொழில்நுட்பம் போன்றவை ஒரு காலகட்டத்தில் இஸ்ரேலுக்குத் துணை நின்றது என்றால் உயர்க்கல்வி இன்றைய முன்னேற்றத்தை உறுதி செய்திருக்கிறது.

இஸ்ரேலியப் பல்கலைக்கழகங்கள் ஒவ்வொன்றும் ஓர் ஆராய்ச்சிக்கூடமாகவே திகழ்கின்றன. ஒவ்வொரு பல்கலைக்கழகத்துக்கும் பல்வேறு நாடுகளில் உள்ள பல நிறுவனங்களிடம் இருந்து நிதியுதவி கிடைக்கின்றது. இங்குப் பயிலும் ஒரு மாணவர் வெறும் கல்வி அறிவு பெறுவதோடு நில்லாமல் ஓர் ஆராய்ச்சியாளராகவும் மாறுகிறார். விளைவு. அவரிடமுள்ள பல வணிக ரீதியிலான சிந்தனைகளில் பலவற்றை நடைமுறைப்படுத்தும் எண்ணத்துடனும் வெளி வருகிறார்.இப்படியான பல்கலைக்கழக ஆய்வுகளிலிருந்து பெறப்படும் தொழில்நுட்ப மேம்பாடுகளைக் கொண்டுதான் இஸ்ரேல் தனது தொழில்நுட்ப ஆதிக்கத்தை நிறுவியுள்ளது. உலகின் பல முன்னணி நாடுகளுக்கு இணையாகத் தனது இடத்தைத் தக்கவைத்துக்கொண்டுள்ளது இஸ்ரேல்.

இஸ்ரேல் 1980 முதல் 1990கள் வரையிலான காலகட்டத்தில் பொருளாதாரச் சுணக்கத்தை எதிர்கொண்டாலும், அதுவே ஒரு வரமாக அமைந்தது. துன்பகாலத்தில் கிடைத்த நற்பேறு. 1991இல் சோவியத் ஒன்றியம் உடைந்து அங்கிருந்து 6 லட்சம் யூதர்கள் இஸ்ரேலுக்குள் நுழைந்தனர். முன்னரே இது பற்றிக் குறிப்பிட்டதுபோல் வந்தவர்கள் திறமையான, இளம் வயதுக்கூட்டமாக இருந்தது இரட்டைச் சாதகமானது.

இதே காலகட்டத்தில் உலகம் முழுதும் வீசிய தாராளமயமாக்கல், உலகமயமாக்கல் கொள்கைகளுக்குள் இஸ்ரேலும் தன்னை ஈடுபடுத்திக்கொண்டது. அப்போது முதல் தனது மனித வளத்தை மக்கள்தொகைப் பெருக்கத்தின் மூலமும், தனது வேலைவாய்ப்பைப் பல மடங்கு உயர்த்தியும் இத்தாலி, ஸ்பெயின் போன்ற முன்னேறிய நாடுகளைவிட அதிக வளர்ச்சி பெற்றுள்ளது.

இஸ்ரேலில் தங்களது கிளையை வைத்திராத பெரும் பன்னாட்டு நிறுவனங்களே இல்லை. ஏறக்குறைய 4,000 தொழில்நுட்ப நிறுவனங்கள் இஸ்ரேலில் செயல்படுவதாகக் கூறப்படுகிறது.

இவற்றில் பல உலகின் பெரிய நிறுவனங்கள். உலகளவில் இஸ்ரேலில் தொழில்நுட்ப அறிவு படைத்த மக்கள்தொகையும் அதிகம். உலகின் முதல் 500 தொழில்நுட்ப நிறுவனங்களில் 50க்கும் மேற்பட்டவை தங்களது ஆய்வு நிலையத்தை இஸ்ரேலில் வைத்துள்ளன. தொழில்நுட்ப ஸடார்ட் அப் சூழல் இப்போதுதான் இந்தியாவில் பிரபலமாகிவருகிறது. ஆனால் உலக தொழில்நுட்பப் புரட்சிக்கு அடிகோலிய இஸ்ரேலில் தொழில் நுட்ப ஆய்வுச் சாலைகள் கொண்ட நகராக அதன் தலைநகரமான டெல் அவிவ் விளங்குகிறது. அமெரிக்காவின் சிலிக்கன் பள்ளத்தாக்குக்கு அடுத்தபடியான இடத்தை டெல் அவிவ் நகரம் பெறுகிறது.

அமெரிக்காவின் பங்குச்சந்தையான நாஸ்டாக்கில் தங்களது பங்குகளையும் இடம்பெறச் செய்வது ஒவ்வொரு வர்த்தக நிறுவனங்களின் கனவாக இருக்கும். இந்தியாவில் இருந்து ஒரு தகவல் தொழில்நுட்ப நிறுவனங்கள் மட்டுமே அத்தகைய இடத்தைப் பெற்றுள்ளன. ஆனால், இஸ்ரேல் நிறுவனங்களில் பல அமெரிக்க, சீன நிறுவனங்களுக்குப் போட்டியாக நாஸ்டாக்கில் இடம்பெற்றுள்ளன. பல ஐரோப்பிய நாடுகளின் நிறுவனங்கள் பின்நிலைகளில் இடம் பெற்றுள்ளன என்பது குறிப்பிடத்தக்கது.

இஸ்ரேலின் தொழில்நுட்ப சாதனைகளுக்குச் சில எடுத்துக் காட்டுகளையும் கூற வேண்டுமே. ஐஃபோனின் ஹார்ட்வேர்கள் இஸ்ரேலில்தான் உருவாகின்றன. சீனா ஐஃபோனை அதிகளவில் தயாரிக்கலாம் (இந்தியாவும் இப்போது ஐஃபோனை உற்பத்தி செய்கிறது). ஆனால் அதனை இயக்கும் தொழில்நுட்பத்தை இஸ்ரேல்தான் வடிவமைக்கிறது.

இதேபோல மைக்ரோசாஃப்ட்டின் விண்டோஸ்ஸை உருவாக்குவதில் இஸ்ரேலியத் தொழில்நுட்பவியலாளர்களின் பங்கு பெரியது. நாம் பயன்படுத்தும் கணினிகளிலும் பிற மின்னணு சாதனங்களிலும் உள்ள இண்டெல் சிப்பை இஸ்ரேலில் தயாரிக்கிறார்கள். இத்தொழிற்சாலையில் ஏறக்குறைய 10,000 பேர் பணிபுரிவதாகக் கூறப்படுகிறது. கூகுளின் பல தொழில்நுட்பப் புரட்சிகளை இஸ்ரேலிய நிறுவனங்களே உருவாக்கித் தருகின்றனவாம்!

இஸ்ரேலின் இத்தகைய பெரு வளர்ச்சி அதன் தேசிய வருமானத்தில் வெளிப்பட வேண்டுமே? ஆம் இஸ்ரேலின் மொத்த தேசிய உற்பத்தியில் (ஜிடிபி) சுமார் 13% அளவுக்குத் தொழில்நுட்ப நிறுவனங்கள் மூலமாகவே கிடைக்கின்றது. ஆரம்பகாலத்தில்

உலகின் பெரும் தொழில்நுட்ப நிறுவனங்களை இஸ்ரேலில் தொழில் துவங்க அழைக்கும்போது இஸ்ரேல் அரசு 10 நிதியங்களை ஏற்படுத்தி சுமார் 100 மில்லியன் டாலர்களை முதலீடு செய்தது. இப்போது அரசு தனது முதலீடுகள் அனைத்தையும் நிறுத்திவிட்டது. ஏனெனில் தொழில் நுட்ப நிறுவனங்களால் தங்களுக்கான முதலீடுகளை ஏற்படுத்திக்கொள்ள முடியும் என்கிற காரணத்தினால் நிறுத்திவிட்டது.

சுமார் 20 ஆண்டுகளுக்கு முன்பு இன்று இந்தியாவில் பிரபலமாக இருக்கும் வென்ச்சர் கேபிடல் எனப்படும் நிதியளிப்பு முறையை இஸ்ரேல் அறிமுகப்படுத்தியது. தனியார் முதலீடுகளில் 40%க்கு இணையாக அரசு பொறுப்பேற்றுக்கொள்ளும். லாபத்தில் அரசு செய்த செலவையும் சிறிதளவு வட்டியையும் தனியார் நிறுவனம் திருப்பியளித்தால் மீதமுள்ள மொத்த லாபமும் தனியார் நிறுவனமே வைத்துக்கொள்ளலாம். அதாவது மறைமுகக் கடனுதவியை இஸ்ரேல் அரசு செய்தது. அரசு செய்த 100 மில்லியன் டாலர்கள் முதலீடுகள் ஒரு காலத்தில் 250 மில்லியன் டாலர்களாக உயர்ந்தது. இது 1993-96க்கும் இடையில் 3 ஆண்டுகளில் நிகழ்ந்தது. இதற்கு யோஸ்மா திட்டம் எனப் பெயரிடப்பட்டது. யோஸ்மா என்றால் ஹீப்ரு மொழியில் ‘முயற்சி’ என்று பொருள்.

23

ராணுவம், உளவுத் தொழில்நுட்பங்கள்

இஸ்ரேலின் பாதுகாப்பு நிலையற்று இருந்த சமயத்தில் ராணுவத்தை வளர்த்தெடுப்பதோடு அதனை மேம்படுத்துவம் முடிவு செய்தனர். தனது ராணுவத் தளவாடத் தேவைகளுக்கு அமெரிக்கா, ஃபிரான்ஸ் மற்றும் பிரிட்டன் போன்ற நாடுகளிடம் அண்டி நிற்பது ஒருபுறம் இருந்தாலும், தற்சார்பு தேவை என்பதையும் உணர்ந்தே இருந்தனர். இதன் விளைவாகப் புதிய கருவிகளைக் கண்டுபிடிக்கும் ஆய்வுகளுக்கு முக்கியத்துவம் அளித்தனர்.

ஏனெனில், வல்லரசு நாடுகள் எப்போதும் தங்களுடைய தேவையை ஒட்டியே நிலைப்பாடுகளை எடுப்பார்கள் என்பதால் தற்சார்பு தேவைப்பட்டது. எடுத்துக்காட்டாக, ஃபிரான்ஸ் மிக அவசியமான நேரத்தில் இஸ்ரேலுக்கு ஆயுத ஏற்றுமதி செய்வதற்குத் தடை விதித்தது. அது 1967ஆம் ஆண்டுப் போருக்கு முன்னால். அந்தப் போர்தான் இஸ்ரேலின் தலைவிதியை நிர்ணயித்தது என்பதில் மாற்றுக்கருத்து இருக்க இயலாது. அப்படியொரு நேரத்தில் ஆயுத ஏற்றுமதிக்குத் தடை என்பது எப்படியொரு விளைவினைக் கொடுத்திருக்கும்? என்றாலும் போர் துவங்கி மூன்று மணி நேரத்தில் எதிரி நாடுகளின் விமானப்படையைத் தகர்த்தது இஸ்ரேல். அழிக்கப்பட்ட விமானங்களில் ஃபிரான்ஸ் விமானங்களும்

அடங்கும். அழித்த விமானங்களும் ஃபிரான்ஸ் தயாரிப்புகள்தான், என்றாலும் ஒருவேளை எதிரி நாடுகள் முதலில் விமானப்படைத் தாக்குதலை நடத்தியிருந்தால்? எகிப்து உட்பட அனைவரும் தரை வழித் தாக்குதலையே எதிர்பார்த்திருந்தனர். இதுவே இஸ்ரேலின் வேலையை எளிதாக்கியது. ஆகையால் ஆயுதங்களுக்கோ உளவு வேலைகளுக்கோ பிறரை நம்பாமல் தற்சார்புடன் செயல்பட வேண்டிய தேவையை இஸ்ரேல் உணர்ந்தது. மீண்டும் யோம் கிப்பூர் போரின்போதும் அமெரிக்க ஆயுதங்களைச் சார்ந்து செயல்பட வேண்டியிருந்தது இஸ்ரேலுக்கு எரிச்சலைத் தந்தது.

சரி, இஸ்ரேல் ஆயுதங்களையே தயாரித்தது இல்லையா? தயாரித்தனர். இன்னும் சொல்லப்போனால் 1930களிலேயே ஆயுதங்கள் தயாரிப்பதை இஸ்ரேலின் தனியார் ராணுவங்கள் துவங்கிவிட்டன. குறிப்பாக 1948ஆம் ஆண்டுப் போரில் இஸ்ரேல் முழு ராணுவம்போல அனைத்து வகையான ஆயுதங்களையும் கொண்டிருந்தது! இவற்றில் பெரும்பாலானவை அமெரிக்காவில் இரண்டாம் உலகப் போருக்காக உருவாக்கப்பட்டவை. அன்றிலிருந்து தனது ஆயுதத் தேவைக்காக, புதிய போர்க்கருவிகளை உருவாக்கி வருகிறது இஸ்ரேல். ஏறக்குறைய 70 ஆண்டுகளுக்கு முன்பு இஸ்ரேல் வடிவமைத்த ஊஸி மென் ரக சப் மெஷின் கன் வகைத் துப்பாக்கி பேர்பெற்றவையாக இருந்தன. அவை ஏற்றுமதியும் செய்யப்பட்டன.

இதைத் தொடர்ந்து 1970ஆம் ஆண்டுகளின் மத்தியில் ரெஷெஃப் ஏவுகணைப் படகு, கிஃபிர் போர் விமானங்கள், காப்ரியல் ஏவுகணை மற்றும் மெர்க்காவா டாங்கிகள் ஆகியன உருவாக்கப்பட்டன. இதில் கிஃபிர் போன் விமானத்தின் வடிவமைப்பு ஃபிரான்ஸின் மிராஜ் 5 விமானத்தின் வடிவமைப்பைப் போலிருந்தது. அந்த வடிவமைப்பு திருடப்பட்டது என்பது பின்னர் தெரிய வந்தது. ஆனால் அதில் இயங்கக்கூடிய பல பாகங்கள் இஸ்ரேலில் உருவாக்கப்பட்டவை. தனது அந்நியச் செலாவணியை சேமிக்கும் நோக்கிலும், தற்சார்பு எனும் கொள்கையாலும் இஸ்ரேல் போர்த் தளவாடங்களை உள்நாட்டிலேயே உருவாக்கத் தீர்மானித்தது.

இத்தீர்மானம் மின்னணுத் துறையின் வளர்ச்சிக்கும் வித்திட்டது. இதனால் பல குடிமக்கள் பயன்படுத்தும் பொருட்கள் உருவாக்கப் படுவதிலும், அவற்றை இறக்குமதி செய்யத் தேவையற்றச் சூழ்நிலையைத் தவிர்ப்பதிலும் கொண்டு நிறுத்தியது. பின்னர் 1980களில் ஏற்பட்ட மாறுதல்களால் பாதுகாப்புத் துறைக்கான

முக்கியத்துவம் குறைந்தது. இதற்கு எகிப்துடன் ஏற்பட்ட அமைதியும் ஒரு காரணமாக இருக்கலாம்.

இந்நிலையிலும் புதிய கண்டுபிடிப்புகள் நிற்கவில்லை. ஆளில்லா விமானங்களை இஸ்ரேல் அறிமுகப்படுத்தியது. இன்று டிரோன்கள் உலகின் மிக முக்கிய போர் மற்றும் உளவு ஆயுதமாகியுள்ளது. இப்படியாக சமகால உலகத்தின் ஆயுதத் தேவைகளுக்கு ஓர் உற்பத்திக்கூடமாக இஸ்ரேல் உருவாகியுள்ளது.

இஸ்ரேலின் ராணுவம் ஆயுத ஆய்வுகளின் பின்னால் இருக்கிறது. உலகளவில் ஆயுத ஆய்வு மற்றும் பிற ஆய்வுகள் அதனை உலகளவில் 5 ஆவது இடத்தில் நிறுத்தியுள்ளது. இஸ்ரேல் ராணுவம் உயர் தொழில்நுட்பங்களை ஆயுதங்களோடு நிறுத்தாமல் சைபர் தொழில் நுட்பங்களிலும்கூட ஈடுபடுத்துகிறது. ஏற்கெனவே கூறியதுபோல இஸ்ரேலின் புத்தாக்கத் தொழில் முனைவு எனும் இலக்கினால் உலகின் மிக முக்கிய ஆய்வுக்கேந்திரமாக இஸ்ரேல் இருக்கிறது. இதன் அடிப்படை ராணுவம் என்றாலும் மருத்துவம், விவசாயம் உட்படப் பல தொழில்களிலும் இதன் தாக்கத்தை உணர முடியும்.

இஸ்ரேலின் கட்டாய ராணுவச் சேவையில் இளம் வீரர்களுக்கு ஆயுதப் பயிற்சியுடன் மின்னணுப் பயிற்சியும் கற்பிக்கப்படும். குறிப்பாக உயர் மட்ட சைபர் பாதுகாப்புப் பிரிவான 8200இல் 18 உடைய இளம் திறமைமிக்க வீரர்களைத் தேர்வு செய்து அவர்களிடம் கடினமான, சிக்கலான திட்டங்களை அளிப்பார்கள். அத்துடன் கவனத்துடன் செயல்பட்டு நிறைவேற்றும் பொறுப்பையும், அதனைச் சாதிக்கத் தேவையான சுதந்திரத்தையும் அளிப்பார்கள். பின்னாட்களில் பல ராணுவ அதிகாரிகள் சைபர் தொழில்நுட்பத்தில் தேர்ந்தவர்களாகி பல நிறுவனங்களை உருவாக்கினார்கள். இஸ்ரேலின் உயர் நிலை நிறுவனங்கள் பல இப்படித்தான் உருவாயின என்று சுட்டுகிறார்கள். அம்மாதிரி உருவான சில நிறுவனங்கள்: கிவன் இமேஜிங் (Given Imaging), செக் பாயிண்ட் (Check Point), ஸைசென்ஸ் (Sisense), ஐ.சி.க்யூ (ICQ), மெடாகாஃபே (Metacafe) போன்றவை.

உலகின் 40% சைபர் பாதுகாப்பு விற்பனை இஸ்ரேலில் இருந்து நிகழ்கிறது என்கிறார்கள். தற்போது பிரபலமாகிவரும் செயற்கை நுண்ணறிவு இஸ்ரேலின் அடுத்த இலக்காகியிருக்கிறது. இதிலும் புதிய கண்டுபிடிப்புகளை இஸ்ரேல் நிறுவனங்கள் உருவாக்கலாம்.

சமீபகாலமாக உளவுச் செயலிகளும் கூட இஸ்ரேல் மூலம் உலக உளவுத்துறைகளுக்கு வரப்பிரசாதமாக அமைந்துவிட்டன. குறிப்பாக பெகாசுஸ் உளவுச் செயலியைக் குறிப்பிடலாம். இஸ்ரேலிய அரசு நிறுவனமான என் எஸ் ஓ குரூப்பின் உருவாக்கமான பெகாசுஸ் இந்திய நாடாளுமன்றத்தை பல நாட்கள் முடக்கியது. பெகாசுஸ் உங்களது மொபைல் ஃபோனில் அமைதியாக குடியிருந்து உங்களை உளவு பார்க்கும் என்றால் உங்களுக்கு அதிர்ச்சியாகாதா? ஆனால், இன்றைய பாதுகாப்புச் சிக்கல்கள் நிறைந்த உலகில் பெகாசுஸ் போன்ற உளவுச் செயலிகள் கடுமையாகத் தேவைப்படுவதாகவே நிபுணர்களால் சுட்டப்படுகிறது.

பெகாசுஸ்சின் மீதான ஆட்சேபங்களில் முதன்மையானது அரசமைப்புச் சட்டங்களால் உறுதிபடுத்தப்பட்டுள்ள தனி மனித உரிமையை மீறுவதுதான். யாரை உளவுப் பார்ப்பது என்பதை யார் தீர்மானிப்பது என்பதிலும் அதிகாரப் படிநிலைகள் இருக்கும். சரி அதிகாரிகள் பொறுப்பானவர்கள் என்றாலும் கூட எவருக்கேனும் தனிப்பட்ட பாதிப்புகள் நிகழ்ந்தால் யார் பொறுப்பேற்பது? இஸ்ரேல் பிரதமர் நேதன்யாஹூவின் மீதும் கண்டனங்கள் எழுந்தன. இஸ்ரேலில் பல முன்னணி அரசியல்வாதிகள், இதழியலாளர்கள் மீது பெகாசுஸ் செயலி ஏவப்பட்டதாகக் குற்றஞ்சாட்டப்பட்டது. மேலும் இந்தியா உட்பட பல நாடுகள் பெகாசுஸ்சைப் பயன்படுத்தி முக்கிய நபர்களை உளவுப் பார்த்ததாகக் குற்றஞ்சாட்டப்பட்டுள்ளது.

24

உலகளவில் இஸ்ரேலிய தொழில்நுட்பம்

இஸ்ரேல் உளவுச் செயலியைக் கொண்டு சர்ச்சைகளை ஏற்படுத்தினாலும், பிற தொழில்நுட்பங்களால் உலகளவில் நல்லதொரு நட்பினையும் ஏற்படுத்தியுள்ளது. ராணுவ ரீதியிலான உறவுகளைத் தவிர, சொட்டு நீர்ப்பாசனம் துவங்கி நீர் மேலாண்மை, கதிரொளி ஆற்றல், மருத்துவம் போன்ற துறைகளிலும் தனது தொழில்நுட்பத் திறனை உலகளவில் பகிர்ந்துள்ளது. குறிப்பாக விண்வெளித்துறையில் கூட முத்திரை பதித்துள்ளது. விண்வெளித் துறையில் போட்டியிடும் திறனில் உலகளவில் 12ஆம் இடத்தை இஸ்ரேல் பெற்றுள்ளது. இதை 2012ஆம் ஆண்டு ஆய்வு ஒன்று தரமதிப்பிட்டுள்ளது.

இதுவரை 13 ஆய்வு மற்றும் உளவு செயற்கைக்கோள்களை இஸ்ரேல் ஏவியுள்ளது. அவற்றில் சில உலகளவில் மிகவும் மேம்பட்ட விண்வெளி சாதனையாகக் கருதப்படுகின்றன. ஷாவிட்-2 எனும் செயற்கைக்கோள் 1982இல் உற்பத்திப் பணிகள் துவங்கப்பட்டு 1988இல் விண்ணில் செலுத்தப்பட்டது. ஏவுகலமாக இஸ்ரேலின் கண்டம் விட்டு கண்டம் பாயும் அணு ஏவுகணைஜெரிக்கோவின் வடிவம் பயன்பட்டது. இந்தச் செயற்கைக்கோள் பூமியின் உயரம் குறைவான சுற்றுப்பாதையில் வலம் வரும். இஸ்ரேல் செயற்கைக்கோள்களை மேற்கு

திசையிலிருந்து செலுத்துகிறது. கிழக்கில் செலுத்தினால் அண்டை நாடுகளுடன் மோதல் ஏற்படலாம் என்பதால் மேற்குப் பகுதியில் மத்திய தரைக்கடல் பகுதியின் அருகிலிருந்து செலுத்தி வருகிறது.

முன்பு 2004இல் ஒரு முறை செயற்கைக்கோள் ஏவுதல் தோல்வியில் முடிவுற்றதால் இஸ்ரோவின் மூலமாக ஒரு செயற்கைக்கோளை ஏவியது. இஸ்ரோவுக்கும் இஸ்ரேல் விண்வெளி ஆய்வு அமைப்புக்கும் இடையே நெருங்கிய தொழில்நுட்ப உறவு உள்ளது. சென்றாண்டு இரு தரப்பிலும் மேலும் உறவுகளை வலுப்படுத்த சந்திப்புகளும், பேச்சுகளும் நடந்தன. கடந்த 2011இல் இஸ்ரேல் ரேடார் இமேஜிங் செயற்கைக்கோளை வழங்கியது. பின்னர் இது ரிசாட்-2 எனப் பெயரிடப்பட்டு இன்று இந்திய எல்லைகளைக் காக்கும் 'வானிலிருந்து ஒரு கண்'ணாக செயல்படுகிறது. இஸ்ரேலின் செயற்கைக்கோள்கள் சிலவற்றை இஸ்ரோ விண்ணில் ஏவும் திட்டங்களும் உள்ளன.

இது போலவே பன்னாட்டு அளவில் தனது தொழில்நுட்ப மேம்பாட்டைச் சுட்டிக்காட்டியே உறவுகளின் நிலையை உறுதிப்படுத்துகிறது இஸ்ரேல். அரபு நாடுகளுடனான உறவில்கூட இத்தொழில்நுட்ப முன்னேற்றத்தைக் காட்டியே அவர்களுடன் அமைதி உடன்பாடுகளைச் செய்ய முயல்கிறது. ஐநா போன்ற உலக நிறுவனங்களில் இஸ்ரேலின் தொழில்நுட்பம் பயன்படுகிறது என்பது அதன் முக்கியத்துவத்தைக் கூட்டுகிறது. பல பன்னாட்டுத் தொழில்நுட்ப முயற்சிகளிலும் இஸ்ரேல் உறுப்பினராக உள்ளது. குளோபல் பார்ட்னர்ஷிப் ஃபார் ஆர்டிஃபீஷியல் இண்டெலிஜன்ஸ், ஆர்டிமிஸ் அக்கார்ட், டிஜிநேஷன்ஸ் மற்றும் சைபர் செக்யூரிட்டி மல்டி டோனர் டிரஸ்ட் ஃபண்ட் போன்றவை இதில் அடங்கும்.

சமூக இணையதளங்களின் செயல்பாடுகளைக் கட்டுப் படுத்துவதிலும், ஈ-காமர்ஸ் குறித்த உலக வர்த்தக மையத்தின் முயற்சிகளிலும் இஸ்ரேல் பங்களிக்கிறது. புதிய கண்டுபிடிப்பு களுக்கான வணிக மற்றும் அறிவியல் கூட்டுறவை முன்னேறிய நாடுகளுடனான உறவில் இஸ்ரேல் கடைபிடிக்கிறது. ஐந்து கூட்டு தொழில் நிதி ஏற்பாடுகளில் ஈடுபட்டுள்ளது. அந்த ஐந்து நாடுகள்: அமெரிக்கா, கனடா, சிங்கப்பூர், இந்தியா மற்றும் தென் கொரியா. இந்த நிதி மூலம் கூட்டு ஆய்வுத் திட்டங்களுக்கான நிதி வசதி கிடைக்கிறது. இருதரப்பு ஆய்வு மற்றும் மேம்பாட்டுத் திட்டங்கள் வகையில் சுமார் 40 திட்டங்களில் இஸ்ரேல் பங்கேற்றுள்ளது. இதில் அமெரிக்காதான் முன்னணியிலுள்ளது.

ஏற்கெனவே சொன்னதுபோல இஸ்ரேலின் உயர் தொழில்நுட்ப நிறுவனங்களில் 60% வரையில் அமெரிக்க நிறுவனங்களே இடம் பெற்றுள்ளன. சைபர் குற்றங்களைத் தடுக்க இஸ்ரேலிடம் இருந்து சுமார் 7 பில்லியன் டாலர் மதிப்புள்ள தொழில்நுட்பங்களை உலக நாடுகள் வாங்கியுள்ளன என்கின்றனர். இஸ்ரேலில் சைபர் உளவு பார்க்கும் தொழில்நுட்பத்தை அளிக்க 27 நிறுவனங்கள் உள்ளதாகக் கூறப்படுகிறது.

ஐரோப்பாவைப் பொறுத்தவரையில் போலந்து, ஜெர்மனி, உக்ரைன், ஃபிரான்ஸ் மற்றும் ரஷ்யா ஆகியவையும் தொழில்நுட்ப ஆய்வுகளுக்காக இஸ்ரேலுடன் இணைந்துள்ளன. ஆசியாவில் இந்தியாவைத் தவிர சீனாவும் இஸ்ரேலின் முக்கிய கூட்டாளியாக இருக்கிறது.

இஸ்ரேலில் எத்தகைய கண்டுபிடிப்புகள் உருவாகின என்பது குறித்து பல தகவல்கள் இருந்தாலும் அன்றாடம் நாம் பயன்படுத்தும் பொருட்களில், கேளிக்கை மற்றும் பொழுதுபோக்கு அம்சங்களில், விளையாட்டுத் துறையில், உணவு விநியோகத்தில் எனப் பட்டியலிட்டால் அவை அனைத்திலும் ஏதோ ஒரு இஸ்ரேலிய தொழில்நுட்பம் அடங்கியிருக்கும். ஓர் எடுத்துக்காட்டாகப் பார்த்தால் ஸ்மார்ட்ஃபோனில் இரு லென்ஸ்கள் உள்ள ஃபோன்களை உருவாக்கியது கோர்ஃபோனோடிக்ஸ் எனும் நிறுவனம். யுஎஸ்பி பென் டிரைவ்வை எம்-சிஸ்டம்ஸ் எனும் நிறுவனத்துடன் இணைந்து ஐபிஎம் உருவாக்கியது. யூ மூவ் எனும் நிறுவனம் இஸ்ரேலில் அமைந்துள்ளது. இந்நிறுவனத்தின் மென்பொருள்தான் முகம் மற்றும் கண்ணைக் கொண்டு அடையாளம் அறியும் தொழில்நுட்பத்தைக் கொடுத்துள்ளது.

இஸ்ரேலின் வேஸ் எனும் நிறுவனம் உருவாக்கிய GPS தொழில்நுட்பத்தைத்தான் கூகுள் நிறுவனம் 2008இல் வாங்கியது. இதுதான் இப்போதுவரை உலகம் முழுதும் பொதுவாக பயனில் இருக்கும் தொழில்நுட்பம்.

விவசாயம், மருத்துவம் என இரண்டு ஆகப்பெரும் துறைகளிலும் இஸ்ரேலிய நிறுவனங்கள் புதிய கண்டுபிடிப்புகளைச் செய்துள்ளன. கை, கால் இழந்த மனிதர்களுக்கான ரோபோடிக் உறுப்புகளை ரீ-வாக் எனும் கருவியை டாக்டர் அமித் கோஃபர் என்பவர் உருவாக்கியுள்ளார். அகோல் எனும் நிறுவனம் விவசாயிகளுக்குப் பயனளிக்கும் தகவல்களைத் திரட்டித் தரும் பணியையும் செய்கிறது. இத்தொழில்நுட்பங்கள் ஏறக்குறைய 10 ஆண்டுகளுக்கு

முன்னரே புழக்கத்துக்கு வந்துவிட்டன. இந்தியா போன்ற நாடுகளில் இப்போதுதான் அறிமுக நிலைக்கு அதுவும் ஸ்மார்ட்ஃபோன் பரவலாக பயனாகும் நிலையில் விவசாயிகளைச் சென்றடைந்துள்ளன. மேலும், சிடி ஸ்கேனர், எம்.ஆர்.ஐ, அல்டிராசவுண்ட் ஸ்கேனர்கள் போன்றவையும் இஸ்ரேலில் உருவாக்கப்பட்டவையே.

சமீபத்தில் பாலஸ்தீன சிறுவனான சுலைமான் ஹஸன் சைக்கிள் ஓட்டும்போது ஏற்பட்ட கார் விபத்தில் தலைப்பகுதி உடலில் இருந்து கிட்டத்தட்ட அறுந்து தொங்கிய நிலையில் மருத்துவமனைக்குக் கொண்டு வரப்பட்டான். பல மணி நேரப் போராட்டத்துக்குப் பிறகு மருத்துவர்கள் தலையை ஒட்டவைத்தாலும் சிறுவன் பிழைப்பது அரிது என்றே நினைத்தனர். ஆனால் பிழைத்துவிட்டான். மாபெரும் மருத்துவ அதிசயம் அது. ஒரு மாதம் கழித்து சிறுவனுடன் அந்த மருத்துவர்கள் எடுத்துக்கொண்ட புகைப்படம் உலகம் முழுதும் பரவியது. மருத்துவர்களின் திறனும், மருத்துவத்தின் முன்னேற்ற நிலையும் மிகவும் கைக்கொடுத்துள்ளன என்பதற்கு இச்சம்பவம் ஓர் எடுத்துக்காட்டு.

இஸ்ரேலின் இச்சாதனைகளுக்கு பின்னால் கல்வி அமைப்பின் பலமும் தெரிகிறது. இஸ்ரேலிய பல்கலைக்கழங்கங்களில் ஏராளமான வெளிநாட்டு மாணவர்கள் கல்விப் பயில வருவது அதிகரித்தே வருகிறது. உலக அளவில் இஸ்ரேலின் பல பல்கலைக்கழகங்கள் ரசாயனம் (டெக்னியான்), கணினி அறிவியல் (வீஸ்மான் டெல் அவிவ் மற்றும் ஹீப்ரூ), கணிதம், இயற்கை அறிவியல் மற்றும் பொறியியல் (ஹீப்ரூ மற்றும் டெக்னியான்) போன்ற துறைகளில் புகழ் பெற்று விளங்கி வருகின்றன.

இதுவரை 13 நோபல் பரிசுகளை இஸ்ரேலியர்கள் வென்றுள்ளனர். அறிவியல் மட்டுமின்றி பொருளாதாரத்துக்கான நோபல் பரிசையும் வென்றுள்ளனர். அமைதிக்கான நோபல் பரிசு முன்னாள் பிரதமர்களான பெகின், பெரேஸ் மற்றும் ராபின் ஆகியோருக்கு வழங்கப்பட்டுள்ளது.

25

கல்வியும் சமூகப்-பொருளாதாரச் சூழலும்

இஸ்ரேலில் கல்வி குறித்தான பார்வை எப்படிப்பட்டது என்பதை அறிந்து கொள்ளும் ஆர்வம் அனைவருக்குமே இருக்கும். ஏனெனில் ஏறக்குறைய ஒரு கோடி மக்கள் தொகை கொண்ட நாட்டில் ஏராளமான தொழில்நுட்ப நிறுவனங்களும் அவற்றின் மூலமான பில்லியன் டாலர்கள் வருமானமும் அனைவரையும் அதிசயவைக்கவே செய்யும். இஸ்ரேல் சமூகத்தில் கல்வி குறித்த நிலை வரலாற்றில் பண்பாட்டின் வளர்ச்சியுடன் இணைந்ததாகவே இருக்கிறது என்கின்றனர்.

பல நூற்றாண்டுகளாக ஐரோப்பாவிலும் இஸ்லாமிய மற்றும் பிற ஆட்சியர்களால் நிலமோ அல்லது வேறு வகையான சொத்துரிமையோ வைத்துக்கொள்ள அனுமதிக்கப்படாத நிலையில் வாடி வந்த யூதர்களுக்கு கல்வியும் அறிவைத் தேடும் தாகமுமே அவர்களுடைய நசுக்கப்பட்ட நிலையிலிருந்து எழுச்சியைக் கொண்டு வந்தன. வணிகர்களாகவும் இன்ன பிற தொழில்களிலும் சிறந்து விளங்க ஏதுவாக அவர்களது அறிவாற்றலே துணை நின்றது என்கின்றனர். பல அரசுகளில் அரசர்களுக்கு ஆலோசனை வழங்கும் பணியிலும்கூட யூதர்கள் இருந்துள்ளனர். இதற்குக் காரணம் அன்றைய முக்கிய அறிஞர்கள் பெரிதாக எண்ணும் வானியல், இயந்திரவியல், கணக்கியல் உட்பட பல அறிவியல் துறைகளில்

யூதர்கள் சிறந்து விளங்கியதே. தங்களுக்கான உரிமைகள் பறிக்கப்பட்ட நிலையில் புலனாகாத வரமாகக் கல்வியும், அறிவு வேட்கையும் கிடைத்ததாக யூதர்கள் கருதினர்.

இஸ்ரேல் தோன்றிய பிறகு கல்விக்குத் தொடர்ச்சியாக முக்கியத்துவம் கொடுக்கப்பட்டது. அரசுப் பள்ளிகள் உட்பட உயர் கல்வி நிறுவனங்கள் துவங்கப்பட்டன. நாளடைவில் உயர்கல்வி பயின்று தேசத்தின் பொருளாதாரத்தை உயர்த்தும் பணியில் ஆயிரக்கணக்கான இளைஞர்கள் இணைந்தனர். ஆனால் இப்போக்கு இன்று பெரிய தடையை எதிர்கொண்டுள்ளது.

மக்கள் தொகையில் ஒரு பகுதியினராக இருந்த பழமைவாதிகளும், அராபியர்களும் கல்வியை இடை நிற்றல் செய்வதிலும், மதக் கல்வியை மட்டுமே தொடர்ந்து கற்போம் எனும் தீவிரமான நிலைப்பாட்டை எடுப்பதிலும் மும்மரமாக இருந்து வருகின்றனர். இதனால் ஏற்கெனவே வெளிநாட்டவர்களை வரவைத்துத் தொழிலாளர் திறன் பற்றாக்குறையைச் சமாளித்து வந்த தொழில் துறையினர் தங்களது தொழில்களை வெளிநாடுகளுக்கு அவுட்-சோர்சிங் செய்யும் நிலைக்குத் தள்ளப்பட்டுள்ளனர். எனவே ராணுவத்தில் கட்டாயமாகப் பணியாற்றும் விதியைத் திருத்தி இதுவரை கொடுக்கப்பட்ட விலக்குகளை நீக்குவதற்கு முடிவெடுத்துள்ளனர். இது மட்டுமின்றி குறைந்தபட்சக் கல்வித் தகுதியையும் ஏற்படுத்த உள்ளனர். இதனால் எதிர்காலத்தில் திறன் பற்றாக்குறை நீங்கும் என்று கருதுகின்றனர்.

இஸ்ரேல் கல்வி அமைப்பானது 6+3+3+3+2+ 4 எனப் பிரிக்கப் பட்டுள்ளது. தொடக்கக் கல்வி 6 வருடங்கள் (6-12 வயது வரை) அதன் பிறகு இடைநிலைக் கல்வி (12-15 வயது வரை) 3 ஆண்டுகள், மேல் நிலைக்கல்வி (15-18 வயது வரை) 3 ஆண்டுகள், இளங்கலை வகுப்பு 3 ஆண்டுகள், பட்டப்படிப்பு 2 ஆண்டுகள் கடைசியாக முனைவர் பட்டம் 4 ஆண்டுகள். தொழிற்கல்வியும் தனியே கற்பிக்கப்படுகிறது. தொழிற்கல்வியே தேசத்தின் உழைப் பாளர்களை உயர் தொழில்நுட்பப் பணிகளுக்கும், ராணுவத்தின் தொழில் நுட்பப் பிரிவுகளில் பணியாற்றவும் அடிப்படையாக உள்ளது. அனைத்து உயர்க்கல்விக்கும் மேல் நிலைக்கல்வியில் பெறப்படும் சான்றிதழ் (பக்ரூட்) தேவைப்படுகிறது.

குழந்தைகளுக்கு கல்வியின் மீது ஈர்ப்பு வருவதற்கு நம்நாட்டில் உள்ள பால்வாடி பள்ளிகள் போல 2-3 வயது குழந்தைகளுக்குக் கல்வி அறிவு புகட்ட பள்ளிகள் உண்டு. இது போன்ற பள்ளிகள்

உள்ளூர் நிர்வாகத்தால் நடத்தப்படுகின்றன. பகல் நேரத்தில் குழந்தைகளைப் பராமரிக்கும் மையங்கள் பல பெண்களால் நடத்தப்படுகின்றன. இங்கும் கல்வி கற்பிக்கப்படுகிறது. தொலை தூரப் பிரதேசங்களிலும், சாதகமற்ற சூழல்கள் நிலவும் இடங்களிலும் பள்ளிகளை நடத்தத் தனித்த திட்டங்கள் உள்ளன.

மழலையர் பள்ளிகள் ஐந்து வயது குழந்தைகளுக்குக் கட்டாயமானவை; அவை இலவசமாகக் கல்வி கற்பிக்கின்றன. அடிப்படைத் திறன்கள், கணக்கியல் மற்றும் மொழி ஆகியவற்றைக் கற்பிக்கிறார்கள். இதன் மூலம் குழந்தைகளின் எதிர்காலக் கல்வி சிறக்கவும் தங்களது திறன்களை வெளிப்படுத்தும் ஆற்றலை அதிகரிக்கவும் முனைகிறார்கள். கல்வி பயிற்றுவிக்கும் இடங்களில் உணவும் உறைவிடமும் வழங்கும் பள்ளிகளும் உண்டு. இவை துவக்கக்கல்விக்குப் பிந்தையக் கல்வியைக் கற்பிக்கும் பள்ளிகளில் காணப்படுகின்றன. மொத்த மாணவர்களில் சுமார் 10% பேர் இப்பள்ளிகளில் பயில்கிறார்கள்.

பள்ளிகளை நான்கு வகைகளாகப் பிரித்துள்ளனர்.

1. அரசுப் பள்ளிகள்: பெரும்பாலான மாணவர்கள் இங்குதான் பயில்கிறார்கள்.
2. அரசு மதக்கல்விப் பள்ளிகள்: இங்கு யூத மதக்கல்வி பயிற்றுவிக்கப்படுகிறது.
3. மரபு சார்ந்த பள்ளிகள்: இவை அராபியர்கள் மற்றும் ட்ரூஸ் சிறுபான்மையினர் பயிலும் பள்ளிகள். இங்கு மதமும் பண்பாடும் கற்பிக்கப்படுகின்றன.
4. தனியார் பள்ளிகள்: இவை பல்வேறு மதத்தவர்கள், பன்னாட்டு கல்வி அமைப்புகளின் கீழ் நடத்தப்படுகின்றன.

இஸ்ரேலியக் கல்வி அமைச்சகம் ஏராளமான கல்வி சார்ந்த கற்றல் வசதிகளையும் சாதனங்களையும் வழங்கியுள்ளது. இதனை அடிப்படையாகக் கொண்டு ஒவ்வொரு பள்ளியும் செயல்படும்.

தாங்கள் வாழும் சமூகத்தினை அறிந்துகொள்ள மாணவர்களுக்கு நல்ல வாய்ப்புகள் உண்டு. ஒவ்வொரு ஆண்டும் தேசிய முக்கியத்துவம் வாய்ந்த தலைப்பில் ஆழமாகக் கற்க ஏற்பாடு இருக்கிறது. திறமை வாய்ந்த, கல்வியில் நிகரற்று விளங்கும் மாணவர்களுக்கு உயர்த் தகுதியுடைய திட்டங்களில் இடம் பெறும் வாய்ப்பு வழங்கப்படுகிறது.

மாற்றுத் திறனாளிகளுக்கு உரிய முறையில் அனைத்து வசதிகளும் கல்வி பயிலும் இடங்களில் கிடைக்கும்படி அமைப்புகள் ஏற்படுத்தப்பட்டுள்ளன. பலருக்குத் தொழிற்பயிற்சி அளிக்கப்பட்டு அவர்கள் சார்ந்த சமூகத்தினுள்ளேயே வேலை வாய்ப்புகள் ஏற்படுத்தப்பட்டுள்ளன. உளவியல், மருத்துவப் பணியாளர்கள் மற்றும் சமூக ஆர்வலர்கள் ஆகியோரால் மாணவர்களின் நலன் பேணப்படுகிறது.

உயர் கல்வியில் இஸ்ரேலின் வளர்ச்சி என்பது தனித்துவமானது என்பதை ஏற்கெனவே அறிந்துள்ளோம். அனைத்து உயர்கல்வி வாய்ப்புகளுக்கும் நம்மூரில் +1, +2 போன்ற பள்ளி இறுதித் தேர்வான பக்ரூட் வழிவகை செய்கிறது. நாட்டின் சமூகப் பொருளாதார வளர்ச்சியில் உயர் கல்வி முக்கியப் பங்காற்றுகிறது. உயர் கல்வியில் புதிய புலங்களை இணைப்பதன் மூலம் அது விரிவடைந்து வருகிறது. மேல் நிலைப் பள்ளி மாணவர்கள் ஏராளமானோர் உயர் கல்வியை நோக்கி வருவதும் அதன் வளர்ச்சியைச் சுட்டுகிறது. பல்கலைக்கழகங்கள் மூலமே உயர் கல்வி நடைபெற்று வருகிறது. உயர்நிலைக்கல்வியை அளிக்கும் பல்கலைக்கழகம் அல்லாத கல்வி நிறுவனங்கள் இளங்கலைக் கல்வியை மட்டுமே அளிக்கின்றன. வட்டாரக் கல்லூரிகள் கலைப்பாடங்களையும்கூடக் கற்பிக்கின்றன.

பெரும்பாலான மாணவர்கள் 20 முதல் 24 வயதில் தான் பாடங்களைப் படிக்கிறார்கள். இதற்குக் காரணம் கட்டாய ராணுவச் சேவையே. வியப்பூட்டும் வகையில் பல்கலைக்கழகங்களில் பெரும்பாலான மாணவர்கள் பெண்களே. கற்பிக்கப்படும் பாடங்கள் வேறுபட்டவை. சமூக அறிவியல், அறிவியல், மானுடவியல், வணிகம், மேலாண்மை மற்றும் கணிதம் போன்றவை இவற்றில் அடங்கும். இஸ்ரேலின் கல்விச் சேவையில் குறிப்பாக உயர் கல்வியில் வெளிநாட்டு நிறுவனங்களும் இடம் பெற்றுள்ளன. அவற்றின் கிளைகள் மூலம் அவை செயல்படுகின்றன.

இஸ்ரேல் கல்வி அமைப்பில் உறுத்தக்கூடிய விஷயம் மதக்கல்வி நிறுவனங்கள் தனியாகவே இயங்குகின்றன. அரசு நடத்தும் பள்ளிகளில் மதச்சார்ப்பற்ற அணுகுமுறை உண்டு. எனவே பெரும்பாலான பள்ளிகள் மதச் சார்ப்பற்றவையே. இஸ்ரேலும் மதச் சார்ப்பற்ற நாடு என்பதை நினைவில் கொள்ளவேண்டும். ஆனாலும் மக்களில் பலர் யூத மதக்கோட்பாடுகளுக்கும், பாலஸ்தீன அராபியர்கள் இஸ்லாத்துக்கும் முக்கியத்துவம் அளிப்பதால்

தனித்தனிப் பள்ளிகள் தேவைப்படுகின்றன. மதக்கல்விப் பள்ளிகளில் இருபாலருக்கும் தனி வகுப்புகள் முறை பின்பற்றப்படுகிறது.

எனினும், மொத்தமாகப் பார்த்தால் தொழில்மய நாடுகளின் மத்தியில் இஸ்ரேலின் கல்வி வளர்ச்சி குறிப்பிடத்தக்கது. கனடாவுக்கு அடுத்தபடியாக அதிகமாகக் கல்லூரிக்குச் செல்லும் மாணவர் எண்ணிக்கை கொண்ட நாடு, இஸ்ரேல் என்பது அதன் வெற்றியை நன்கு எடுத்துக்காட்டுகிறது. இஸ்ரேலின் தொழில்நுட்ப வளர்ச்சிக்கு அதன் கல்வி முறையே அடிப்படைக் காரணமாகத் திகழ்கிறது.

26

மொழி, ‘இனம்’, பண்பாடு

இஸ்ரேலைத் தோற்றுவிக்கும்போது அதனை மதச்சார்பற்ற தேசம் என வரையறுத்தனர். அதிகாரபூர்வ மொழியாக ஹீப்ரூ இருந்தாலும் அரபி உட்பட வேறு சில மொழிகளும் அங்கீகாரம் பெற்றன. பெரும்பாலான வழக்கு மொழிகளும் இவற்றில் அடங்கும். ஐரோப்பிய மொழிகளான ரஷ்யன், ஆங்கிலம், யிட்டிஷ், ஃபிரெஞ்சு மற்றும் ஸ்பானிஷ் ஆகியவைவும் பேசப்படுகின்றன. இவை தவிர ஏறக்குறைய 10% பேர் வட்டாரவழக்கு மொழிகளைப் பயன்படுத்துகின்றனர். ஹீப்ரூவை 90% யூதர்களும், 60% அராபியர்களும் நன்கறிந்துள்ளனர் என்று ஓர் ஆய்வு கூறுகிறது.

இஸ்ரேலிய தூதரக, அயல்நாட்டு தொடர்பு மொழியாக ஃபிரெஞ்சு மற்றும் ஆங்கிலம் இருந்து வந்தன. ஆறு நாட்கள் போருக்குப் பிறகு ஃபிரெஞ்சுப் பயன்பாடு குறைந்தது. பின்னர் 1990களிலிருந்து ஆங்கிலம் கடவுச் சீட்டுகளில் இடம் பெறத் துவங்கியது. இப்போது அயல் உறவுத்துறை அதிகாரிகள் ஆங்கிலத்தைத்தான் பயன்படுத்து கின்றனர். ஆக, ஹீப்ரூவுக்குப் பிறகு செல்வாக்கான மொழியாக ஆங்கிலம்தான் இருக்கிறது.

ரஷ்யாவிலிருந்து புலம் பெயர்ந்த யூதர்கள் ரஷ்ய மொழியைத் தங்கள் முதன்மை மொழியாகக் கருதுகின்றனர். ஏறக்குறைய 20 லட்சம் பேர் ரஷ்ய மொழியில் பேசுகின்றனர்; எழுதுகின்றனர். ஏராளமான

இதழ்கள், டிஜிட்டல் ஊடகங்கள் ஆகியன ரஷ்ய மொழியில் வெளிவருகின்றன. ஹீப்ரூவுக்குப் பிறகு மக்களால் அதிகம் பயன்படுத்தப்படும் மொழி என்றால் அது ரஷ்ய மொழிதான். எனினும் வேலைவாய்ப்பு என்று வந்தால் ஆங்கிலம் கட்டாயம் தேவை. சில ஆண்டுகளுக்கு முன்னர் அமைச்சர் ஒருவர் ஆங்கிலம் தெரியாத பட்டதாரிகள் இன்றையப் பொருளாதார சூழலில் 'மாற்றுத்திறனாளிகள்' என்று குறிப்பிடுகிறார் என்றால் அதன் முக்கியத்துவம் விளங்கும். ஏனெனில் பல வெளிநாட்டு நிறுவனங்கள் ஆங்கிலப் பின்னணியைக் கொண்டவையே.

யிட்டிஷ் மொழி ஜெர்மன் பின்னணியில் உருவானது. கிழக்கு ஐரோப்பாவைச் சேர்ந்த யூதர்களால் கொண்டு வரப்பட்டது. ஹீப்ரூவுக்கு அடுத்தபடியாக அதிகம் பேர் பேசும் மொழி யிட்டிஷ் எனக் கூறப்படுகிறது. பழைய தலைமுறையைச் சேர்ந்தவர்களின் எண்ணிக்கை குறைந்து வருவதால் இம்மொழியைப் பேசுபவர்களின் எண்ணிக்கையும் குறைந்து வருகிறது. இப்போது வரை ரஷ்ய மொழியைப்போல ஏறக்குறைய 20 லட்சம் பேர் இம்மொழியைப் பேசுகின்றனர்.

ஹீப்ரூவும் தமிழ், சம்ஸ்கிருதம் போல செம்மொழிதான். பண்டைய மொழிகளில் இன்னமும் புழக்கத்திலுள்ள மொழிகளில் ஹீப்ரூவும் ஒன்று. கி.மு 3ஆம் நூற்றாண்டில் ஹீப்ரு மொழியில்தான் (அதன் ஆதி வடிவில்) பழைய ஏற்பாடு எழுதப்பட்டது. இடைக்காலத்தில் பல்வேறு மொழிகளிலிருந்து சொற்களைத் தருவித்துக்கொண்டு வளர்ந்த ஹீப்ரூ நவீன காலத்தில் மக்களால் பேச, எழுத உதவும் வடிவத்தை அடைந்துள்ளது.

மொழி என்றால் இனமும் இணைந்து வர வேண்டும். யூத மொழி (ஹீப்ரூ) என்றால் யூத இனம் இருக்க வேண்டுமல்லவா? ஆனால் யூதர்களை இனமாகக் கருதுவதில்லை. யூத மதத்தவர் என்றே அடையாளப்படுத்துகின்றனர். ஏறக்குறைய அராபியர்களும்கூட இனமாக இல்லாமல் குறிப்பிட்ட தேசத்தின் மக்களாகவோ இஸ்லாமியர்களாகவோ அடையாளப்படுத்தப்படுகின்றனர். கிறிஸ்தவர்களும் தேசத்தின் குடிமக்களாகவோ கிறிஸ்துவ மதத்தவராகவோகத்தான் அடையாளம் காணப்படுகின்றனர். ஹிந்துக்கள் என்றாலே இந்தியர்கள்தான்.

இப்படி மதம், பிரதேசம் என அடையாளம் இருக்கையில் யூதர்களுக்கு மொழி, பண்பாடு இருந்தும் இனம் என்ற வரையறை இல்லை. இச்சூழ்நிலையில் பாலஸ்தீனர்கள் தங்களை இனமாகவும், யூதர்களுடன் அப்பிராந்தியத்தில் ஒரு சேர வாழ்ந்தவர்கள்

என்பதையும் வைத்து தங்களுக்குரிய பகுதியை இஸ்ரேல் ஆக்கிரமித்துள்ளது என்கின்றனர். யூதர்களும் உலகம் முழுதும் பரவினாலும், சிறு அளவில் மத்திய கிழக்கில் தொடர்ச்சியாக வாழ்ந்துள்ளனர். எனவே இனம் எனும் வரையறை இல்லா விட்டாலும் மொழி, பண்பாட்டு வழக்கால் தனி அடையாளம் கொண்டுள்ளனர்.

துவக்ககாலம் முதலே யூதர்கள் தங்களை ஆபிரஹாம், ஐசாக் மற்றும் ஜேக்கப் ஆகியோரின் வாரிசுகளாக அறிவித்து வந்தனர். மதம் மாறி வந்தவர்களையும் அப்பாரம்பரியத்தில் இணைத்தனர். சில நேரங்களில் தங்களைப் பழங்குடியினர் எனவும் கூட அடையாளப் படுத்தினர். எப்போதும் ஒரு குறிப்பிட்ட தோற்றம் அல்லது உருவ ஒற்றுமை, நீண்ட காலம் ஒரே பிரதேசத்தில் வாழ்வது, மரபணு ரீதியில் ஒன்றுபட்டிருப்பது, இப்படி எதுவும் இல்லாத யூதர்களை இனம் என வரையறுப்பதில் சிக்கல் இருக்கிறது என்கின்றனர் வல்லுநர்கள். வெவ்வேறு நாடுகளில் பல்வேறு பின்னணியில் இருந்து யூத மதத்தைத் தழுவியர்களால் ஒரே மாதிரியான மரபணுத் தொகுப்பைக் கொண்டிருக்க முடியாது அல்லவா? இந்தியாவில் பல்வேறு மொழி, இனம் மற்றும் பண்பாடு இருந்தாலும் 97% பேரின் மரபணு ஒன்று என ஓர் ஆய்வில் தெரிய வந்தது. எனவே இனம் என்பதற்கான தனிப் பண்புகளை யூதர்கள் பெறவில்லை.

யூதர்களை நாஜிக்கள் படுகொலை செய்தபோது அதை 'யூத இனப்படுகொலை' என்றே அழைத்தனர். இது யூதர்கள் ஓர் இனம் எனும் அடையாளத்தைக் கொடுத்தது. ஆயினும் யூதர்களை இனம் எனும் அடையாளத்துக்குள் பொருத்த முடியாது என்று இப்போது கூறப்படுகிறது.

யூதர்களுடைய பண்பாடும் வேறுபட்டது. பெரும்பாலும் மத ரீதியிலான மதிப்பீடுகளை ஒட்டியே யூதப்பண்பாடும் அமைந்துள்ளது. உடை, உணவு ஆகிய விஷயங்களில் இன்று யூதர்கள் மத மதிப்பீடுகளில் இருந்து மிகவும் விலகிவிட்டதாகத் தெரிகிறது. மத வழிப்பாட்டு நேரங்களில் ஆண்களுக்கும் பெண்களுக்கும் அணிந்து கொள்ள தனி ஆடைகள் உண்டு. ஆண்கள் சிறு தொப்பி ஒன்றை அணிந்திருப்பார்கள். அதன் பெயர் கிப்பா. பெண்களும் தங்களது தலையை மறைக்கும்படி 'ஸ்கார்ஃப்' அல்லது ஷிட்டல் எனும் 'விக்' அணிவார்கள். வழிபாட்டு நேரங்களிலும், திருமணம், இறப்பு போன்ற தருணங்களிலும் ஆண்களும், பெண்களும் தங்களுடைய மதப் பாரம்பரியப்படியான ஆடைகளை அணிவது ஏறக்குறைய கட்டாயம்.

உணவு விஷயத்திலும் யூதர்களின் கோஷர் உணவு முறைகள் உலகப் பிரபலம். எப்படி ஹலால் உணவுகள் இந்தியாவில் பரவலாகக் காணப்படுமோ அதுபோல யூதர்கள் வாழும் உலக நகரங்களில் கோஷர் முறையில் உணவு வழங்கப்படும் எனும் அறிவிப்புகள் உணவகங்களில் காணப்படும். கோஷர் உணவு முறை என்பது சில வகையான இறைச்சிகளையும், கடல் உணவுகளையும் தவிர்ப்பதும், இறைச்சி மற்றும் பால் பொருட்களைத் தனித்தனியே பிரித்து வைப்பதுமாகும். ஏறக்குறைய ஹலால் உணவு முறையும், கோஷர் உணவு முறையும் ஒன்றுதான். சில வேறுபாடுகள் மட்டுமே உண்டு. அவற்றின் ஒற்றுமைகளில் முக்கியமானது இருவருமே பன்றிக்கறி உண்ண மாட்டார்கள். இருவருமே பசு இறைச்சியை உண்பார்கள். இந்தியாவில் இருந்து மத்தியக் கிழக்கு நாடுகளுக்கு மாட்டு இறைச்சி ஏற்றுமதி உண்டு. அவை எல்லாமே இஸ்லாமிய நாடுகளுக்குப் போவதாகப் பொதுவான எண்ணம் இருக்கும். ஆனால் அவை இஸ்ரேலுக்கும் போகின்றன.

மாறி வரும் காலச்சூழலுக்கு ஏற்ப தாங்கள் வாழும் பகுதிகளில் உள்ளூர் மக்களுடன் இணைந்து தங்களது பண்பாட்டு நடை முறைகளை மாற்றியமைத்துக்கொள்ளும் யூதர்களும் உண்டு. மாறாக, தங்களது பாரம்பரியத்தை அப்படியே பின்பற்றுபவர்களும் உண்டு. அமெரிக்காவில் நடந்த பல ஆய்வுகளில் இந்த கால மாற்றத்தை வெளியிட்டிருக்கிறார்கள். அமெரிக்க யூத மக்கள் தொகை செல்வாக்கு மிக்கது மட்டுமல்ல; இரண்டாவது பெரிய யூத மக்கள் தொகையையும் கொண்டது. ஏறக்குறைய 80 லட்சம் யூதர்கள் அல்லது யூத தலைமுறையினர் அமெரிக்காவில் வாழ்கின்றனர் என்று புள்ளி விவரங்கள் காட்டுகின்றன. அமெரிக்க யூத மக்கள் பல்வேறு சமூக மாற்றங்களுக்கு உள்ளாகியுள்ளனர். ஒரு ஆய்வின்படி 1% யூதர்கள் தங்களுக்கு மதம் கிடையாது என்று கூறியுள்ளனர்.

உலகம் முழுதும் யூதர்கள் வாழ்ந்தாலும் அவர்களில் பெரும்பாலோர் ஐரோப்பிய மண்ணில்தான் வாழ்ந்தனர். இதன் காரணமாக யூதர்கள் நவீன தொழில்நுட்பப் பண்பாட்டுக் கருவிகளான வானொலி, தொலைக்காட்சி மற்றும் திரைப்படம், அறிவியல், தொழில்நுட்பம் போன்றவற்றிலும் கோலோச்சினர். இரண்டாம் உலகப்போருக்கு முன்னரும் பின்னரும்கூட இதன் தொடர்ச்சியைக் காணலாம்.

27

நவீன காலத்தில் யூதர்கள்

பதினாறாம் நூற்றாண்டு முதல் உலகத்தில் பல மாறுதல்கள் ஏற்படத்துவங்கின. அதில் முக்கியமானது காலனியாதிக்கம். ஐரோப்பியத்தின் வலிமை மிகுந்த நாடுகள் தங்களது வணிகத்தையும் பொருளாதாரத்தையும் விரிவாக்க வேண்டி உலகம் முழுதும் பயணம் செய்யத் துவங்கினர். கடல் வழிப் பயணம் எளிதானதால், அதற்கான வரைபடங்கள், துறைமுகங்கள், வணிகத்தை ஆதரிக்கும் அரசுகள் ஆகியன கடல் வாணிபம் அதிகரிக்கக் காரணமாகின. வலிமை மிக்க ஆட்டோமான் பேரரசின் முன் போட்டியிட வேண்டுமென்றால் தங்களுக்குப் புதிய சந்தைகள் தேவை என்பதை ஐரோப்பிய நாடுகள் உணர்ந்திருந்தன.

இந்நிலையில் யூதர்கள் தங்களது இருப்பின் நிலை குறித்து சிந்திக்கத் துவங்கினர். பதினெட்டாம் நூற்றாண்டில் தனித் தேசம் ஒன்று இருந்தால்தான் தங்களது நலன்களைப் பாதுகாத்துக்கொள்ள முடியும் என்று யூதர்களில் உயர்மட்ட நபர்கள் கருதினர். பல நாடுகளில் செல்வந்தர்களாக இருந்தும் சமூக நோக்கில் தாங்கள் புறக்கணிக்கப்பட்டே வந்துள்ளதை அவர்கள் உணர்ந்தனர். எதிகாலத்தில் அறிவியல் வளர்ச்சியாலும், நோய்களின் கட்டுப்பாட்டினால் அதிகரிக்கும் மக்கள் தொகையாலும் அரசியல் மாற்றங்கள் ஏற்படும் என்பதைப் பலரும் பேசி வந்த நிலையில்

தங்களுக்கான தனித் தேசமொன்றை எழுப்ப வேண்டுமென்று அவர்கள் முடிவெடுத்தனர். எனினும். எப்படி நிறைவேற்றுவது என்பதில் தெளிவில்லை. இந்நிலையில்தான் இரண்டு உலகப் போர்கள் நிகழ்ந்தன. இரண்டாம் போரில் நாஜிக்களால் 60 லட்சம் யூதர்கள் கொல்லப்பட்டனர். இதையடுத்து யூதர்களின் தனித் தேச விருப்பம் நிறைவேறியது.

இது நிகழும் முன்னரே யூதர்கள் தங்களை நவீனப் போக்குகளுக்கு ஏற்ப, குறிப்பாக ஐரோப்பியர்கள் எப்படி மதம், சமூகக் கட்டுப்பாடுகள், பொருளாதார மாற்றங்கள், அரசியல் அமைப்பில் மாற்றங்கள் என தொடர்ச்சியாக மாற்றங்களை சந்தித்தபோது தாங்களும் அது போன்ற மாற்றங்களுக்கு உட்பட வேண்டியதன் அவசியத்தை உணர்ந்தனர். இதனால் மத ரீதியிலான மாற்றங்கள், சீர்திருத்தங்கள் நிகழ்ந்தன. இஸ்ரேல் தன்னை மதச்சார்ப்பற்ற நாடாக அறிவித்துள்ளது. இதுகூட உலகம் முழுதும் நிகழ்ந்த மாற்றங்களை ஒட்டியதே.

சமூகப் பண்பாட்டுத் தளத்தில் நிகழ்ந்த முக்கிய மாற்றம்: பெண்கள் முன்னிலைக்கு வந்தது. அது மட்டுமின்றி மூன்றாம் பாலினத்தவருக்கான இடமும் அங்கீகரிக்கப்பட்டுள்ளது. உலகளவில் ஆண்டு தோறும் இஸ்ரேலில் ஆயிரக்கணக்கான மூன்றாம் பாலினத்தவர் மாநாட்டுக்காகக் கூடுகின்றனர்.

இஸ்ரேலில் கலைகளும், பிற பண்பாட்டு நடவடிக்கைகளும் நிறைந்துள்ளன. முக்கியமாக ஏராளமான அருங்காட்சியகங்கள் உள்ளன. நடன நிகழ்வுகள், இசை நிகழ்ச்சிகள், நாடகங்கள் மற்றும் அருங்காட்சியகங்கள் நிரம்பிய சூழலில் இஸ்ரேல் இயங்குகிறது.

இருபதாம் நூற்றாண்டின் துவக்கத்திலேயே ஓவியக் கலைக் குறித்த பார்வை யூத அரசியல் தலைவர்களுக்கு இருந்தது. ஆகையால் ஓவியக்கலையை இஸ்ரேலில் வளர்த்தெடுக்க அவர்கள் விரும்பினர். பேராசிரியர் போரிஸ் ஷாட்ஸ் என்பவர் 1906இல் முதல் ஓவியப் பள்ளியைத் துவக்கினார். இந்த நடவடிக்கை 1905இல் நிகழ்ந்த சியோனிஸ்ட் மாநாட்டில் எடுக்கப்பட்ட முடிவினை ஒட்டியே நிகழ்ந்தது. பின்னர் 1910இல் பள்ளியில் 32 துறைகளும், 500 மாணவர்கள் கொண்ட அமைப்பும், உலகம் முழுதும் அதற்கான சந்தையுடன் அமைக்கப்பட்டது. அங்கு சிற்பக்கலையும் இடம் பெற்றது.

மரபுக்கலைகளை ஒட்டிப் புதுவிதமான பொருட்களில் கலைப் பொருட்களை உருவாக்கும் கலைஞர்களும் உருவாயினர்.

செராமிக்கற்கள், பொன் மற்றும் வெள்ளியில் பொருட்களை செய்யும் கொல்லர்கள், நெசவாளர்கள், காலிகிராஃபி கலைஞர்கள் மற்றும் கண்ணாடி பொருட்கள் செய்பவர்கள் எனப் பல்வேறு கைவினைஞர்களும் இடம் பெற்றனர். இஸ்ரேலியர்கள் கலைஞர்களை ஆதரிக்கும் போக்கினைக் கொண்டவர்கள். உள்ளூர் கலைஞர்களின் படைப்புகளை வாங்கி ஊக்கப்படுத்துவர்.

நவீனக்கலைகளில் தொழில் நுட்பத்தால் உருவானக் கலைகளில் முக்கியமானது புகைப்படக்கலை. அக்கலை உருவான காலம் முதல் யூதக்கலைஞர்கள் சுற்றுலாப் பயணிகளுக்கு கிறிஸ்துவ தலங்களை படம் எடுத்துக் கொடுத்து வந்தனர். பின்னர் இஸ்ரேலில் (அப்போதைய பாலஸ்தீனத்தில்) உள்ள நகரங்கள் மற்றும் சிற்றூர்களில் நிகழ்ந்த மாற்றங்களை எவ்விதமான சார்பும் இன்றி நவீன சிந்தனைகளை வெளிக்காட்டும் விதத்தில் புகைப்படங்களை எடுத்தனர். இப்புகைப்படங்கள் யூத தேசிய நிதி போன்றவற்றுக்கும் நிதியளிக்கப் பயன்பட்டன.

இசையைப் பொறுத்தவரை இன்று கூடப் பல திரைப்படங்களில் யூத மரபிசைப் பாடல்கள் இடம் பெறுவதைக் காணலாம். நாட்டுப்புற நடனம் மற்றும் மேற்கத்திய நவீன இசை இரண்டுமே இன்று பிரபலமாக உள்ளன. எழுத்தாளர்கள் சமூகத்தின் குரல்களாகக் கருதப்படுவர். அந்த வகையில் யூத எழுத்தாளர்கள் மட்டுமின்றி பாலஸ்தீன எழுத்தாளர்களுக்கும் கல்விப்புலங்களில் இடம் கொடுக்கப்பட்டுள்ளது. இருபது ஆண்டுகளுக்கு முன்னரே இரு தரப்பு எழுத்துகள் அரசுக் கல்வி நிலையங்களின் பாடப் புத்தகங்களில் இடம் பெறுகின்றன. இன்றைய தகவல் தொழில் நுட்பப்புரட்சியால் உலகம் முழுதும் உள்ள இசை மற்றும் இதரக் கலைகளின் நிகழ்வுகள் இஸ்ரேலுக்குள் உடனடியாக வந்து சேர்கின்றன. இசையைப் பொறுத்தவரை ஹீப்ரூ மொழிப்பாடல்கள் உள்ளூர் இளைஞர்களின் மன உணர்வுகளைப் பிரதிபலித்தாலும் உலகளவிலான இசை நுட்பங்களை, பாணிகளைக் கொண்டுள்ளன.

இஸ்ரேலில் நம்மூர் அரட்டை நிகழ்ச்சிகளைப்போன்ற டாக்-ஷோக்கள் பிரபலம். இவை முன்னணி நிகழ்ச்சிகளாக உள்ளன. யூதர்களுக்கு இளைத்தவர்கள் இல்லை நாங்கள் எனும்படி பாலஸ்தீன மக்கள் தங்கள் வீடுகளில் உள்ள தொலைக்காட்சி ஆன்டெனாக்களை உயர்த்தி அண்டை அராபிய நாடுகளைச் சேர்ந்த அராபிய பாப் இசை நிகழ்ச்சிகளை காண்பதில் பேரார்வத்துடன் உள்ளனர்.

திரைப்படங்களிலும் தொலைக்காட்சி நிகழ்ச்சிகளிலும் கூட இஸ்ரேலியர்கள் தங்கள் முத்திரையைப் பதித்துள்ளனர். மௌனப்படங்கள் 1930களிலேயே உருவாகிவிட்டிருந்தன. விடுதலைக்குப் பிறகு 1949இல் கேவா பிலிம்ஸ் எனும் நிறுவனம் கைவிடப்பட்ட மரக் கொட்டடி ஒன்றில் துவங்கப்பட்டது. இந்நிறுவனம் பல்வேறு தனி நபர்களின் கூட்டு முயற்சியில் உருவானது. பின்னர் 1954இல் நாடாளுமன்றம் இஸ்ரேலிய திரைப்படங்களை ஊக்கப்படுத்தும் வகையில் சட்டம் ஒன்றை நிறைவேற்றியது. அதனை அடுத்து பிரெஞ்சு புதிய அலையின் பாதிப்பினால் இஸ்ரேலில் யதார்த்தவாதத் திரைப்படங்களும் எடுக்கப்பட்டன. இன்றுவரை அதிக முறை அமெரிக்க ஆஸ்கார் விருதுகளில் அதிகம் முறை சிறந்த வெளிநாட்டுத் திரைப்படங்கள் பிரிவில் இடம் பெற்றவை என்ற சிறப்பை இஸ்ரேலிய திரைப்படங்கள் பெற்றுள்ளன. இருபத்தியோராம் நூற்றாண்டின் முதல் பத்து ஆண்டுகளில் பல இஸ்ரேலிய திரைப்படங்கள் பல பன்னாட்டு விருதுகளை பெற்றுள்ளன. இஸ்ரேல் கடந்து அமெரிக்காவிலும் கூட இத்திரைப்படங்களுக்கு பார்வையாளர்கள் உள்ளனர்.

ஆவணப்படங்கள், தொலைக்காட்சித் தொடர்கள் குறிப்பாக நெட்ஃபிளிக்ஸ் போன்ற டிஜிட்டல் திரை ஊடகங்கள் மூலம் ஏராளமான பார்வையாளர்களைச் சென்றடைகின்றன. திரைப்பட, தொலை ஊடகக் கல்வி நிறுவனங்களும் ஏராளமாக உள்ளன. இரண்டு பன்னாட்டு திரைப்பட விழாக்கள் இஸ்ரேலில் நிகழ்கின்றன. ஒன்று ஜெருசலேத்திலும் மற்றொன்று ஹாய்ஃபாவிலும் நிகழ்கின்றன. இன்றைய நிலையில் ஒவ்வொரு ஆண்டும் 12-16 புதிய திரைப்படங்கள் வெளியாகின்றன. ஏறக்குறைய 130 திரையரங்குகளும், 400 திரைகளும், 95,000 இருக்கைகளும் உள்ளன. தொலைக்காட்சி ஊடகம் உள்ளூர் கேபிள், சேட்டிலைட் என இரு வடிவங்களிலும் கிடைக்கின்றன. பொழுதுபோக்கு சேனல்களின் ஒளிபரப்பு தனிச் சேனல்களாகும். இஸ்ரேல் தொலைக்காட்சியின் ஆண்டு வருமானம் 950 மில்லியன் டாலர்கள் .

இஸ்ரேலில் ஊடகங்கள் வளர்ந்துள்ளன. இருப்பினும், இஸ்ரேலில் பத்திரிகை சுதந்திரம் என்பது கட்டுப்பாடுகளுடன் கூடியது. சில விஷயங்களைப் பிரசுரிப்பது கூடக் கடினம். ஏராளமான ஆட்சேபத்துக்குரிய பதிப்புகள் அழிக்கப்பட்டுள்ளன. இன்றைய தேதியில் தனியார் துறையால் நிர்வகிக்கப்படும் இதழ்கள் 17 (அனைத்து வகைகளும் சேர்த்து). தனியாரும் அரசு ஊடகங்களுக்கு

இணையாக போட்டியிடும் வாய்ப்பு 1986 முதல் நடைமுறைக்கு வந்தது. இதழியல் சுதந்திரம் குறித்த ஆய்வுகளில் இஸ்ரேல் கடைசி இடத்தில்தான் உள்ளது என்பதுதான் உண்மை. தொலைக்காட்சி, இணைய இதழ்களும் பெரும் பங்கினைக் கொண்டுள்ளன.

நவீனத்தின் முக்கிய அடையாளங்களில் ஒன்றான விளையாட்டு இஸ்ரேலில் நன்கு நிலைபெற்றுள்ளது. ஒலிம்பிக் போட்டிகளில் ஜிம்னாஸ்டிக், படகுப் பயணம், ஜூடோ முதலிய விளையாட்டுகளில் பதக்கங்களைப் பெறுவது வழக்கமானது. இஸ்ரேலில் பல விதமான விளையாட்டுகள் இருந்தாலும், டென்னிஸ் மற்றும் கால்பந்து ஆகியவை மிகப் பிரபலமானவையாகவுள்ளன. உலக அரங்கில் இஸ்ரேல் கூடைப்பந்து விளையாட்டில் பல கோப்பைகளையும் பதக்கங்களையும் வென்றுள்ளது.

உலகளவில் கால்பந்து போட்டிகளில் ஐரோப்பாவின் உறுப்பினராகவே இஸ்ரேல் இடம் பெறுகிறது. அரபு நாடுகளின் எதிர்ப்பால் 1974இல் இஸ்ரேல் ஆசியப் பிரிவிலிருந்து நீக்கப்பட்டது. பல கிளப் போட்டிகளிலும், உலகளவிலான போட்டிகளிலும் இஸ்ரேலின் கால்பந்து வீரர்கள் நினைவுக்கூரப்படுகின்றனர். சோகமான நிகழ்வாக மியூனிச் ஒலிம்பிக்ஸில் 11 இஸ்ரேலிய வீரர்கள் பாலஸ்தீன தீவிரவாதிகளால் கொல்லப்பட்டது வரலாற்றில் இடம் பெற்றிருக்கிறது.

இன்றைய நவீன உலகின் அனைத்து அம்சங்களிலும் தன்னைப் பொருத்திக்கொண்டுதான் இஸ்ரேல் இயங்கி வருகிறது. இஸ்ரேலிய சமூகம் தன்னை நவீன, சார்பற்ற நடுநிலைக் கோட்பாடுகளுடன் மக்களாட்சி நிகழும் நாடாகவே தன்னை உலகம் அடையாளம் காண வேண்டும் என்று விரும்புகிறது. அதன் பன்முகத் திறமையும் பன்முகத் தன்மையும் இதையே உணர்த்துகின்றன.

28

பாலஸ்தீனம் : ஒன்றே தாயகம்; ஒருவரே மக்கள்

சுதந்திர பாலஸ்தீனம் என்பது பாலஸ்தீனர்களின் பிறப்புரிமை என்பதை உலகில் பெரும்பாலான நாடுகள் ஏற்றுக்கொண்டுள்ளன. வழக்கம்போல அமெரிக்க மற்றும் சில ஐரோப்பிய நாடுகள் ஏற்கவில்லை. ஆனாலும் இன்று வரை சுதந்திர பாலஸ்தீனம் ஒரு சிறு நிலப்பகுதியில் பாலஸ்தீன தன்னாட்சிப் பகுதி எனும் பெயரில் செயல்பட்டு வருகிறது. காரணம் நாம் அறிந்ததுதான்.

இஸ்ரேல் அப்பகுதியில் அமைக்கப்படுவதை அராபிய நாடுகள் எதிர்த்து மூன்று முறை போர்த் தொடுத்ததால் பாலஸ்தீனம் கனவாகிப் போனது. அமெரிக்க, ஐரோப்பிய நாடுகள் இஸ்ரேலை அப்பகுதியில் அமைக்க முடிவு செய்தபோது அதன் பின்னால் இருந்த நியாயத்தை உலக நாடுகள் ஒப்புக்கொண்டன. ஆயினும், ஹிட்லருக்கு உதவிய அரபு இஸ்லாமிய மதத் தலைவர்களும், அவர்களின் ஆதரவு பெற்ற அரசியல் தலைமைகளும் இஸ்ரேலை எதிர்த்தனர். தொடர்ச்சியாகப் போர் புரிந்தும் தோல்விகளைச் சந்தித்தனர். பின்னர் யதார்த்தச் சூழலை உணர்ந்த எகிப்து இஸ்ரேலுடன் அமைதி ஒப்பந்தம் செய்து கொண்டது. அப்போதே சுதந்திர பாலஸ்தீனத்துக்கான வாய்ப்புகள் குறையத் தொடங்கிவிட்டது எனலாம்.

இப்போது சவூதி அரேபியாவும் இஸ்ரேலுடன் சுமுக ராஜ்ஜிய உறவுகளை ஏற்படுத்த விழைந்துள்ள நிலையில் பாலஸ்தீனர்களின் நிலை என்ன என்பதை உலகம் உற்று நோக்கி வருகிறது. இந்தப் பின்னணியில் மத்திய கிழக்கில் பாலஸ்தீனம் என்றொரு பகுதியின் வரலாறு என்ன என்பதையும் காண வேண்டும்.

பாலஸ்தீனப்பகுதியில் கற்காலம் துவங்கி இரும்புக் காலம் வரையிலான மக்கள் வாழ்ந்ததற்கான சான்றுகள் கிடைத்துள்ளன. யூத அரசன் தாவூதின் படைகள் பல கிழக்குப் பகுதிகளையும் பாலஸ்தீனப் படைகளையும் வெற்றி கொண்டார் என்பதிலிருந்து வரலாற்று காலம் கணக்கிடப்படுகிறது. எகிப்துப் பேரரசின் வீழ்ச்சி, ரோம ராஜ்ய வீழ்ச்சி ஆகியவற்றுடன் புதிய மதங்களின் வருகையும் அப்பகுதியில் பல மாற்றங்களை ஏற்படுத்தியது. பிலிஸ்தீனியர்கள் என்றழைக்கப்பட்ட பாலஸ்தீனர்களுக்கு இப்பெயர் வந்ததற்கு காரணம் ராம்சேஸ் -3 அரசரின் கூலிப்படைகளாக இருந்ததால் ஏற்பட்டது என்கின்றனர். கிரேக்க எழுத்தாளர்கள் பிலிஸ்தீனம் எனும் இடத்துக்கு பிலிஸ்தியா எனப் பெயர் வைத்ததில் இருந்து பெறப்பட்டது என்றும் கூறப்படுகிறது.

இப்பகுதிக்கு முதலாம் உலகப் போர் முடிந்த காலம் வரையில் பெரிய முக்கியத்துவம் ஏதுமில்லை. தொடர்ச்சியாக ஆட்டோமான் பேரரசின் கீழ் இருந்த இப்பகுதி 1920-22 காலகட்டத்தில் பிரெஞ்சு-ஆங்கிலேய அரசுகளின் கட்டுப்பாட்டின் கீழ்க் கொண்டு வரப்பட்டன. சவூதி அரேபியா, ஈராக், சிரியா, ஜோர்டன் என தனித்தனி நாடுகள் உருவானபோது பாலஸ்தீன அராபியர்களுக்கு தனி நாடு ஏதும் கிடைக்கவில்லை. அப்பகுதி பிரிட்டிஷ் ஆட்சியின் கீழ் இருந்து வந்தது.

பாலஸ்தீனம் என்ற பகுதிக்கு நிரந்தர எல்லை வரையறுக்கப்பட வில்லை. கிழக்கே ஜோர்டன் நதி, மேற்கே சினாய், வடக்கே சிரியாவின் பகுதிகள் மற்றும் மத்தியத் தரைக்கடல் போன்றவை எல்லைகளாகக் கருதப்பட்டன. இப்பகுதிகளை இஸ்ரேலுக்கு என்று ஒதுக்கியபோது மேற்கே இருந்த ஜெருசலேம் அடங்கிய மேற்குக் கரைப் பகுதிகளும், காசாவும் மட்டுமே பாலஸ்தீனமாக அடையாளம் காணப்பட்டன. ஒரு சில பகுதிகளைத் தவிர பெரும்பாலும் பாலைவனப்பகுதிகளே. மேற்காசியப் பகுதியில் ஒரு முக்கியப் பகுதியாகக் கருதப்பட்டது பாலஸ்தீனம். ஜோர்டானையும் சிரியாவையும் மத்தியத் திரைக்கடலோடு இணைக்கும் பகுதியாகவும் இருந்தது. இஸ்ரேல் அமைக்கப்பட்ட பிறகு

பாலஸ்தீனர்களுக்கு காசாவைத் தவிர கடல் சார்ந்த பகுதி வேறேதும் இல்லாமற் போனது.

வரலாற்றுக் காலத்தில் அலெக்ஸாண்டரின் தளபதியான டாலமியின் கீழ் பாலஸ்தீனம் இருந்தது. பெயரளவில்தான் எகிப்தின் ஆட்சி. ஆனால் உள்ளூர் பழங்குடியினத் தலைவர்களின் ஆதிக்கமே மேலோங்கியது. மேலும் கி.மு மூன்றாம் நூற்றாண்டின் போது பருப்பு, எண்ணெய் மற்றும் மதுவுடன் பெண்களின் ஏற்றுமதியும் நடந்ததாக ஒரு சரித்திரக் குறிப்பு தெரிவிக்கிறது. டாலமி ஆட்சியாளர்கள் பாலஸ்தீனத்தை நகரமயமாக்கி அதன் வாழ்க்கைத் தரத்தை உயர்த்த முடிவெடுத்ததாகத் தெரிகிறது. இதே காலகட்டத்தில் அலெக்ஸாண்டரின் மற்றொரு தளபதியான செல்லுகஸ் நிகேடாரின் பார்வையும் பாலஸ்தீனத்தின் மீது இருந்து வந்தது. பல்வேறு முயற்சிகளுக்குப் பிறகு கி.மு 200இல் டாலமி 5-ன் காலத்தில் ஆண்டியோகுஸ் படைகளால் பாலஸ்தீனம் வெல்லப்பட்டது. இதன் பிறகு தொடர்ச்சியாகப் பல போர்களையும், ஆட்சி மாற்றங்களையும் பாலஸ்தீனம் சந்தித்தது.

பின்னர் ஆறாம் நூற்றாண்டில் முதல் காலிஃபாவான அபு பக்கர் (632-634) பெரும்படைகளைத் திரட்டி புனித ஜிகாத்துக்கு அழைப்பு விடுத்தார். அவருக்குப் பிறகு காலிஃபாவான முதலாம் உமர் (634-644) சிரியா முழுமைக்குமான ஆட்சி விரிவாக்கத்தை ஏற்படுத்த படைகளை அனுப்பியது பெரும் பலன் தந்தது. பின்னர் 623இல் ஜெருசலேம் உட்படப் பல பாலஸ்தீனப் பகுதிகள் காசாவரையில் இஸ்லாமியர் வசம் சென்றது. அப்போதுதான் அல்-அக்சா மசூதியும் கட்டப்பட்டது. உமாயாத் பேரரசு என்றழைக்கப்பட்ட அரசின் கீழ் பாலஸ்தீனம் தனியே ஒரு மாகாணமாக (ஆறு மாகாணங்களில்) அங்கீகாரம் பெற்றது. இதுவே பாலஸ்தீனம் எனும் பகுதியின் முதல் தோற்றம் எனலாம்.

உம்மாயாத் காலிஃபா அப்துல் மாலிக் இபின் மார்வான் 691இல் பாறைக் கோயிலை நிர்மாணித்தார். உம்மாயாத் காலத்தில் இஸ்லாமியமயமாக்கலும் அராபியமயமாக்கலும் ஒரு சேர நிகழ்ந்தது. இஸ்லாமியர் அல்லாதவர்கள் மீது இழிவுபடுத்தும் செயல்கள் அரங்கேறின. பேரளவில் மதமாற்றம் நிகழ்ந்தது. குறிப்பாக கிறிஸ்தவர்கள், இஸ்லாமியர்களாக மதமாற்றம் செய்யப்பட்டனர். பாலைவனத்திலிருந்து தொடர்ச்சியாக மக்கள் வருகை தந்ததாலும், மதமாற்றத்தாலும் கிறிஸ்தவர்கள் அதிகம் இருந்தப் பகுதி இஸ்லாமியர் அதிகம் இருக்கும் பகுதியாக மாறியது. இதே காலகட்டத்தில் மற்றொரு நிகழ்வும் நடந்தது. ஐந்நூறு

வருடங்களுக்கு மேலாக இடம் விட்டு நீங்கியிருந்த யூதர்களில் ஒரு பகுதியினர் ஜெருசலேமுக்குள் வந்தனர்.

உம்மாயாத்துகளின் ஆதிக்கம் 750இல் முடிவுற்ற போது அப்பாசித்களின் ஆதிக்கம் எழுந்தது. அப்பாசித்களுக்கு சிரியாவின் பழங்குடியினர் ஆதரவு இருந்தது. உம்மாயாத்துகளுக்கு யேமன் பழங்குடியினரின் ஆதரவு இருந்தது. எனவே இரு தரப்புக்கும் இடையில் பகைமை மூண்டது. இதனால் பல உம்மாயாத் எழுச்சிகள் உருவாகி அவை கடுமையாக அடக்கப்பட்டன. பின்னர் சிலுவைப் போர்ப் படையினர், மாம்லுக்ஸ் என பல ஆட்சிகள் வந்தாலும் நிலையாக யாரும் செல்வாக்கோடு இருக்கவில்லை.

அடுத்ததாக ஆட்டோமான் பேரரசின் கீழ் பாலஸ்தீனம் இடம் பெற்றது. அப்பகுதியின் வளர்ச்சியும் பெருகியது. சென்ற நூற்றாண்டின் துவக்கத்திலிருந்து 1948 வரையில் பாலஸ்தீனத்துக் குரிய அங்கீகாரம் கிடைத்து வந்தது. ஆட்டோமான் நாடாளு மன்றத்தில் பாலஸ்தீனப் பிரதிநிதிகள் அமர்ந்திருந்தனர். பல சஞ்சிகைகள் 1914-கு முன்பே பதிப்பில் இருந்தன. இந்த இதழ்களில் அராபிய தேசிய வாதமும் யூத எதிர்ப்பும் முழுமையாக காணப்பட்டன. இது முதல் உலகப் போருக்கு முந்தைய நிலை. அராபியர்கள் யூதக் குடியேற்றத்தினர் (சியோனிஸ்ட்கள்) நிலம் வாங்குவதை எதிர்த்தனர். பிரெஞ்சு செல்வந்தரான ரோத்ஸ்சைல்ட் சியோனிஸ்ட்கள் நிலம் வாங்க உதவி செய்து வந்தார்.

இப்படியான யூதக் குடியேற்றங்களின் எண்ணிக்கை 1900இல் 17ஆக இருந்து 1918இல் 47ஆக உயர்ந்தது. ஆனாலும் பெரும்பாலான யூதர்கள் நகரப்பகுதிகளிலேயே வாழ்ந்தனர். முதலாம் உலகப் போர் துவங்கிய 1914இல் பாலஸ்தீனத்தின் மக்கள் தொகை 6,90,000. இதில் பெரும்பகுதி விவசாயம் சார்ந்த பகுதிகளாக இருந்தன. 5,35,000 இஸ்லாமியர், 70,000 கிறிஸ்துவர்கள் மற்றும் 85,000 யூதர்கள் பாலஸ்தீனத்தில் இருந்தனர்.

முதலாம் உலகப் போரின் இறுதியில் இருந்து அடுத்த ஆறு ஆண்டுகள் பாலஸ்தீனத்தின் வரலாற்றை மாற்றியமைத்தன. தங்களுக்குத் தனி நாடு கிடைக்கும் என பாலஸ்தீனர்கள் நினைதனர்; வல்லரசுகளோ வேறொன்றைச் செய்தன. தங்களின் நலன்களுக்காக மட்டும் வல்லரசுகள் இவ்வாறு நடந்து கொண்டதாகக் கருத முடியாது. பாலஸ்தீன அராபியர்களுக்கென்று தனித் தலைமை இன்மை, குறிப்பிட்ட ஆட்சிப் பிரதேசம் இன்மை எனப் பல காரணங்களால் சவூதி, ஜோர்டான், சிரியா ஆகியவற்றின்

ஆதரவையே பாலஸ்தீனர்கள் எதிர்பார்த்திருந்தனர். அராபிய நாடுகள் வல்லரசு நாடுகளின் எண்ணங்களை மீறி நடந்து கொள்ளும் நிலையில் இல்லை. இதுவே இன்றுவரை தொடர்கிறது.

●

நவீன பாலஸ்தீனம் குறித்த அக்கறையுள்ளவர்கள் பாலஸ்தீன அகதி முகாம்களில் இன்றும் அவல நிலையில் வாழும் நிலைக்கு ஆளாகியிருக்கும் மக்களை முன்னேற்றப்பாதையில் அழைத்துச் செல்லவே விரும்புவர். இன்றைய நிலையில் 58 அங்கீகரிக்கப்பட்ட பாலஸ்தீன அகதிகள் முகாம்களில் ஏறக்குறைய 15 லட்சம் மக்கள் புகலிடம் பெற்றுள்ளனர். இவர்கள் காசா, மேற்குக்கரை, லெபனான் மற்றும் ஜோர்டான் ஆகிய இடங்களில் உள்ள முகாம்களில் தங்கியுள்ளனர். கடந்த 2005இல் இஸ்ரேல் நீண்ட காலமாக நிலவி வரும் ஒருவருக்கொருவர் மீதான நம்பிக்கையின்மையை நீக்கும் பொருட்டு காசா பகுதியிலிருந்து ராணுவத்தைத் திரும்பப் பெற்றுக்கொண்டது.

அதைத் தங்களுக்கு சாதகமான நடவடிக்கை எனக் கருதிய பாலஸ்தீன தீவிரவாத இயக்கங்கள் அப்பகுதியைத் தங்களின் முழுக் கட்டுப்பாடுக்ற்குள் கொண்டு வந்தனர். ஹமாஸ் இயக்கம் அப்படி உருவானதுதான். யாசர் அராபத் தலைமையிலான பாலஸ்தீன விடுதலை இயக்கம் மட்டுமே ஒற்றை பாலஸ்தீன மக்கள் ஆதரவு பெற்ற இயக்கமாக சர்வதேச சமூகத்தால் அங்கீகரிக்கப்பட்டிருந்தது. எனினும் காசா பகுதியில் இஸ்ரேல் எதிர்ப்புப் போரை நீண்ட காலம் நடத்தியது எனும் அடிப்படையில் அப்பகுதியை ஹமாஸ் தன் வசப்படுத்தியுள்ளது.

ஹமாஸ் தேர்தலில் வென்றாலும் சர்வதேச அங்கீகாரம் கிடையாது. காசாவைச் சுற்றி இஸ்ரேல் ராணுவக் கட்டுப்பாடுகளை விதித்திருந்தாலும் கடல் வழியே தங்களது நடவடிக்கைகளை ஹமாஸ் இயக்கம் தொடர்ச்சியாக நடத்திக் கொண்டுதான் உள்ளது. இதில் ராக்கெட் தாக்குதல்களும் அடங்கும்.

இந்நிலையில் அகதிகள் முகாம்களிலிருந்து படித்த வர்க்கம் ஒன்று உருவாகி ஜெருசலேத்திலும் இதர நகரங்களிலும் நல்ல வாழ்க்கைத் தரத்தைப் பெற்றுவருவது கடந்த 20 ஆண்டுகளாக நிகழ்ந்து வருகிறது. இவர்களில் பலர் இஸ்ரேல் அரசின் நல்ல முயற்சிகளை பாராட்டுகிறார்கள். அதேநேரம் தங்கள் மதத்தின் பழமைவாதிகளின் யூத விரோதப் போக்கினால் தாங்கள் தொடர்ந்து பாதிப்புக்கு உள்ளாவதை உணர்ந்துள்ளனர். பாலஸ்தீன அரசியல் உரிமைகளை

யார் பெறுவது என்பதில் அரசியல் தலைமைகளுக்குள் போட்டியிருக்கும்போது, கிடைக்கும் விடுதலையால் மக்களுக்கு எவ்விதமான பலனும் இல்லை என்பதே இளம் பாலஸ்தீனர்களின் கருத்தாக இருக்கிறது.

சமீபத்தில் சவூதி அரேபியா, இஸ்ரேலுடன் தூதரகத் தொடர்புகளை ஏற்படுத்திக் கொள்ளும் முயற்சியில் இறங்கியுள்ளது. இது பாலஸ்தீன தீவிரவாத இயக்கங்களுக்குக் கடும் கோபத்தை ஏற்படுத்தியிருக்கிறது. ஏனெனில் சவூதி உட்பட பல அராபிய (எண்ணெய் ஏற்றுமதி) நாடுகள் தங்களின் நலன்களைப் பாதுகாத்துக் கொள்ளவே சுதந்திர பாலஸ்தீனம் எனும் நாடகத்தை நடத்தி வந்துள்ளனர் என்று கருதுகின்றனர். பல காலம் முன்பே யாசர் அராபத் இப்படியொரு நிலைப்பாட்டுக்கு வந்திருந்தார். இன்று ஏறக்குறைய அனைத்து அராபிய நாடுகளும் இஸ்ரேலுடன் அமைதி ஒப்பந்தம் செய்து கொண்டு தங்கள் நாடுகளை முன்னேற்ற விழைந்துள்ளது. இது, தனி பாலஸ்தீனக் கோரிக்கையை வலியுறுத்திப் போராடி வருவோர்க்கு கடும் ஏமாற்றத்தையும் அவமானத்தையும் ஏற்படுத்தியுள்ளது. இதன் விளைவுதான் காசா பகுதியிலிருந்து இஸ்ரேல் மீதான இப்போதைய தாக்குதல். இதை ஈரான் ஆதரிக்கிறது.

வரலாற்றில் முதல் முறையாக அராபிய நாடுகள், பாலஸ்தீனக் கோரிக்கையை ஏறக்குறைய கைவிட்ட நிலையில் உலகளவில் தனிமைப்பட்டுள்ள ஈரான் ஆதரிப்பது என்பது எதிர் அரசியல். ஆனால் தொடர்ச்சியாக ஈரான் அவ்வாறு செய்வது அதன் இருத்தலுக்கே ஆபத்தாகிவிடும். ஏனெனில் ஈரானுக்கு ஆதரவாக ரஷ்யாவும், சீனாவும் நிற்கலாம். ஆனால் இஸ்ரேலுடன் போர் என்றால் இருவரும் பின்வாங்கி விடுவார்கள். ஈரான் தனித்துதான் நிற்கும். ராணுவ ரீதியில் ஈரான் வெல்வது என்பது மிகவும் கடினம். மேலும் அமெரிக்கா கூட்டணி நாடுகள் ஈரானைத் தாக்க இதுதான் சரியான நேரம் என்று கருதி போர்தொடுத்தால் சதாம் ஹுசைனுக்கு என்ன நேர்ந்ததோ அதேதான் ஈரானின் தலைமைக்கும் நேரும்.

ஆகையால், ஹமாஸ் போன்ற தீவிரவாத இயக்கங்களால் விடுதலை மட்டுமல்ல; வளர்ச்சியையும்கூடக் கொண்டு வர இயலாது. அதை விடுத்து அமைதியான முறையில் இஸ்ரேல் கண்டுள்ள வளர்ச்சியைப்போல் தாங்களும் முன்னேற முயற்சி செய்வதே அழிவிலிருந்து காப்பாற்றும். இன்றைய உலகில் போர் வெறுக்கப் படுகிறது என்பதை ஏராளமான எடுத்துக்காட்டுகளுடன் கூறமுடியும். ஆனால் இதை உணராது போர்தான் தீர்வு என நினைக்கும்

வல்லரசுகளாயினும் சரி, சிற்றரசுகளாயினும் சரி கடுமையான பின்விளைவுகளையே சந்திக்க நேரிடும்.

ரஷ்யா, உக்ரைனில் போர் தொடுத்து இதுவரை சாதித்தது என்ன? வெறும் அழிவுதான். ஈரானும் அதையேத்தான் சந்திக்கும். வேறொன்றும் உள்ளது. ஈரானின் ஆட்சியாளர் மீது ஈரான் மக்கள் கொண்டுள்ள அதிருப்தி. அதைப் பெண்கள் போராட்டம் மூலம் நன்கு உணர முடிந்தது. மக்கள் கேட்பது கௌரவமான வாழ்க்கை; போர்கள் அல்லவே?

இச்சூழ்நிலையில் சவூதி, ஐக்கிய அமீரகம் போன்ற பணக்கார அரபு நாடுகள் ஏன் இஸ்ரேலுடன் அமைதியாகப் போக விரும்புகிறார்கள்? ஒரே காரணம், இதுவரை சேர்த்து வைத்த செல்வத்தைப் பாதுகாக்கவும், தங்களது ஆட்சியைப் பாதுகாக்கவுமே.

பெட்ரோல்-டீசல் எரிபொருளை ஏறக்குறைய மேற்கத்திய (அமெரிக்க+ஐரோப்பா) கைவிடும் நாள் சில வருடங்களில் நிகழும். இந்தியா, சீனா உட்பட ஒரு சில நாடுகளே எரிபொருளைப் பொருளாதார வளர்ச்சிக்கு நம்பியுள்ளன. இரண்டும் உலகின் ஏறக்குறைய 300 கோடி மக்களைக் கொண்டுள்ளன. இவற்றின் பொருளாதார வளர்ச்சி 7-10% வரையில் இருக்கவேண்டுமென்றால் விலைகுறைந்த எரிபொருள் தேவை. அவற்றைக்கொடுக்க வளைகுடா நாடுகளும் ஆயத்தமாகவே உள்ளனர். சமீபத்தில் சீனாவின் பி.ஆர்.ஐ (Belt and Road Initiative) திட்டத்துக்குப் போட்டியாக இந்தியா மற்றொரு திட்டத்தை ஜி-20 மாநாட்டில் முன்வைத்தது. இதன் பாதையில் ஐக்கிய அரபு நாடு, சவூதி அரேபியா மற்றும் இஸ்ரேல் உள்ளன.

இந்த மூன்று நாடுகளும் வளைகுடாவின் பொருளாதாரத்தில் மேம்பட்ட நிலையில் உள்ளவை. இவற்றுடன் இந்தியாவும் ஐரோப்பிய நாடுகளும் இணையும் போது வேகமான, அதே சமயம் மலிவான செலவில் எரிபொருள், சரக்குப் போக்குவரத்து மற்றும் நாணயப் பரிமாற்றமும் நிகழும். இது நடக்கவேண்டுமென்றால் சவூதி அரேபியா அமெரிக்கா மற்றும் இஸ்ரேலுடன் ஆழமான தூதரக உறவினை ஏற்படுத்திக்கொள்ள வேண்டும். இதை பாலஸ்தீன மக்கள் எதிர்க்கின்றனர்.

இஸ்ரேல் அறிவிக்கப்பட்டதிலிருந்து அதனைத் தங்களுடன் நின்று எதிர்த்துவிட்டு இன்று தங்களைக் காப்பாற்றிக்கொள்ள இஸ்ரேலுடன் அமைதியாகிப் போகும் ஐக்கிய அரபு, சவூதி

அரசுகளை அவர்கள் எதிர்க்கிறார்கள். இந்த எதிர்ப்பின் விளைவுதான் ஈரான் ஆதரவுடன் நடக்கும் போர்.

துவக்க காலத்திலிருந்தே பாலஸ்தீனர்களால் பிற அரபு மக்களுடன் இணைந்து வாழ இயலவில்லை. அகதிகளாகச் சென்றாலும் உள்ளூர் வேலை வாய்ப்புகளில் பாலஸ்தீன மக்களை ஈடுபடுத்துவதை அராபியப் பழங்குடியினர் விரும்பியதில்லை. பல காரணங்கள் இருந்தாலும் பாலஸ்தீனர்கள் முரட்டுத்தனமானவர்கள். ஜோர்டான் மட்டுமே பாலஸ்தீனர்களுக்குக் குடியுரிமை சிறிதளவு வழங்கியது. இஸ்ரேல் துவக்கத்திலிருந்தே பாலஸ்தீனர்களுக்குக் குடியுரிமையை வழங்கியது.

இன்று ஒன்றுபட்ட இஸ்ரேல் வந்தால் மேற்குக்கரை, காசா பகுதிகளைச் சேர்த்தால் யூதர்களைவிட பாலஸ்தீன மக்களின் எண்ணிக்கை அதிகமிருக்கும். இது இஸ்ரேலின் அரசியலை நிச்சயம் மாற்றும். ஆனால் இஸ்ரேலிய அரசியல்வாதிகள் இதை ஒரு பொருட்டாக நினைப்பதில்லை. ஏற்கெனவே சொன்னது போல அனைத்து இஸ்ரேலிய அரசியல் கட்சிகளும் மதவாதக் கட்சிகள் அல்ல. இஸ்ரேலே ஒரு மதச்சார்ப்பற்ற நாடுதான். பாலஸ்தீனர்களுடன் இணைந்து வாழ்வது யூதர்களுக்கு இன்று ஒரு பிரச்னையாகத் தெரியவில்லை. அவர்களின் பரந்த உலகப் பார்வையே அதன் பின்னணியில் உள்ள காரணம்.

பாலஸ்தீனர்களுக்கும் உலக அனுபவம் இல்லாமல் இல்லை. தங்களின் எதிர்காலம் குறித்து சுதந்திரமாகச் செயல்பட அனுமதிக்கப்பட்டால் ஏராளமான பாலஸ்தீனர்கள், இஸ்ரேலை வாழ்விடமாகத் தேர்வு செய்யும் வாய்ப்பும் உண்டு. பலர் அண்டை நாடுகளில் தஞ்சம் கோரலாம்; குடியுரிமை கோரலாம். இப்படியொரு நிலையில் ஐ.நா. என்ன செய்யும் என்பது பெரியதொரு புதிர். அராபிய நாடுகள் குறிப்பிட்ட அளவு எண்ணிக்கையிலான பாலஸ்தீனர்களுக்குக் குடியுரிமை வழங்கலாம். ஆனால் அது பிரச்னையைத் தீர்க்க உதவாது.

சுதந்திர பாலஸ்தீனம் அமைந்தாலும் அவர்கள் தொடர்ச்சியாக இஸ்ரேலை அழிப்போம் என்று பாகிஸ்தான், தனி நாடு கிடைத்தபின்னும், தான் வாழ்வதைவிட இந்திய எதிர்ப்பில் எப்படி நாட்டம் காட்டி வீழ்ச்சியுற்றுள்ளதோ அதேபோல வீழ்ந்தால் யாருக்கும் பயனில்லை.

ஹமாஸ் போன்ற இயக்கங்கள் உலக இஸ்லாமியவாதமான 'ஒன்றே தேசம்; ஒருவரே மக்கள்' எனும் வஹாபிய அடிப்படைவாதச்

சிந்தனையை மையமாக வைத்துள்ளவை. அவர்களிடம் இருந்து வளர்ச்சியையோ முன்னேற்றத்தையோ மானுடத்தை உயர்த்தும் சிந்தனைகளையோ எதிர்பார்க்க இயலாது. நிரந்தரப் போர் ஒன்றே தலையாயது. இப்படியான இயக்கங்களிடம் எப்படி நாட்டையும், மக்களையும் ஒப்படைப்பது? எனவே, உலக நாடுகள் பாலஸ்தீனர்களிடம் வெளிப்படையான உரையாடலை நிகழ்த்தி அவர்களின் எதிர்காலத்தை அவர்களே தீர்மானிக்க அனுமதிப்பதே இன்றுள்ள சிக்கல்களைத் தீர்க்க உதவும்.

29

முடிவுரை

இதுவரையில் இஸ்ரேலின் ஆரம்பம் முதல் இன்றைய நிலைவரையிலும் பார்த்தோம். இதில் பாலஸ்தீனத்தின் நிலை குறித்தும் கண்டோம். உலகில் பெரும்பாலான நாடுகளில் இஸ்ரேல் குறித்து எதிர்மறையான எண்ணம் இல்லாதிருக்கும் நிலையில் தனது மக்கள் மீதான தாக்குதலுக்காகப் பதில் நடவடிக்கையை எடுக்கும் உரிமை உறுதிப்பட்டிருப்பது குறித்து இஸ்ரேல் மகிழ்ச்சியடையலாம்.

ஐ.நா. சபை உள்ளிட்ட பல வல்லாதிக்க சக்திகள் இஸ்ரேல் தரப்பில் நின்று பேசுவது பெரும் ஆறுதல். இஸ்ரேலின் பதில் தாக்குதலில் பொது மக்கள் பாதிக்கப்படுவதை ஏற்க முடியாது எனும் நிலைப்பாட்டை யாரும் கண்டிக்க முடியாது. அதேநேரம் பொதுமக்களைக் கேடயமாகப் பயன்படுத்துவதையும் அனுமதிக்க முடியாது. பாலஸ்தீன விடுதலை என்ற பெயரிலான இஸ்ரேல் அழிப்பு முயற்சிகளை நேரடியாக ஈரான் முயற்சி செய்கிறது. சதாம், கடாஃபி போன்றோரால் இயலாததை ஈரான் முயற்சி செய்கிறது. ஏற்கனவே எண்ணெய் விற்பனைத் தடை உட்பட பலத் தடைகளைப் பெற்றுள்ள ஈரான், தனது பொருளாதார பலவீனங்களைப் புறக்கணித்துவிட்டு பாலஸ்தீன விடுதலை இயக்கங்களுக்கு ஆதரவு அளிக்கிறது. இப்பிரச்னையில் ஏற்கெனவே அரபு நாடுகள் இஸ்ரேல்

எதிர்ப்பு நிலைப்பாட்டை எடுத்து அதனால் பெற்ற பயன்களைத் தானும் பெற வேண்டும் எனும் ஆசையால் ஏற்பட்ட எண்ணமாக இது இருக்கலாம்.

ஏறக்குறைய 50 ஆண்டுகளாக அரபு எண்ணெய் வள நாடுகள் 1973 முதல் 2023 வரையில் எண்ணெய்ப் பொருளாதாரத்தில் மேலாதிக்கம் செலுத்திவந்துள்ளன; ஏராளமான அமெரிக்க டாலர்களையும், செலாவணி உபரியையும் சேமித்து வைத்துள்ளன. உலகம் முழுதும் ஏராளமான முதலீடுகள், சொத்துகள் அரபு நாடுகள் வசமுண்டு. அடுத்த 10 ஆண்டுகளுக்கு எண்ணெய்ப் பொருளாதாரம் சரியாமல் இருக்கும் என்பது அவற்றின் கணிப்பு. அதன் பிறகு ஏற்படக்கூடிய சரிவிலிருந்து தங்களைக் காத்துக்கொள்ளவே இப்போது பிரிக்ஸ் போன்ற அமைப்புகளில் இணைவதையும், அமெரிக்கா மற்றும் இஸ்ரேலுடன் நல்லுறவை ஏற்படுத்திக் கொள்ளும் முயற்சிகளையும் மேற்கொள்கின்றன. இஸ்ரேலுடன் 28 இஸ்லாமிய நாடுகளுக்கு தூதரக உறவில்லை. சமீபத்தில் ஐக்கிய அமீரகம், பஹ்ரைன், மொராக்கோ போன்றவை தூதரக உறவை ஏற்படுத்திக் கொண்டுள்ளன. இது புதிய பாதையாக இருந்தாலும் இத்தனை நாள் பாலஸ்தீனர்களுக்கு ஆதரவாக இருந்துவிட்டு இப்போது தங்களது அரசியல்-பொருளாதார நலன்களுக்காக இஸ்ரேலுடன் நட்புறவு பாராட்டுவது ஒருவகையில் பாலஸ்தீனர்களுக்குச் செய்யப்படும் கெடுதல் என்பதாகவே கருதப்படும்.

ஈரான் தனது ராணுவ பலத்தை அதிகரித்துக்கொண்டு அரபு நாடுகள் பலவற்றை மிரட்டி வருகிறது. ஈரானுக்குத் துணையாக கத்தார், லெபனான் மற்றும் சிரியா ஆகியவை உள்ளன. இந்நிலையில் ஹமாஸ், ஹிஸ்புல்லா போன்ற பாலஸ்தீன விடுதலை இயக்கங்கள் ஆயுதப் போரைத் தொடர்ந்து நடத்த இந்நாடுகளையே நம்பியுள்ளன. மேற்குக் கரையில் தன்னாட்சிப் பகுதியை ஆட்சி செய்யும் பாலஸ்தீன விடுதலை இயக்கமும், அப்பிரதேசத்து மக்களும் ஏறக்குறைய வன்முறைப் பாதையைக் கைவிட்டாலும், இஸ்ரேல் புதிய யூதக் குடியேற்றங்களைச் செய்யும்போது கலவரங்கள் வெடிப்பதைத் தடுக்க இயலாமல் உள்ளனர்.

காசாவைவிட மேற்குக் கரையில் மக்கள் தொகை அதிகம். மேலும் வன்முறையில்லாமல் மக்களின் வாழ்க்கைத் தரத்தை அதிகரிக்க பாலஸ்தீன அரசு முனைவதால் இஸ்ரேலும் கரிசனத்துடனேயே நடந்து கொள்கிறது. ஆயினும் ஹமாஸ் போன்ற இயக்கங்கள் மேற்குக்கரையிலும் சிறிதளவு செல்வாக்குடன் இருப்பது நெருடலாக உள்ளது. மேலும் இஸ்ரேலுக்குள் வாழும் இஸ்லாமிய,

கிறிஸ்தவ அராபியர்கள் முழுச் சுதந்திரத்துடன் இயங்குவது இஸ்ரேல் யூத அடிப்படைவாத அரசு எனும் பிம்பத்தைக் கேள்விக்கு உட்படுத்துகிறது. அத்துடன் வேறு சில இனக்குழுக்களும் இஸ்ரேலில் வாழ்கின்றனர். ஏராளமான வெளிநாட்டினர் இஸ்ரேலில் கல்வி கற்கவும், பணிபுரியவும் செய்கின்றனர். இவர்களில் எவரும் இஸ்ரேல் மீது குற்றச்சாட்டுகளை வைப்பதில்லை.

பாலஸ்தீனத்தைத் தனி நாடாகத்தான் 1948இல் அறிவித்தனர். இடையில் நடந்த போர்களில் இஸ்ரேல் பெரும்பகுதிகளைக் கைப்பற்றிக்கொண்டதால் மீண்டும் ஒருமுறை தங்களைத் தனிநாடாக அறிவிக்கும் தீர்மானத்தை பாலஸ்தீனம் ஐநாவில் கொண்டு வந்தது. அம்முயற்சி கைகூடவில்லை. கிடைத்த நாட்டையும் அண்டை நாடுகளின் தூண்டுதலால் இழந்த பாலஸ்தீன மக்கள் அகதிகளாகவே வாழ்ந்து வருகின்றனர். ஐநாவின் அகதிகள் மறுவாழ்வு அமைப்பின் கீழ் இவர்கள் பராமரிக்கப்படுகின்றனர். பாலஸ்தீனத்தின் வருவாய் கூட ஐரோப்பிய மற்றும் இஸ்ரேல் அளிக்கும் வேலைவாய்ப்புகளால்தான் கிடைக்கிறது. எனவே அரபு நாடுகளை நம்பாமல் பாலஸ்தீன மக்கள் தங்களது எதிர்காலத்தை அமைதிப் பேச்சுவார்த்தையின் மூலமே தீர்த்துக்கொள்ள முடியும்.

இச்சிக்கலுக்கு இந்தியா போன்ற நாடுகள் என்ன பங்களிப்பு செய்ய இயலும்? உறுதியாக சுதந்திர பாலஸ்தீனம் அமையவும், அப்பகுதி பிற நாடுகளுக்கு நிகரான பொருளாதார வளர்ச்சியைப் பெறவும் பெருமளவில் உதவ முடியும். இந்தியாவால் கல்வி, மருத்துவம், வேளாண்மை மற்றும் தொழில்நுட்ப உதவிகளைப் பேரளவில் செய்ய இயலும். ஆனால் முழுமையான அமைதியை பாலஸ்தீன அரசியல்வாதிகளும், மக்களும் உறுதி செய்தால்தானே முடியும்?

இந்தியா உலகின் அதிக மக்கள் தொகைக் கொண்ட நாடு. அது மட்டுமின்றி உலகளவில் இஸ்லாமிய மக்களைக் அதிகம் கொண்ட இரண்டாவது நாடு. பல ஆண்டுகளாக இந்திய அரசு இஸ்லாமிய மக்களின் அதிருப்தியை மனதில் வைத்து இஸ்ரேலுடன் தூதரக உறவை ஏற்படுத்தாமல் இருந்தது. மறைமுகமாக தொடர்புகள் இருந்தாலும் அவற்றை வெளிக்காட்டவில்லை. சோவியத் ஒன்றியத்தின் வீழ்ச்சியால் பல துருவ புவிசார் அரசியலில் தனது பாரம்பரியமான பங்கை மீண்டும் பெறும் வாய்ப்பு இந்தியாவுக்குக் கிடைத்துள்ளது. இன்று உலகின் ஐந்தாவது பெரிய பொருளாதாரம் நம் பொருளாதாரம். அடுத்த பத்தாண்டுகளில் மூன்றாம் இடத்தைப் பிடித்துவிடும் என்று எதிர்பார்க்கப்படுகிறது.

காலனிய வரலாற்றுக்கு முன் இந்தியாவும், சீனாவுமுமே உலகில் பெரிய பொருளாதார சக்திகள். மீண்டும் வரலாறு திரும்பும் நேரத்தில் சீனா பொதுவுடமைக் கோட்பாட்டினால் இன்றும் இரும்புத்திரை அரசாக இருப்பதால் அதன் உண்மையான பலம் என்ன என்பது யாருக்கும் தெரியாது. ரஷ்யாவின் பொருளாதாரம் உயருமா, இல்லையா என்பதும் புதிராக உள்ளது.

இந்நிலையில் ஜப்பான், கொரியா, ஜெர்மன், பிரெஞ்சு நாடுகளையும், 'பெரியண்ணன்' அமெரிக்காவையும் கடந்து வலிமை வாய்ந்த நாடாக இந்தியா உயரலாம். அப்படி இல்லாமல் போனாலும் நிகரானதொரு சக்தியாக விளங்கலாம். இதனால் ஏற்படும் பலாபலன்கள் இந்தியர் அனைவரையும் மட்டுமின்றி உலகம் முழுமைக்கும் கிடைக்கும். 'வசுதைவ குடும்பகம்' என்று இன்றைய பிரதமர் நரேந்திர மோடி முன்வைக்கும் கருத்து இதனையே வலியுறுத்துகிறது. எனவே பாலஸ்தீனம் அமைதியும், வளமும் கொண்ட நாடாக வளர இந்தியா உறுதியாகப் பங்களிக்கும். ஆனால் அதனைப் பயன்படுத்தும் சூழலை பாலஸ்தீன மக்கள்தான் ஏற்படுத்த வேண்டும்.

இஸ்ரேலுக்கு இந்தியா தனது முழு ஆதரவை வழங்குவது காஷ்மீர் பிரச்னையில் இன்றுவரை சந்தித்து வரும் வன்முறைகளே காரணம். காஷ்மீரில் பண்டைய காலம் தொட்டு வாழ்ந்து வந்த பண்டிட்கள் இன்று அகதிகளாக இந்தியா முழுதும் வாழ்கின்றனர். காரணம்: பாகிஸ்தானின் ஆளும் வர்க்கத்துக்குத் தங்கள் நாட்டை முன்னேற்றுவதைவிட காஷ்மீரைத் தங்கள் வசம் கொண்டு வரவேண்டும் என்ற எண்ணம் இருப்பதுதான். இதில் பாடம் படித்த இந்தியா, இஸ்ரேலை ஆதரிப்பதில் எவ்விதமான வியப்பும் இல்லை. இதையும் கடந்துதான் பாலஸ்தீனத்துக்கு நாம் உதவ வேண்டிய நிலையில் இருக்கிறோம். அவ்வாறு செய்வது பாகிஸ்தான், பங்களாதேஷ் மக்களையும், இந்திய இஸ்லாமியர்களையும் அனைத்து மக்களையும் சமமாகக் கருதும் கொள்கையை ஒட்டியே செயல்படுகிறோம் என்பதைச் சுட்டும்படியாக இருக்கும்.

இந்திய வரலாற்றில் நாடு பிடிக்கும் கொள்கை நம் எந்தவொரு பேரரசுக்கும் இருந்ததில்லை. இன்றைய நவீன வரலாற்றிலும் அத்தகைய எண்ணம் இல்லை; இனியும் இருக்கவேண்டிய தேவையும் இல்லை. ஆகையால் சமத்துவமும் அமைதியும் கொண்ட உலகைப் படைக்க இந்தியா தனது பாரம்பரியக் கருத்துகளை முன்வைத்து, கொள்கைகளை வகுத்துச் செயல்பட வேண்டிய காலம் இது. அவ்வாறே நிகழும் என்று நம்புவோமாக.

உதவிய நூல்கள் / வலைத்தளங்கள்

- A Brief History of Israel, Bernard Reich
- The origins of Arab Israel Wars, Ritchie Ovendale
- Britain, Six-Day war and Aftermath, Frank Brenchley
- The Arab Israel Conflict – Contemporary issues companian, Thompson - Gale
- Iran, Iraq and the plan to remake the Middle East, Jonathan Cook
- Israel's Strategic Agenda, Ed. Efraim Inbar
- Indian Foreign Policy - The Modi Era, Harsh V Pant
- 1967 war: Six days that changed the Middle East - BBC News
- The Times of Israel
- The Jerusalem Post
- The Jewish Chronicle
- The New York Times
- The Guardian
- Israel News - Haaretz.com
- Smithsonian Magazine
- Holocaust Encyclopedia
- Holocaust Memorial Museum
- My Jewish Learning
- Jewish Virtual Library
- Wikipedia
- Britannica